สวรรค์ (ภาค 1)

“นครนั้นประกอบด้วยพระสิริของพระเจ้า ใสสว่างดุจแก้วมณีอันหาค่ามิได้ เช่นเดีย
วกับแก้วมณีโชติอันสุกใสและเป็นผลึก”

(วิวรณ์ 21:11)

สวรรค์ (ภาค 1)

สุกใสแสงดงามดุจแก้ว

โดย ดร. แจร็อก ลี

URIM BOOKS

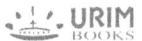

สวรรค์ (ภาค 1): สุกใสและงดงามดุจแก้ว
โดย ดร. แจร็อก ลี
จัดพิมพ์โดย อูริมบุคส์
851, คูโร-ดอง, คูโร-กุ, โซล เกาหลีใต้
www.urimbook.com

ห้ามจัดพิมพ์หนังสือเล่มนี้หรือส่วนหนึ่งส่วนใดของหนังสือเล่มนี้ซ้ำ หรือเก็บไว้ในระบบเพื่อนำกลับมาใช้ใหม่ หรือถ่ายทอดด้วยรูปแบบอื่นใด หรือโดยเครื่องมืออิเลกทรอนิกส์ เครื่องกล การถ่ายสำเนา การบันทึกหรือด้วยวิธีการหนึ่งใดเหล่านี้ โดยมิได้รับอนุญาตจากผู้จัดพิมพ์อย่างเป็นลายลักษณ์อักษร

ข้อพระคัมภีร์ที่อ้างอิงในหนังสือเล่มนี้นำมาจากพระคัมภีร์ไทยฉบับ Thai Bible R97
® สงวนลิขสิทธิ์ © 1991 ใช้โดยได้รับอนุญาตจากสมาคมพระคริสตธรรมไทย
(Thailand Bible Society)

ISBN: 979-11-263-1346-4 03230

สงวนลิขสิทธิ์ © 2003 โดย ดร. แจร็อก ลี

จัดพิมพ์ครั้งแรกโดยอูริมบุคส์ กรุงโซล ประเทศเกาหลีใต้

บทนำ

พระเจ้าแห่งความรักไม่เพียงแต่นำผู้เชื่อทุกคนไปสู่หนทางแห่งความรอดเท่านั้น แต่พระองค์ทรงเปิดเผยความลับแห่งฟ้าสวรรค์ให้กับเขาทราบด้วย

อย่างน้อยครั้งหนึ่งในชีวิตบุคคลคงมีคำถามว่า "เมื่อจากโลกนี้ไปแล้วเราจะไปอยู่ที่ไหน" หรือ "สวรรค์และนรกมีจริงหรือไม่" เป็นต้น หลายคนเสียชีวิตก่อนที่ตนจะได้รับคำตอบต่อคำถามเหล่านี้ หรือแม้หลายคนเชื่อในชีวิตหลังความตายแต่มิใช่ทุกคนจะได้ไปสวรรค์เพราะว่าไม่ใช่ทุกคนมีความรู้ที่ถูกต้อง สวรรค์และนรกไม่ใช่เรื่องเพ้อฝัน แต่เป็นเรื่องจริงในมิติฝ่ายวิญญาณ

ในด้านหนึ่ง สวรรค์เป็นสถานที่อันงดงามมากจนไม่อาจนำไปเปรียบเทียบกับสิ่งหนึ่งสิ่งใดในโลกนี้ได้ โดยเฉพาะอย่างยิ่งความงดงามและความสุขในนครเยรูซาเล็มใหม่ (ซึ่งเป็นที่ตั้งของพระที่นั่งของพระเจ้า) เป็นสิ่งที่ไม่อาจบรรยายให้ครบถ้วนได้เนื่องจากนครแห่งนี้สร้างด้วยวัสดุและทักษะของสวรรค์อันยอดเยี่ยมที่สุด

ในอีกด้านหนึ่ง นรกเต็มไปด้วยความเจ็บปวดอันน่าเวทนาและไม่สิ้นสุดรวมทั้งการลงโทษชั่วนิรันดร์ ความจริงอันน่าสยดสยองถูกน

ำมาอธิบายไว้โดยละเอียดในหนังสือเรื่อง "นรก" พระเยซูและอัครทูตทำให้สวรรค์และนรกกลายเป็นที่รู้จัก ในปัจจุบันสวรรค์และนรกได้รับการเปิดเผยโดยละเอียดผ่านทางประชากรของพระเจ้าที่มีความเชื่อในพระองค์อย่างจริงใจ

สวรรค์เป็นสถานที่ซึ่งบุตรของพระเจ้าจะได้ชื่นชมกับชีวิตนิรันดร์ สิ่งต่าง ๆ ที่น่าอัศจรรย์ งดงาม และเหนือจินตนาการถูกจัดเตรียมไว้สำหรับคนเหล่านี้ ดังนั้นท่านจะรู้จักสวรรค์โดยละเอียดได้ก็ต่อเมื่อพระเจ้าทรงอนุญาตและสำแดงสวรรค์ให้กับท่านเท่านั้น

ข้าพเจ้าอธิษฐานและอดอาหารอย่างต่อเนื่องเป็นเวลา 7 ปีเพื่อจะเรียนรู้เกี่ยวกับสวรรค์และเริ่มได้รับคำตอบจากพระเจ้า บัดนี้พระเจ้ากำลังสำแดงความลับในมิติฝ่ายวิญญาณแก่ข้าพเจ้าในรายละเอียดที่ลึกซึ้งมากยิ่งขึ้น

เนื่องจากสวรรค์ไม่ใช่สิ่งที่จะมองเห็นด้วยตาเปล่าจึงเป็นการยากที่จะบรรยายถึงสวรรค์ด้วยภาษาและความรู้ของโลกนี้ นอกจากนั้นยังมีความเข้าใจผิดเกี่ยวกับสวรรค์เช่นกัน ด้วยเหตุนี้เปาโลผู้เป็นอัครทูตจึงไม่สามารถบอกถึงรายละเอียดเกี่ยวกับเมืองบรมสุขเกษมในสวรรค์ชั้นที่สามที่ท่านเห็นในนิมิต

พระเจ้ายังสอนข้าพเจ้ามากมายเช่นกันเกี่ยวกับความลับของมิติฝ่ายวิญญาณ ข้าพเจ้าเทศนาอยู่หลายเดือนในเรื่องชีวิตที่เป็นสุข สถานที่ และรางวัลต่าง ๆ ในสวรรค์ตามขนาดแห่งความเชื่อ แต่ข้าพเจ้าไม่สามารถเทศนาเกี่ยวกับทุกสิ่งที่ข้าพเจ้าเรียนรู้โดยละเอียด

เหตุผลที่พระเจ้าทรงอนุญาตให้ข้าพเจ้านำความลับแห่งมิติฝ่ายวิ

ญญาณมาเปิดเผยผ่านทางหนังสือเล่มนี้ก็เพื่อช่วยดวงวิญญาณจำนวนมากให้รอดและนำดวงวิญญาณเหล่านั้นไปสู่สวรรค์ที่สุกใสและงดงามดุจแก้ว

ข้าพเจ้าขอบพระคุณและถวายพระสิริแด่พระเจ้าที่ทรงอนุญาตให้ข้าพเจ้าจัดพิมพ์หนังสือเรื่อง “สวรรค์ (ภาค 1): สุกใสและงดงามดุจแก้ว” ซึ่งเป็นการบรรยายถึงสถานที่อันสุกใสและงดงามดุจแก้วและเต็มไปด้วยพระสิริของพระเจ้า ข้าพเจ้าหวังว่าท่านจะรู้ถึงความรักอันยิ่งใหญ่ของพระเจ้าที่ทรงสำแดงให้ท่านเห็นถึงความลับแห่งสวรรค์และนำมนุษย์ทุกคนไปสู่หนทางแห่งความรอดเพื่อท่านจะเข้าสู่สวรรค์ด้วยเช่นกัน ข้าพเจ้าหวังเช่นกันว่าท่านจะวิ่งไปสู่เป้าหมายแห่งชีวิตนิรันดร์ในนครเยรูซาเล็มใหม่

ข้าพเจ้าขอขอบคุณผู้อำนวยการเจียมซุน วิน และเจ้าหน้าที่ผู้สัตย์ซื่อทุกคนของเธอในแผนกบรรณาธิการและขอบคุณแผนกการแปลสำหรับการจัดพิมพ์หนังสือเล่มนี้ ข้าพเจ้าอธิษฐานในพระนามขององค์พระผู้เป็นเจ้าเพื่อว่าจะมีดวงวิญญาณมากมายได้รับความรอดและชื่นชมกับชีวิตนิรันดร์ในนครเยรูซาเล็มใหม่ผ่านหนังสือเล่มนี้

แจร็อก ลี

คำนำ

หวังว่าท่านจะรู้ถึงความรักอย่างอดกลั้นของพระเจ้า บรรลุถึงชีวิตฝ่ายวิญญาณ และมุ่งหน้าไปสู่นครเยรูซาเล็มใหม่

ข้าพเจ้าขอถวายคำขอบพระคุณและพระสิริทั้งสิ้นแด่พระเจ้าผู้ทรงนำคนจำนวนมากให้มารู้จักถึงมิติฝ่ายวิญญาณอย่างถูกต้องและวิ่งไปสู่เป้าหมายด้วยความหวังในเรื่องแผ่นดินสวรรค์ผ่านทางการจัดพิมพ์หนังสือเรื่อง "นรก" และ "สวรรค์" ทั้งสองภาค

หนังสือเล่มนี้มีอยู่ 10 บทซึ่งจะช่วยให้ท่านรู้อย่างชัดเจนเกี่ยวกับชีวิตและความงดงามรวมทั้งสถานที่และรางวัลต่าง ๆ ในสวรรค์ที่พระเจ้าทรงมอบให้ตามขนาดแห่งความเชื่อ เนื้อหาในหนังสือเล่มนี้คือสิ่งที่พระเจ้าได้ทรงเปิดเผยกับ ศจ.ดร. แจร็อก ลี ด้วยการดลใจของพระวิญญาณบริสุทธิ์

บทที่ 1 "สวรรค์: สุกใสและงดงามดุจแก้ว" บรรยายถึงความสุขนิรันดร์ในสวรรค์ด้วยการสำรวจดูสิ่งซึ่งปรากฏอยู่ทั่วไปในสวรรค์อันเป็นสถานที่ซึ่งไม่ต้องการแสงสว่างจากดวงอาทิตย์หรือดวงจันทร์

บทที่ 2 "สวนเอเดนและสถานที่รอคอยในสวรรค์" อธิบายถึงสถานที่ตั้ง โฉมหน้า และชีวิตในสวนเอเดนเพื่อช่วยให้

ท่านเข้าใจสวรรค์มากยิ่งขึ้น บทนี้ยังบอกให้ท่านทราบถึงแผนการและการจัดเตรียมของพระเจ้าในการปลูกต้นไม้แห่งการสำนึกในความดีและความชั่วและการฝัดร่อนมนุษย์ในฝ่ายวิญญาณเช่นกัน ยิ่งกว่านั้น บทนี้จะบอกให้ท่านทราบเกี่ยวกับสถานที่รอคอยซึ่งผู้คนที่รอดแล้วจะพำนักอยู่ที่นั่นจนกว่าจะถึงวันแห่งการพิพากษา และบอกถึงชีวิตในสถานที่แห่งนั้นรวมทั้งประเภทของบุคคลที่จะเข้าไปอยู่ในนครเยรูซาเล็มใหม่ได้ทันทีโดยไม่ต้องรอคอย

บทที่ 3 "งานเลี้ยงสมรสเจ็ดปี" อธิบายถึงการเสด็จมาครั้งที่สองของพระเยซูคริสต์ ความทุกข์เวทนาครั้งใหญ่เจ็ดปี การเสด็จกลับมายังแผ่นดินโลกขององค์พระผู้เป็นเจ้า ยุคพันปีและชีวิตนิรันดร์หลังจากนั้น

บทที่ 4 "ความลับเกี่ยวกับสวรรค์ที่ถูกปิดซ่อนไว้ตั้งแต่การทรงสร้าง" กล่าวครอบคลุมถึงความลับต่าง ๆ เกี่ยวกับสวรรค์ที่ถูกเปิดเผยออกมาโดยคำอุปมาของพระเยซูและบอกให้ท่านทราบถึงวิธีการเข้าไปสู่สวรรค์ซึ่งมีที่อยู่หลายแห่ง

บทที่ 5 "เราจะดำเนินชีวิตในสวรรค์อย่างไร" อธิบายถึงส่วนสูง น้ำหนัก และสีผิวของร่างกายฝ่ายวิญญาณและวิธีการดำเนินชีวิตของเรา บทนี้ยังเรียกร้องให้ท่านแสวงหาสวรรค์อย่างร้อนรนด้วยความหวังอันยิ่งใหญ่โดยให้ตัวอย่างมากมายเกี่ยวกับชีวิตที่ชื่นชมยินดีในสวรรค์

บทที่ 6 "เมืองบรมสุขเกษม" อธิบายถึงเมืองบรมสุขเกษมซึ่งเป็นสถานที่อยู่ระดับต่ำสุดของสวรรค์ ถึงกระนั้นก็ยังเป็นสถานที่ซึ่งมีคว

ามสุขและความงดงามมากกว่าโลกนี้ บทนี้ยังบอกให้ทราบเช่นกันว่าบุคคลประเภทใดจะเข้าไปอยู่ในเมืองบรมสุขเกษม

บทที่ 7 "สวรรค์ชั้นที่หนึ่ง" อธิบายถึงชีวิตและรางวัลของสวรรค์ชั้นที่หนึ่งซึ่งจะเป็นที่อยู่ของผู้ที่ต้อนรับพระเยซูคริสต์และพยายามดำเนินชีวิตตามพระคำของพระเจ้า

บทที่ 8 "สวรรค์ชั้นที่สอง" เจาะลึกในรายละเอียดเกี่ยวกับชีวิตและรางวัลของสวรรค์ชั้นที่สองซึ่งเป็นที่อยู่ของผู้คนซึ่งไม่ได้บรรลุถึงความบริสุทธิ์อย่างสมบูรณ์แต่ได้ทำหน้าที่ของตนอย่างครบถ้วนเพื่อเข้าสู่สวรรค์ชั้นนี้ บทนี้ยังเน้นถึงความสำคัญของการเชื่อฟังและการทำหน้าที่ของตนเช่นกัน

บทที่ 9 "สวรรค์ชั้นที่สาม" อธิบายถึงความงดงามและสง่าราศีของสวรรค์ชั้นที่สามซึ่งแม้แต่สวรรค์ชั้นที่สองก็ไม่อาจเทียบได้ สวรรค์ชั้นที่สามเป็นที่อยู่สำหรับผู้คนที่ได้ละทิ้งความบาป (ซึ่งรวมถึงบาปที่อยู่ในธรรมชาติของตน) ด้วยความพยายามของตนเองและความช่วยเหลือของพระวิญญาณบริสุทธิ์เท่านั้น บทนี้อธิบายถึงความรักของพระเจ้าที่ทรงอนุญาตให้เกิดการทดสอบและการทดลองขึ้น

สุดท้าย บทที่ 10 "นครเยรูซาเล็มใหม่" แนะนำให้รู้จักนครเยรูซาเล็มใหม่ซึ่งเป็นสถานที่อันงดงามและมีสง่าราศีมากที่สุดในสวรรค์และเป็นที่ตั้งของพระที่นั่งของพระเจ้า บทนี้อธิบายถึงประเภทของบุคคลที่จะเข้าไปอยู่ในนครเยรูซาเล็มใหม่และจบลงด้วยการให้ความหวังแก่ผู้อ่านโดยผ่านตัวอย่างของสถานที่พำนักของบุคคลสองคนที่เข้าไปสู่นครเยรูซาเล็มใหม่

พระเจ้าทรงจัดเตรียมสวรรค์ที่สุกใสและงดงามดุจแก้วไว้สำหรับบุตรที่รักของพระองค์ พระองค์ทรงปรารถนาให้ผู้คนจำนวนมากได้รับความรอดและทรงคาดหวังที่จะเห็นบุตรของพระองค์เข้าสู่นครเยรูซาเล็มใหม่

ข้าพเจ้าหวังในพระนามขององค์พระผู้เป็นเจ้าว่าผู้อ่านหนังสือเรื่อง "สวรรค์ (ภาค 1): สุกใสและงดงามดุจแก้ว" ทุกคนจะตระหนักถึงความรักอันยิ่งใหญ่ของพระเจ้า บรรลุสู่ชีวิตฝ่ายวิญญาณในพระทัยขององค์พระผู้เป็นเจ้า และมุ่งหน้าไปสู่นครเยรูซาเล็มใหม่อย่างกระตือรือร้น

เจียมซุน วิน
ผู้อำนวยการแผนกบรรณาธิการ

สารบัญ

บทนำ

คำนำ

บทที่ 1   สวรรค์: สุกใสและงดงามดุจแก้ว   1

บทที่ 2   สวนเอเดนและสถานที่รอคอยในสวรรค์   21

บทที่ 3   งานเลี้ยงสมรสเจ็ดปี   47

บทที่ 4   ความลับเกี่ยวกับสวรรค์ที่ถูกปิดซ่อนไว้ตั้งแต่การทรงสร้าง   69

บทที่ 5   เราจะดำเนินชีวิตในสวรรค์อย่างไร   97

บทที่ 6   เมืองบรมสุขเกษม   123

บทที่ 7   สวรรค์ชั้นที่หนึ่ง   139

บทที่ 8   สวรรค์ชั้นที่สอง   153

บทที่ 9   สวรรค์ชั้นที่สาม   169

บทที่ 10   นครเยรูซาเล็มใหม่   185

บทที่ 1

สวรรค์:
สุกใสแสงดงามดุจแก้ว

ฟ้าสวรรค์ใหม่และแผ่นดินโลกใหม่
แม่น้ำที่มีน้ำแห่งชีวิต
พระที่นั่งของพระเจ้าและของพระเมษโปดก

ท่านได้ชี้ให้ข้าพเจ้าดูแม่น้ำที่น้ำแห่งชีวิต ใสเหมือ
นแก้วไหลมาจากพระที่นั่งของพระเจ้าและพระที่นั
งของพระเมษโปดก ไหลไปตามกลางถนนในนค
รนั้นและริมแม่น้ำทั้งสองฟากมีต้นไม้แห่งชีวิตซึ่ง
ออกผลสิบสองชนิด ออกผลทุก ๆ เดือนและใบขอ
งต้นไม้นั้นสำหรับรักษาบรรดาประชาชาติให้หาย
จะไม่มีสิ่งใดถูกสาปแช่งอีกต่อไป พระที่นั่งของพระเ
จ้าและของพระเมษโปดกจะตั้งอยู่ที่นั่นและบรรดาผู้
รับใช้ของพระองค์จะนมัสการพระองค์ เขาเหล่านั้น
จะเห็นพระพักตร์พระองค์และพระนามของพระองค์
จะประทับอยู่ที่หน้าผากเขา กลางคืนจะไม่มีอีกต่อไป
เขาไม่ต้องการแสงตะเกียงหรือแสงอาทิตย์เพราะว่า
พระเจ้าจะทรงเป็นแสงสว่างของเขาและเขาจะครอบ
ครองอยู่ตลอดไปเป็นนิตย์

- วิวรณ์ 22:1-5 -

ผู้คนจำนวนมากสงสัยและถามว่า “กล่าวกันว่าเราสามารถมีชีวิตที่เป็นสุขชั่วนิรันดร์ในสวรรค์–สวรรค์เป็นสถานที่ชนิดใด” ถ้าท่านฟังคำพยานของผู้ที่เคยไปสวรรค์ท่านจะได้ยินว่าคนเหล่านั้นส่วนใหญ่ต้องผ่านอุโมงค์อันยาวไกล ที่เป็นเช่นนี้ก็เพราะว่าสวรรค์อยู่ในมิติฝ่ายวิญญาณซึ่งแตกต่างอย่างมากจากโลกที่ท่านอาศัยอยู่

คนที่อาศัยอยู่ในโลกสามมิติใบนี้ไม่รู้เกี่ยวกับสวรรค์อย่างละเอียด ท่านจะรู้ถึงโลกอันมหัศจรรย์ที่อยู่เหนือโลกสามมิตินี้ได้ก็ต่อเมื่อพระเจ้าทรงตรัสเรื่องนี้กับท่านหรือเมื่อสายตาฝ่ายวิญญาณของท่านเปิดออกเท่านั้น ถ้าท่านรู้จักมิติฝ่ายวิญญาณนี้โดยละเอียด ไม่เพียงแต่วิญญาณจิตของท่านเท่านั้นจะเป็นสุข แต่ความเชื่อของท่านจะเติบโตขึ้นอย่างรวดเร็วและท่านจะเป็นที่รักของพระเจ้าด้วยเช่นกัน ดังนั้น พระเยซูจึงตรัสถึงความลับของสวรรค์ผ่านทางคำอุปมาหลายเรื่องและอัครทูตยอห์นได้อธิบายเกี่ยวกับสวรรค์ไว้โดยละเอียดในหนังสือวิวรณ์

สวรรค์เป็นสถานที่ชนิดใดและผู้คนจะอาศัยอยู่ในสถานที่แห่งนั้นได้อย่างไร ท่านจะมองดูสวรรค์อันสุกใสและงดงามดุจแก้วโดยสังเขปซึ่งพระเจ้าได้ทรงจัดเตรียมไว้เพื่อแบ่งปันความรักกับบุตรของพระองค์ชั่วนิรันดร์

1. ฟ้าสวรรค์ใหม่และแผ่นดินโลกใหม่

ฟ้าสวรรค์เดิมและแผ่นดินโลกเดิมที่พระเจ้าทรงสร้างนั้นสุกใสและงดงามดุจแก้ว แต่สิ่งเหล่านั้นถูกแช่งสาปเนื่องจากการไม่เชื่อฟังของอาดัมมนุษย์คนแรก นอกจากนั้น พัฒนาการทางด้านวิทยาศาสตร์และเทคโนโลยีที่ขยายตัวออกไปอย่างรวดเร็วก่อให้เกิดความเสียหายกับโลกใบนี้ ในปัจจุบันมีผู้คนจำนวนมากกำลังเรียกร้องให้มีการป้องกันรักษาธรรมชาติเอาไว้

ด้วยเหตุนี เมือถึงเวลาพระเจ้าจะทรงแยกฟ้าสวรรค์เดิมและแผ่นดินโลกเดิมออกไปและจะทรงเปิดเผยฟ้าสวรรค์ใหม่และแผ่นดินโลกใหม่ แม้โลกใบนีจะผุพังและเสียหาย แต่โลกใบนีก็ยังมีความจำเป็นต่อการเลียงดูบุตรทีแท้จริงของพระเจ้าซึงจะไปอยู่ในสู่สวรรค์

ในปฐมกาลพระเจ้าทรงสร้างโลกและทรงนำมนุษย์เข้าไปอยู่ในสวนเอเดน พระเจ้าทรงประทานเสรีภาพและความอุดมสมบูรณ์แก่มนุษย์โดยอนุญาตให้เขาทำสิงสารพัดได้เว้นแต่การกินผลจากต้นไม้แห่งการสำนึกในความดีและความชัว แต่มนุษย์กลับฝาฝืนสิงเดียวทีพระเจ้าทรงห้ามไว้ ดังนันมนุษย์จึงถูกขับไล่ออกจากสวนเอเดนซึงเป็นฟ้าสวรรค์เดิมและแผ่นดินโลกเดิม

เพราะพระเจ้าผู้ยิงใหญ่ทรงทราบว่าเผ่าพันธุ์ของมนุษย์จะมุ่งหน้าไปสู่หนทางแห่งความตายพระองค์จึงทรงจัดเตรียมพระเยซูคริสต์ไว้ตังแต่ก่อนปฐมกาลและทรงส่งพระ-องค์ลงมายังโลกนีในเวลาทีเหมาะ

เพราะฉะนัน ผู้ใดก็ตามทีต้อนรับเอาพระเยซูคริสต์ผู้ทรงถูกตรึงและทรงเป็นขึนมาก็จะถูกเปลียนแปลงเป็นสิงทรงสร้างใหม่และเข้าสู่ฟ้าสวรรค์และแผ่นดินโลกใหม่พร้อมทังชืนชมกับชีวิตนิรันดร์ตลอดไป

ท้องฟ้าสีครามของสวรรค์ใหม่ซึงสุกใสดุจแก้ว

ท้องฟ้าของสวรรค์ใหม่ทีพระเจ้าได้ทรงจัดเตรียมไว้เต็มไปด้วยอากาศบริสุทธิ์เพือทำให้ท้องฟ้านันแจ่มใส สะอาด และบริสุทธิ์อย่างแท้จริงซึงแตกต่างจากอากาศในโลกนี ลองนึกภาพของท้องฟ้าทีกว้างใหญ่ไพศาล แจ่มใส และเต็มไปก้อนเมฆสีขาวบริสุทธิ์ดูสิ ท้องฟ้านันคงงดงามและมหัศจรรย์มากทีเดียว

ทำไมพระเจ้าจึงทำให้ท้องฟ้าใหม่เป็นสีคราม ในฝ่ายวิญญาณ สีครามช่วยให้ท่านสัมผัสถึงความลึก ความสูง และความบริสุทธิ์ น้ำที

มีสีครามสดใสเป็นน้ำที่สะอาด เมื่อท่านมองไปยังท้องฟ้าสีครามท่านจะรู้สึกว่าจิตใจของท่านกระปี้กระเปา พระเจ้าทรงสร้างให้ท้องฟ้าของโลกนี้เป็นสีครามเพราะพระองค์ต้องการทำให้จิตใจของท่านสะอาดและทำให้ท่านไขว่คว้าหาพระผู้สร้างของตน เมื่อท่านมองดูท้องฟ้าสีครามอันแจ่มใส ถ้าท่านพูดว่า “พระผู้สร้างของเราต้องประทับอยู่บนนั้นแน่ พระองค์ทรงสร้างสิ่งสารพัดได้งดงามมากทีเดียว” จิตใจของท่านก็จะได้รับการชำระให้สะอาดและท่านจะตั้งใจดำเนินชีวิตที่ดีงาม

ถ้าสมมุติว่าท้องฟ้าทั้งหมดเป็นสีเหลืองล่ะ แทนที่จะรู้สึกผ่อนคลาย ผู้คนจะรู้สึกอึดอัดและสับสน หรือบางคนอาจมีปัญหาทางจิตได้ ความคิดของผู้คนอาจถูกขับเคลื่อน เกิดความกระปี้กระเปา หรือเกิดความสับสนได้ตามลักษณะของสีเช่นเดียวกัน นั่นคือสาเหตุที่พระเจ้าทรงสร้างท้องฟ้าของสวรรค์ใหม่ให้เป็นสีครามและทรงกำหนดให้มีเมฆสีขาวกระจัดกระจายอยู่ในท้องฟ้าเพื่อบุตรของพระองค์จะดำเนินชีวิตอย่างมีความสุขด้วยจิตใจที่แจ่มใสและงดงามดุจแก้ว

โลกใหม่ในสวรรค์สร้างด้วยทองคำและเพชรพลอยบริสุทธิ์

โลกใหม่ในสวรรค์จะมีลักษณะอย่างไร บนโลกใหม่ในสวรรค์ (ซึ่งพระเจ้าทรงทำให้สะอาดและแจ่มใสดุจแก้ว) ไม่มีดินหรือฝุ่นละออง โลกใหม่จะมีแต่ทองคำและเพชรพลอยบริสุทธิ์เท่านั้น การได้อยู่ในสวรรค์ซึ่งถนนทำด้วยทองคำและเพชรพลอยบริสุทธิ์อันสุกใสแวววาวจะเป็นสิ่งที่น่าหลงไหลสักเพียงใด

แผ่นดินโลกทำด้วยดินซึ่งเปลี่ยนแปลงไปตามกาลเวลา ความเปลี่ยนแปลงนี้ทำให้ท่านรู้ถึงความไร้ค่าและความตาย พระเจ้าทรงอนุญาตให้พืชพันธุ์เจริญเติบโต เกิดดอกออกผล และเน่าเปื่อยไปในดินเพื่อเตือนให้ท่านระลึกว่าชีวิตบนโลกนี้มีวาระสิ้นสุด

สวรรค์ถูกสร้างด้วยทองคำและเพชรพลอยบริสุทธิ์ที่ไม่เปลี่ยนแปลงเพราะสวรรค์เป็นโลกที่แท้จริงและถาวรนิรันดร์ นอกจากนั้น พืชพันธุ์เติบโตขึ้นบนโลกนี้ฉันใด (เมื่อมีการเพาะปลูก) พืชพันธุ์ก็จะเติบโตขึ้นในสวรรค์ด้วยฉันนั้น แต่พืชพันธุ์ในสวรรค์จะไม่มีวันตายหรือเปื่อยเน่าซึ่งแตกต่างจากพืชพันธุ์ของโลกนี้

ยิ่งกว่านั้น แม้แต่เนินเขาและปราสาทก็ทำด้วยทองคำและเพชรพลอยบริสุทธิ์ สิ่งเหล่านี้จะสว่างไสวและงดงามสักเพียงใด ท่านต้องมีความเชื่อที่แท้จริงเพื่อท่านจะไม่พลาดโอกาสของการชื่นชมความงดงามและความสุขของสวรรค์ซึ่งไม่อาจบรรยายได้ให้ครบถ้วยด้วยถ้อยคำ

ฟ้าสวรรค์เดิมและแผ่นดินโลกเดิมสูญหายไป

จะเกิดอะไรขึ้นกับฟ้าสวรรค์เดิมและแผ่นดินโลกเดิมเมื่อฟ้าสวรรค์ใหม่และแผ่นดินโลกใหม่ที่งดงามนี้ปรากฏขึ้น

“ข้าพเจ้าได้เห็นพระที่นั่งใหญ่สีขาวและเห็นท่านผู้ประทับบนพระที่นั่งนั้น เมื่อพระองค์ทรงปรากฏแผ่นดินโลกและท้องฟ้าก็หายไปและไม่มีที่อยู่สำหรับแผ่นดินโลกและท้องฟ้าเลย” (วิวรณ์ 20:11)

“ข้าพเจ้าได้เห็นท้องฟ้าใหม่และแผ่นดินโลกใหม่เพราะท้องฟ้าเดิมและแผ่นดินโลกเดิมนั้นหายไปหมดสิ้นแล้วและทะเลก็ไม่มีอีกแล้ว” (วิวรณ์ 21:1)

เมื่อมนุษย์ที่ถูกฝึดร่อนบนโลกนี้ได้รับการพิพากษาระหว่างความดีและความชั่ว ฟ้าสวรรค์เดิมและแผ่นดินโลกเดิมก็จะหายไป สิ่งนี้หมายความว่าฟ้าสวรรค์เดิมและแผ่นดินโลกเดิมจะไม่หายไปอย่างสิ้นเชิง แต่ฟ้าสวรรค์เดิมและแผ่นดินโลกเดิมจะถูกนำไปตั้งไว้ในอีกที่หนึ่ง

ทำไมพระเจ้าจึงย้ายฟ้าสวรรค์เดิมและแผ่นดินโลกเดิมออกไปแ

ละไม่ทำลายสถานที่เหล่านั้นให้หมดสิ้นไป เพราะพระองค์รู้ว่าบุตรของพระองค์ที่อยู่ในสวรรค์จะคิดฟ้าสวรรค์เดิมและแผ่นดินโลกเดิม ถ้าหากสถานที่เหล่านั้นถูกทำลายไป แม้บุตรของพระเจ้าเคยพบกับความทุกข์โศกและความยากลำบากในฟ้าสวรรค์เดิมและแผ่นดินโลกเดิม แต่บางครั้งคนเหล่านี้ก็คิดถึงสถานที่เหล่านั้นเพราะครั้งหนึ่งสถานที่เหล่านั้นเคยเป็นบ้านเรือนของตน ดังนั้น เพราะพระองค์ทรงทราบถึงความจำเป็นดังกล่าว พระเจ้าแห่งความรักจึงทรงย้ายสถานที่เหล่านั้นไปไว้ในอีกด้านหนึ่งของจักรวาลและพระองค์ไม่ได้ทำลายสถานที่เหล่านั้นให้หมดสิ้นไป

จักรวาลซึ่งท่านอาศัยอยู่เป็นโลกซึ่งไร้ที่สิ้นสุดและยังมีจักรวาลอื่น ๆ อีกมากมาย ดังนั้นพระเจ้าจึงทรงย้ายฟ้าสวรรค์เดิมและแผ่นดินโลกเดิมไปไว้ยังมุมหนึ่งของจักรวาลเหล่านี้และพระองค์ทรงอนุญาตให้บุตรของพระองค์ไปเยียมสถานที่เหล่านั้นตามที่เขาต้องการ

ไม่มีน้ำตา ความโศกเศร้า ความตาย หรือโรคภัย

ฟ้าสวรรค์ใหม่และแผ่นดินโลกใหม่ซึ่งเป็นที่อยู่ของบุตรของพระเจ้าที่รอดโดยความเชื่อจะไม่มีคำแช่งสาปอีก สถานที่แห่งนี้จะเต็มไปด้วยความสุข ในวิวรณ์ 21:3-4 ท่านพบว่าไม่มีน้ำตา ความโศกเศร้า ความตาย การคร่ำครวญ หรือโรคภัยไข้เจ็บอยู่ในสวรรค์เพราะพระเจ้าทรงสถิตอยู่ที่นั่น

“ข้าพเจ้าได้ยินเสียงดังมาจากพระที่นั่งว่า ‘ดูเถิด พลับพลาของพระเจ้าอยู่กับมนุษย์แล้ว พระองค์จะสถิตกับเขา เขาจะเป็นชนชาติของพระองค์และพระเจ้าเองจะประทับอยู่กับเขา พระเจ้าจะทรงเช็ดน้ำตาทุก ๆ หยดจากตาของเขา ความตายจะไม่มีอีกต่อไป การคร่ำครวญ การร้องไห้และการเจ็บปวดจะไม่มีอีกต่อไป เพราะยุคเดิมนั้นได้ผ่านไปแล้ว’”

จะเป็นเรื่องน่าเศร้าเพียงใดถ้าสมมุติว่าท่านกำลังอดอยากและลูก

ของท่านกำลังร้องขออาหารเพราะความหิว จะเป็นประโยชน์อะไรถ้ามีบางคนมาบอกกับท่านว่า "คุณหิวมากจนน้ำตาไหล" พร้อมกับเช็ดน้ำตาให้กับท่านโดยไม่ได้ให้สิ่งใดกับท่านเลย อะไรน่าจะเป็นความช่วยเหลือที่แท้จริงในสถานการณ์เช่นนี้ คนนั้นควรให้บางสิ่งบางอย่างกับท่านรับประทานเพื่อว่าลูกของท่านจะไม่อดอยากหิวโหย น้ำตาของท่านและของลูกท่านจะหยุดไหลหลังจากที่ท่านได้รับความช่วยเหลือในลักษณะนี้เท่านั้น

เช่นเดียวกัน การพูดว่าพระเจ้าจะทรงเช็ดน้ำตาทุก ๆ หยดจากตาของท่านหมายความว่าถ้าท่านรอดและไปสวรรค์ ท่านจะไม่มีความวิตกหรือความกังวลใด ๆ เพราะในสวรรค์ไม่มีน้ำตา ความโศกเศร้า ความตาย การคร่ำครวญ หรือโรคภัยไข้เจ็บ

ในด้านหนึ่ง ไม่ว่าท่านเชื่อในพระเจ้าหรือไม่ก็ตาม ท่านจำเป็นต้องพบกับความโศกเศร้าบางอย่างในโลกนี้ คนทั่วไปรู้สึกทุกข์ใจอย่างมากแม้เขาจะพบกับความสูญเสียเพียงเล็กน้อย ในอีกด้านหนึ่ง ผู้เชื่อจะคร่ำครวญด้วยความรักและความเมตตาต่อผู้คนที่ยังไม่ได้รับความรอด

แต่เมื่อท่านไปอยู่สวรรค์แล้วท่านไม่จำเป็นต้องกังวลถึงความตายหรือการทำบาปของคนอื่นและการตกอยู่ในความตายนิรันดร์อีกต่อไป ท่านไม่จำเป็นต้องทนทุกข์กับความบาป ดังนั้นในสวรรค์จึงไม่มีความโศกเศร้าชนิดใดอยู่เลย

ในโลกนี้ เมื่อท่านเต็มไปด้วยความโศกเศร้าท่านจะคร่ำครวญ แต่ในสวรรค์ ไม่มีความจำเป็นที่จะคร่ำครวญเพราะที่นั่นไม่มีโรคภัยไข้เจ็บหรือความห่วงใยใด ๆ ที่นั่นจะมีแต่ความสุขเพียงอย่างเดียว

2. แม่น้ำที่มีน้ำแห่งชีวิต

ในสวรรค์ แม่น้ำที่มีน้ำแห่งชีวิตซึ่งใสเหมือนแก้วไหลไ

ปตามกลางถนน วิวรณ์ 22:1-2 บรรยายถึงแม่น้ำที่มีน้ำแห่งชีวิตสายนี้เอาไว้ เพียงแค่ท่านจินตนาการถึงแม้น้ำสายนี้ ท่านก็จะรู้สึกมีความสุขใจแล้ว

“ท่านได้ชี้ให้ข้าพเจ้าดูแม่น้ำที่มีน้ำแห่งชีวิต ใสเหมือนแก้วไหลมาจากพระที่นั่งของพระเจ้าและพระที่นั่งของพระเมษโปดก ไหลไปตามกลางถนนในนครนั้นและริมแม่น้ำทั้งสองฟากมีต้นไม้แห่งชีวิตซึ่งออกผลสิบสองชนิด ออกผลทุก ๆ เดือนและใบของต้นไม้นั้นสำหรับรักษาบรรดาประชาชาติให้หาย”

ครั้งหนึ่งข้าพเจ้าเคยว่ายในทะเลที่ใสสะอาดมากในมหาสมุทรแปซิฟิก น้ำทะเลนั้นใสมากจนข้าพเจ้าสามารถมองเห็นพืชพันธุ์และปลานานาชนิดใต้ท้องทะเล เป็นภาพที่สวยงามมากและข้าพเจ้ามีความสุขที่ได้อยู่ในทะเลแห่งนั้น แม้แต่ในโลกนี้ จิตใจของท่านจะรู้สึกกระปรี้กระเปร่าและสดใสเมื่อท่านมองดูน้ำที่ใสสะอาด ในสวรรค์ท่านจะมีความสุขมากยิ่งกว่านี้สักเท่าใดเมื่อได้เห็นแม่น้ำที่มีน้ำแห่งชีวิตซึ่งใสเหมือนแก้วไหลไปตามกลางถนน

แม่น้ำที่มีน้ำแห่งชีวิต

แม้แต่ในโลกนี้ ถ้าท่านมองดูทะเลที่ใสสะอาดท่านจะมองเห็นแสงอาทิตย์ซึ่งสะท้อนกับระลอกคลื่นและส่องแสงอันงดงามย้อนกลับมา เมื่อมองจากที่ไกล แม่น้ำที่มีน้ำแห่งชีวิตในสวรรค์เป็นแม่น้ำสีคราม แต่ถ้าท่านมองดูแม่น้ำสายนี้ในระยะใกล้ แม่น้ำนี้จะใสสะอาดงดงาม ไร้ตำหนิ และบริสุทธิ์จนท่านสามารถบรรยายถึงแม่น้ำนี้ว่า “สุกใสดุจแก้ว”

เพราะเหตุใดแม่น้ำสายนี้จึงไหลออกมาจากพระที่นั่งของพระเจ้าและพระที่นั่งของพระเมษโปดก ในฝ่ายวิญญาณ น้ำหมายถึงพระคำของพระเจ้าซึ่งเป็นอาหารแห่งชีวิตและท่านได้รับชีวิตนิรันดร์ผ่าน

ทางพระคำของพระเจ้า พระเยซูตรัสไว้ในยอห์น 4:14 ว่า "แต่ผู้ที่ดื่มน้ำซึ่งเราจะให้แก่เขานั้นจะไม่กระหายอีกเลย น้ำซึ่งเราจะให้แก่เขานั้นจะบังเกิดเป็นบ่อน้ำพุในตัวเขาพลุ่งขึ้นถึงชีวิตนิรันดร์" พระคำของพระเจ้าคือน้ำแห่งชีวิตนิรันดร์ที่ให้ชีวิตกับท่าน นั่นคือสาเหตุที่แม่น้ำที่มีน้ำแห่งชีวิตไหลออกมาจากพระที่นั่งของพระเจ้าและของพระเมษโปดก

น้ำแห่งชีวิตนี้มีรสชาติอย่างไร น้ำแห่งชีวิตมีรสชาติหวานมากจนท่านไม่อาจลืมรสเช่นนี้ได้จากที่ใดในโลกและท่านจะรับการเสริมกำลังเมื่อท่านดื่มจากน้ำนี้ พระเจ้าทรงประทานน้ำแห่งชีวิตแก่มนุษย์ แต่หลังจากการล้มลงในความบาปของอาดัม น้ำในโลกนี้ก็ถูกแช่งสาปพร้อมกับสิ่งสารพัดอื่น ๆ นับจากนั้นเป็นต้นมา ผู้คนจึงไม่สามารถลิ้มรสน้ำแห่งชีวิตบนโลกนี้ได้ ท่านจะลิ้มรสน้ำแห่งชีวิตนี้ได้หลังจากที่ท่านไปสวรรค์แล้วเท่านั้น ผู้คนบนโลกนี้ดื่มน้ำที่มีมลพิษและมองหาเครื่องดื่มที่ไม่เป็นธรรมชาติ อย่างเช่นน้ำอัดลมแทนการดื่มน้ำ ในทำนองเดียวกัน โลกนี้ไม่มีวันให้ชีวิตนิรันดร์แก่มนุษย์ได้ แต่น้ำแห่งชีวิตในสวรรค์ซึ่งเป็นพระคำของพระเจ้าสามารถให้ชีวิตนิรันดร์ น้ำแห่งชีวิตนี้หวานยิ่งกว่าน้ำผึ้งที่หยดลงมาจากรวงและให้กำลังแก่วิญญาณของท่าน

แม่น้ำไหลอยู่ทั่วไปในสวรรค์

แม่น้ำที่มีน้ำแห่งชีวิตซึ่งไหลมาจากพระที่นั่งของพระเจ้าและของพระเมษโปดกเป็นเหมือนสายเลือดที่รักษาชีวิตซึ่งไหลเวียนอยู่ภายในร่างกายของท่าน แม่น้ำนี้ไหลอยู่ทั่วไปในสวรรค์โดยไหลออกไปตามกลางถนนและไหลกลับมาสู่พระที่นั่งของพระเจ้า เพราะเหตุใดแม่น้ำที่มีน้ำแห่งชีวิตสายนี้จึงไหลอยู่ทั่วไปในสวรรค์และไหลออกไปตามกลางถนน

ประการแรก แม่น้ำที่มีน้ำแห่งชีวิตสายนี้เป็นเส้นทางที่ง่ายที่สุดที่

จะไปสู่พระที่นั่งของพระเจ้า ด้วยเหตุนี้ การที่จะไปถึงนครเยรูซาเล็มใหม่ซึ่งเป็นที่ตั้งของพระที่นั่งของพระเจ้าได้นั้นท่านต้องเดินตามถนนที่ทำด้วยทองคำบริสุทธิ์ที่อยู่ริมฝั่งแม่น้ำทั้งฟาก

ประการที่สอง ในพระคำของพระเจ้ามีหนทางไปสู่สวรรค์และท่านจะเข้าสู่สวรรค์ได้ก็ต่อเมื่อท่านปฏิบัติตามพระคำของพระเจ้าเท่านั้น พระเยซูตรัสไว้ในยอห์น 14:6 ว่า "เราเป็นทางนั้น เป็นความจริง และเป็นชีวิต ไม่มีผู้ใดมาถึงพระบิดาได้นอกจากจะมาทางเรา" ในพระคำแห่งความจริงของพระเจ้ามีหนทางไปสู่สวรรค์ เมื่อท่านประพฤติตามพระคำของพระเจ้าท่านก็สามารถเข้าสู่สวรรค์ซึ่งมีแม่น้ำที่น้ำแห่งชีวิต (พระคำของพระเจ้า) ไหลอยู่ทั่วไป

ในทำนองเดียวกัน พระเจ้าทรงออกแบบสวรรค์ไว้เพื่อว่าเมื่อท่านเดินตามแม่น้ำที่มีน้ำแห่งชีวิตไปท่านก็สามารถไปถึงนครเยรูซาเล็มใหม่ซึ่งเป็นที่ตั้งของพระที่นั่งของพระเจ้า

ทรายเงินและทรายทองที่ริมฝั่งแม่น้ำ

มีอะไรอยู่ตามริมฝั่งแม่น้ำที่มีน้ำแห่งชีวิตสายนี้ สิ่งแรกท่านจะสังเกตเห็นทรายเงินและทรายทองกระจัดกระจายอยู่ทั่วไปตลอดริมฝั่งแม่น้ำ เม็ดทรายในสวรรค์มีรูปทรงกลม ละมุนละไม และไม่เปรอะเปื้อนเสื้อผ้าแม้ท่านจะวิ่งเล่นอยู่บนทรายนั้น

นอกจากนั้น ยังมีม้านั่งที่ประดับประดาด้วยทองคำและเพชรพลอยวางเรียงรายอยู่ตามหาดทราย เมื่อท่านนั่งลงบนม้านั่งเหล่านั้นเพื่อสนทนากับมิตรสหายของท่าน เหล่าทูตสวรรค์ที่งดงามจะคอยปรนนิบัติท่าน

ในโลกนี้ท่านอาจยกย่องนับถือทูตสวรรค์ แต่ในสวรรค์ทูตสวรรค์จะเรียกท่านว่า "เจ้านาย" และปรนนิบัติท่านตามที่ท่านต้องการ ถ้าท่านอยากรับประทานผลไม้ทูตสวรรค์จะนำผลไม้ใส่ตะกร้าที่ประดับประดาด้วยเพชรพลอยหรือดอกไม้และนำมามอบให้กับท่านทันที

ยิ่งกว่านั้น ทั้งสองฟากฝั่งของแม่น้ำที่มีน้ำแห่งชีวิตสายนี้จะมีดอกไม้หลากสี นก แมลง และสัตว์นานาชนิด สิ่งเหล่านี้จะปรนนิบัติท่านในฐานะเจ้านายเช่นกันและท่านสามารถแบ่งปันความรักกับสิ่งเหล่านี้ สวรรค์ซึ่งประกอบไปด้วยแม่น้ำที่มีน้ำแห่งชีวิตสายนี้ช่างงดงามและน่าอัศจรรย์มากทีเดียว

ต้นไม้แห่งชีวิตอยู่สองฟากฝั่งแม่น้ำ

วิวรณ์ 22:1-2 อธิบายถึงต้นไม้แห่งชีวิตที่อยู่สองฟากฝั่งแม่น้ำที่มีน้ำแห่งชีวิตโดยละเอียด

"ท่านได้ชี้ให้ข้าพเจ้าดูแม่น้ำที่น้ำแห่งชีวิต ใสเหมือนแก้วไหลมาจากพระที่นั่งของพระเจ้าและพระที่นั่งของพระเมษโปดก ไหลไปตามกลางถนนในนครนั้นและริมแม่น้ำทั้งสองฟากมีต้นไม้แห่งชีวิตซึ่งออกผลสิบสองชนิด ออกผลทุก ๆ เดือนและใบของต้นไม้นั้นสำหรับรักษาบรรดาประชาชาติให้หาย"

เพราะเหตุใดพระเจ้าจึงปลูกต้นไม้แห่งชีวิตซึ่งออกผลสิบสองชนิดไว้ริมฝั่งแม่น้ำทั้งสองฟาก

ในเบื้องต้น พระเจ้าทรงต้องการให้บุตรของพระองค์ที่เข้าสู่สวรรค์ได้สัมผัสถึงความงดงามและชีวิตในสวรรค์ นอกจากนั้น พระองค์ทรงต้องการเตือนให้คนเหล่านี้รู้เช่นกันว่าเขาจะมีผลของพระวิญญาณบริสุทธิ์เมื่อเขาประพฤติตามพระคำของพระเจ้า เหมือนดังที่เขาต้องทำมาหากินด้วยเหงื่ออาบหน้า

ณ จุดนี้มีสิ่งหนึ่งที่ท่านจำเป็นต้องรู้ การออกผลสิบสองชนิดไม่ได้หมายความว่าต้นไม้ต้นเดียวออกผลสิบสองชนิด แต่หมายถึงต้นไม้สิบสองต้นออกผลต้นละชนิด ในพระคัมภีร์ ท่านจะเห็นว่าคนอิสราเอลสิบสองเผ่าสืบเชื้อสายมาจากลูกชายสิบสองคนของยาโคบ ประเทศอิสราเอลถือกำเนิดขึ้นจากลูกชายทั้งสิบสองคนนี้ และหลายประ

เทศทั่วโลกกำลังเปิดรับเอาคริสต์ศาสนา แม้แต่พระเยซูเองก็ทรงเลือกสาวกสิบสองคนและพระกิตติคุณถูกเผยแพร่ออกไปยังชนทุกชาติผ่านทางคนกลุ่มนี้และสาวกของเขา

ด้วยเหตุนี้ ผลไม้สิบสองชนิดของต้นไม้แห่งชีวิตจึงเป็นเครื่องหมายว่าผู้คนจะมาจากประเทศใดก็ตาม ถ้าบุคคลนั้นดำเนินตามความเชื่อ เขาก็สามารถมีผลของพระวิญญาณบริสุทธิ์และเข้าสู่สวรรค์ได้เช่นกัน

ถ้าท่านรับประทานผลของต้นไม้แห่งชีวิตอันงดงามและมีสีสันเหล่านี้ท่านจะรู้สึกกระปี้กระเปาและมีความสุขยิ่งขึ้น นอกจากนั้น ทันทีที่ผลไม้นี้ถูกเก็บออกจากต้น ผลใหม่ก็จะเกิดขึ้นแทนที่ผลเก่า ดังนั้นผลไม้จึงไม่มีวันหมดไปจากต้น ใบของต้นไม้แห่งชีวิตมีสีเขียวสดเป็นมันแวววาวและคงอยู่ในสภาพนี้ชั่วนิรันดร์เพราะใบเหล่านี้ไม่มีวันร่วงโรยหรือถูกกัดกิน ใบสีเขียวที่เป็นมันแวววาวเหล่านี้มีขนาดใหญ่กว่าใบไม้ทุกชนิดของโลกนี้และจะออกใบอย่างเป็นระเบียบ

3. พระที่นั่งของพระเจ้าและของพระเมษโปดก

วิวรณ์ 22:3-5 บรรยายถึงสถานที่ตั้งของพระที่นั่งของพระเจ้าและของพระเมษโปดกซึ่งอยู่ ณ ใจกลางสวรรค์

"จะไม่มีสิ่งใดถูกสาปแช่งอีกต่อไป พระที่นั่งของพระเจ้าและของพระเมษโปดกจะตั้งอยู่ที่นั่นและบรรดาผู้รับใช้ของพระองค์จะนมัสการพระองค์ เขาเหล่านั้นจะเห็นพระพักตร์พระองค์และพระนามของพระองค์จะประทับอยู่ที่หน้าผากเขา กลางคืนจะไม่มีอีกต่อไป เขาไม่ต้องการแสงตะเกียงหรือแสงอาทิตย์เพราะว่าพระเจ้าจะทรงเป็นแสงสว่างของเขาและเขาจะครอบครองอยู่ตลอดไปเป็นนิตย์"

พระที่นั่งตั้งอยู่ ณ ใจกลางสวรรค์

สวรรค์เป็นสถานที่นิรันดร์ซึ่งพระเจ้าทรงครอบครองด้วยความรักและความชอบธรรม ในนครเยรูซาเล็มใหม่ซึ่งตั้งอยู่ ณ ใจกลางสวรรค์มีพระที่นั่งของพระเจ้าและของพระเมษโปดกตั้งอยู่ที่นั่น พระเมษโปดกในที่นี้หมายถึงพระเยซูคริสต์ (อพยพ 12:5; ยอห์น 1:29; 1 เปโตร 1:19)

ไม่ใช่ทุกคนจะสามารถเข้าไปสู่สถานที่พำนักของพระเจ้า สถานที่แห่งนี้ตั้งอยู่ในพื้นที่ว่างเปล่าในอวกาศของอีกมิติหนึ่งซึ่งอยู่ห่างจากนครเยรูซาเล็มใหม่ พระที่นั่งของพระเจ้าในสถานที่แห่งนี้งดงามและเจิดจ้ายิ่งกว่าพระที่นั่งของพระองค์ที่ตั้งอยู่ในนครเยรูซาเล็มใหม่

พระที่นั่งของพระเจ้าในนครเยรูซาเล็มใหม่คือสถานที่ซึ่งพระเจ้าเสด็จลงมาประทับเมื่อบุตรของพระองค์นมัสการหรือมีงานเลี้ยง วิวรณ์ 4:2-3 อธิบายถึงพระเจ้าผู้ทรงประทับบนพระที่นั่งของพระองค์ว่า

"ในทันใดนั้นพระวิญญาณก็ทรงดลใจข้าพเจ้าและนี่แน่ะมีพระที่นั่งตั้งอยู่ในสวรรค์และมีท่านองค์หนึ่งประทับบนพระที่นั่งนั้น และท่านผู้ประทับบนพระที่นั่งนั้นปรากฏดุจแก้วมณีโชติและแก้วทับทิมและมีรุ้งล้อมรอบพระที่นั่งนั้นดูประหนึ่งแก้วมรกต"

ล้อมรอบพระที่นั่งแห่งนั้นมีผู้อาวุโสยี่สิบสี่คนนั่งอยู่ ทุกคนนุ่งห่มเสื้อผ้าสีขาวและสวมมงกุฎทองคำบนศีรษะ ด้านหน้าพระที่นั่งมีวิญญาณทั้งเจ็ดของพระเจ้าและแก้วทะเลผลึกที่สุกใส บริเวณรอบและตรงกลางพระที่นั่งมีสัตว์สี่ตัวพร้อมด้วยเหล่าทูตสวรรค์รายล้อมอยู่ที่นั่น

ยิ่งกว่านั้น พระที่นั่งของพระเจ้ายังถูกปกคลุมไปด้วยความสว่างมากมาย พระที่นั่งนั้นงดงามตระการตา มหัศจรรย์ สูงส่งภูมิฐาน และใหญ่โตมากเกินกว่าที่มนุษย์จะหยั่งรู้ได้ ด้านข้างพ

ระทีนั่งแห่งนั้นเป็นพระที่นั่งของพระเมษโปดกซึ่งได้แก่พระเยซูองค์พระผู้เป็นเจ้าของเรา พระที่นั่งแห่งนี้แตกต่างจากพระที่นั่งของพระเจ้า แต่พระเจ้าผู้เป็นองค์ตรีเอกานุภาพ (พระบิดา พระบุตร และพระวิญญาณบริสุทธิ์) ทรงมีพระทัย พระลักษณะและฤทธานุภาพแบบเดียวกัน

รายละเอียดเพิ่มเติมเกี่ยวกับพระที่นั่งของพระเจ้าถูกอธิบายไว้ในหนังสือเรื่อง “สวรรค์ (ภาค 2): เต็มไปด้วยพระสิริของพระเจ้า”

ไม่มีกลางคืนและกลางวัน

พระเจ้าทรงครอบครองเหนือฟ้าสวรรค์และจักรวาลด้วยความรักและความยุติธรรมจากพระที่นั่งของพระองค์ซึ่งสว่างเจิดจ้าไปด้วยแสงแห่งพระสิริอันงดงามและบริสุทธิ์ พระที่นั่งนี้ตั้งอยู่ ณ ใจกลางสวรรค์และด้านข้างพระที่นั่งของพระเจ้าคือพระที่นั่งของพระเมษโปดกซึ่งเจิดจ้าไปด้วยแห่งพระสิริเช่นกัน ด้วยเหตุนี้ สวรรค์จึงไม่ต้องการดวงอาทิตย์หรือดวงจันทร์หรือความสว่างหรือฟ้าเพื่อให้ความสว่างกับสวรรค์ ในสวรรค์ไม่มีกลางคืนหรือกลางวัน

อนึ่ง ฮีบรู 12:14 เรียกร้องให้ท่าน “จงอุตส่าห์ที่จะอยู่อย่างสงบกับคนทั้งหลายและอุตส่าห์ที่จะได้ใจบริสุทธิ์ซึ่งถ้าใจไม่บริสุทธิ์ก็จะไม่มีผู้ใดได้เห็นองค์พระผู้เป็นเจ้าเลย”

เพราะฉะนั้น ผู้เชื่อที่กำจัดความชั่วร้ายทั้งมวลออกจากจิตใจของตนและเชื่อฟังพระคำของพระเจ้าอย่างครบถ้วนจะสามารถมองเห็นพระพักตร์ของพระเจ้า ผู้เชื่อจะได้รับพระพรในโลกนี้และจะได้อยู่ใกล้ชิดกับพระที่นั่งของพระเจ้าในสวรรค์มากเพียงใดขึ้นอยู่กับว่าเขาเป็นเหมือนองค์พระผู้เป็นเจ้ามากเพียงใด

ผู้คนจะมีความสุขมากเพียงใดถ้าเขาได้เห็นพระพักตร์ของพระเจ้า ปรนนิบัติพระองค์ และแบ่งปันความรักกับพระองค์ตลอดไป อย่างไรก็ตาม เหมือนดังที่ท่านไม่สามารถมองดูดวงอาทิตย์โดยตรง

ได้เนื่องจากความสว่างไสวของดวงอาทิตย์ ผู้คนที่ไม่มีจิตใจเหมือนพระทัยขององค์พระผู้เป็นเจ้าก็จะไม่สามารถมองดูพระเจ้าในระยะใกล้ได้ด้วยเช่นกัน

ชื่นชมกับความสุขที่แท้จริงในสวรรค์ชั่วนิรันดร์

ท่านสามารถชื่นชมกับความสุขที่แท้จริงในสวรรค์กับทุกสิ่งที่ท่านทำเพราะว่านี่เป็นของขวัญที่พระเจ้าได้ทรงจัดเตรียมไว้สำหรับบุตรของพระองค์ด้วยความรักอันเหลือล้น ทูตสวรรค์จะปรนนิบัติบุตรของพระเจ้า เหมือนที่ฮีบรู 1:14 กล่าวไว้ว่า "ทูตสวรรค์ทั้งปวงเป็นแต่เพียงวิญญาณผู้ปรนนิบัติที่พระองค์ทรงส่งไปช่วยเหลือบรรดาผู้ที่จะได้รับความรอดกระนั้นมิใช่หรือ" แต่เนื่องจากผู้คนมีความเชื่อในขนาดที่ต่างกัน ขนาดของบ้านเรือนและจำนวนของทูตสวรรค์ที่ปรนนิบัติก็จะแตกต่างกันตามขนาดของการเป็นเหมือนพระเจ้าของผู้คนเช่นกัน

คนเหล่านี้จะได้รับการปรนนิบัติเหมือนเจ้าชายหรือเจ้าหญิงเพราะทูตสวรรค์จะอ่านความคิดของเจ้านายที่ตนได้รับมอบหมายให้ปรนนิบัติและจะจัดเตรียมทุกสิ่งที่คนเหล่านั้นต้องการ ยิ่งกว่านั้น สัตว์และพืชพันธุ์ทั้งปวงจะรักและรับใช้บุตรของพระเจ้าเช่นกัน สัตว์ในสวรรค์จะเชื่อฟังบุตรของพระเจ้าอย่างไม่มีเงื่อนไขและบางครั้งสัตว์เหล่านั้นจะพยายามทำสิ่งที่น่ารักน่าเอ็นดูให้กับบุตรของพระเจ้าเพราะสัตว์เหล่านั้นไม่มีความชั่วร้ายอยู่ในตนเอง

แล้วพืชพันธุ์ในสวรรค์ล่ะ พืชพันธุ์แต่ละชนิดจะมีกลิ่นหอมเฉพาะตัวและเมื่อใดก็ตามที่บุตรของพระเจ้าเข้าไปใกล้พืชเหล่านี้ พืชพันธุ์เหล่านี้ก็จะส่งกลิ่นหอมออกมา ดอกไม้จะให้กลิ่นที่หอมที่สุดแก่บุตรของพระเจ้าและกลิ่นหอมนี้ยังแพร่กระจายไปยังสถานที่ห่างไกลอีกด้วย กลิ่นหอมนี้จะถูกสร้างขึ้นใหม่ในทันทีที่กลิ่นหอมเดิมถูกส่งออกไป

นอกจากนั้น ผลไม้ของต้นไม้สิบสองชนิดจะมีรสชาติเฉพาะตัวเช่นกัน ถ้าท่านได้กลิ่นของดอกไม้หรือรับประทานผลจากต้นไม้แห่งชีวิต ท่านจะรู้สึกกระปรี้กระเปร่าและมีความสุขอย่างที่ไม่มีสิ่งใดในโลกนี้อาจเทียบเทียมได้

ยิ่งกว่านั้น สิ่งที่แตกต่างจากพืชพันธุ์ของโลกนี้ก็คือดอกไม้นานาชนิดในสวรรค์จะโปรยยิ้มออกมาเมื่อบุตรของพระเจ้าเข้าไปใกล้ดอกไม้เหล่านั้น ดอกไม้เหล่านี้จะเต้นรำให้กับเจ้านายของตนและมนุษย์สามารถสนทนากับพืชพันธุ์เหล่านี้ได้ด้วยเช่นกัน

ถ้าดอกไม้ถูกเด็ด ดอกไม้นั้นจะไม่รู้สึกเจ็บปวดหรือเสียใจ แต่ดอกไม้จะได้รับการรื้อฟื้นขึ้นใหม่โดยฤทธิ์อำนาจของพระเจ้า ดอกไม้ที่ถูกเด็ดออกไปจะระเหยไปในอากาศและจางหายไป ผลไม้ที่ผู้คนนำมารับประทานจะระเหยเป็นกลิ่นหอมและจางหายไปทางลมหายใจเช่นกัน

ในสวรรค์มีสี่ฤดูและผู้คนสามารถชื่นชมกับการเปลี่ยนแปลงของฤดูกาลต่าง ๆ ผู้คนจะสัมผัสถึงความรักของพระเจ้าพร้อมกับชื่นชมกับการสำแดงพิเศษในแต่ละฤดูกาล นั่นคือ ฤดูใบไม้ผลิ ฤดูร้อน ฤดูใบไม้ร่วง และฤดูหนาว ตอนนี้อาจมีบางคนถามว่า “เราจะยังทนทุกข์กับความร้อนของฤดูร้อนและความหนาวเหน็บของฤดูหนาวในสวรรค์อยู่หรือไม่” อากาศในสวรรค์มีสภาพที่สมบูรณ์แบบซึ่งเหมาะสำหรับการดำรงชีวิตของบุตรของพระเจ้า บุตรของพระเจ้าจะไม่ทนทุกข์กับอากาศร้อนหรืออากาศหนาว แม้ร่างกายฝ่ายวิญญาณจะไม่รู้สึกถึงความร้อนหรือความหนาวในสถานที่ที่มีความร้อนหรือความหนาวก็ตาม แต่กายเหล่านี้สามารถสัมผัสถึงอากาศเย็นหรืออบอุ่นได้ ดังนั้นจึงไม่มีใครได้รับความลำบากจากอากาศร้อนหรือหนาวในสวรรค์

ในฤดูใบไม้ร่วง บุตรของพระเจ้าจะชื่นชมกับใบไม้ที่ร่วงหล่นในฤดูใบ้ไม้ร่วงและในฤดูหนาวคนเหล่านี้จะเห็นหิมะสีขาว บุตรข

องพระเจ้าจะชื่นชมกับความงดงามมากกว่าที่มีอยู่ในโลกนี้ เหตุผลที่พระเจ้าทรงทำให้มีสี่ฤดูกาลในสวรรค์ก็เพราะพระองค์ต้องการให้บุตรของพระองค์รู้ว่าทุกสิ่งทุกอย่างที่เขาอยากชื่นชมได้ถูกจัดเตรียมไว้พร้อมแล้วในสวรรค์ นอกจากนั้น สิ่งนี้ยังเป็นตัวอย่างของความรักของพระเจ้าที่ต้องการสร้างความพอใจให้กับบุตรของพระองค์เมื่อคนเหล่านี้หวลคิดถึงโลกซึ่งเขาเคยอาศัยอยู่ก่อนที่เขาจะเป็นบุตรที่แท้จริงของพระเจ้า

สวรรค์เป็นโลกสี่มิติซึ่งไม่อาจนำมาเทียบกับโลกใบนี้ได้ สวรรค์เต็มไปด้วยฤทธิ์อำนาจและความรักของพระเจ้า และมีเหตุการณ์และกิจกรรมที่ไม่มีวันจบสิ้นอีกมากมายในสวรรค์ซึ่งอยู่จินตนาการของมนุษย์ ท่านจะเรียนรู้เกี่ยวกับชีวิตที่เต็มไปด้วยความสุขชั่วนิรันดร์ในสวรรค์ของผู้เชื่อในบทที่ 5

คนที่มีชื่อบันทึกไว้ในหนังสือแห่งชีวิตของพระเมษโปดกเท่านั้นที่จะสามารถเข้าสู่สวรรค์ เหมือนที่วิวรณ์ 21:6-8 กล่าวไว้ว่าผู้ที่ดื่มจากบ่อน้ำแห่งชีวิตและเป็นบุตรของพระเจ้าเท่านั้นจึงจะได้รับมรดกในแผ่นดินของพระเจ้า

"พระองค์ตรัสกับข้าพเจ้าว่า 'สำเร็จแล้ว เราเป็นอัลฟาและโอเมกา เป็นปฐมและอวสาน ผู้ใดกระหายเราจะให้ผู้นั้นดื่มจากบ่อน้ำพุแห่งชีวิตโดยไม่ต้องเสียอะไรเลย ผู้ใดมีชัยชนะผู้นั้นจะได้รับสิ่งเหล่านี้เป็นมรดกและเราจะเป็นพระเจ้าของเขาและเขาจะเป็นบุตรของเรา แต่คนขลาด คนไม่เชื่อ คนที่น่าเกลียดน่าชัง คนที่ฆ่ามนุษย์ คนล่วงประเวณี คนใช้เวทมนต์ คนไหว้รูปเคารพ และคนทั้งปวงที่พูดมุสานั้น มรดกของเขาอยู่ที่ในบึงไฟและกำมะถันที่กำลังไหม้อยู่นั้น นั่นคือความตายครั้งสอง'"

หน้าที่สำคัญของมนุษย์คือการยำเกรงพระเจ้าและการถือรักษาพระบัญญัติของพระองค์ (ปัญญาจารย์ 12:13) ดังนั้น ถ้าท่านไ

ม่ยำเกรงพระเจ้าหรือฝ่าฝืนพระคำของพระองค์และทำบาปอย่างต่อเนื่องทั้งที่รู้ว่าท่านกำลังทำบาป ท่านก็ไม่สามารถเข้าสู่สวรรค์ได้ คนชั่วร้าย คนฆ่ามนุษย์ คนล่วงประเวณี คนใช้เวทมนต์ และคนไหว้รูปเคารพที่ไร้สามัญสำนึกจะไม่สามารถเข้าสู่สวรรค์ได้อย่างแน่นอน คนเหล่านี้เพิกเฉยต่อพระเจ้า รับใช้ผีมารซาตาน และเชื่อในพระของคนต่างชาติด้วยการประพฤติตามผีมารซาตาน

นอกจากนั้น ผู้คนที่มุสาต่อพระเจ้าและหลอกลวงพระองค์พร้อมทั้งพูดหมิ่นประมาทพระวิญญาณบริสุทธิ์จะไม่มีวันเข้าสู่สวรรค์ได้เช่นกัน เหมือนที่ข้าพเจ้าอธิบายไว้ในหนังสือเรื่อง “นรก” ว่าคนเหล่านี้จะทนทุกข์ทรมานในการพิพากษานิรันดร์ในบึงไฟนรก

ด้วยเหตุนี้ ข้าพเจ้าจึงอธิษฐานในพระนามขององค์พระผู้เป็นเจ้าเพื่อท่านจะไม่เพียงแต่ต้อนรับเอาพระเยซูคริสต์และมีสิทธิเป็นบุตรของพระเจ้าเท่านั้น แต่เพื่อท่านจะชื่นชมกับความสุขชั่วนิรันดร์ในสวรรคสถานอันงดงามแห่งนี้ซึ่งมีความสุกใสและงดงามดุจแก้วโดยการประพฤติตามพระคำของพระเจ้า

บทที่ 2

สวนเอเดนและสถานที่รอคอยในสวรรค์

สวนเอเดนที่อาดัมเคยอาศัยอยู่

พระเจ้าทรงฝึดร่อนมนุษย์บนโลกนี้

สถานที่รอคอยในสวรรค์

ผู้คนที่ไม่ได้อยู่ในสถานที่รอคอย

พระเจ้าทรงปลูกสวนแห่งหนึ่งไว้ทีเอเดนทางทิศตะวั
นออกและ
ให้มนุษย์ทีพระองค์ทรงปั้นมานั้นอยู่ทีนัน
แล้วพระเจ้าทรงให้ต้น
ไม้ทุกชนิดทีงามน่าดูและทีน่ากินเป็นอาหารงอกขึ้น
จากดิน มีต้น
ไม้แห่งชีวิตต้นหนึงอยู่ท่ามกลางสวนนั้นกับต้นไม้แ
ห่งความสำนึก
ในความดีและความชั่วต้นหนึงด้วย

\- ปฐมกาล 2:8-9 -

อาดัม (มนุษย์คนแรก) ที่พระเจ้าสร้างขึ้นเคยอาศัยอยู่ในสวนเอเดนในฐานะวิญญาณที่มีชีวิตซึ่งสามารถสื่อสารกับพระเจ้าได้ แต่หลังจากเวลาอันยาวนานผ่านไป อาดัมได้กระทำบาปแห่งการไม่เชื่อฟังด้วยการกินผลจากต้นไม้แห่งการสำนึกในความดีและความชั่วที่พระเจ้าทรงห้ามไว้ ผลลัพธ์ก็คือ วิญญาณของอาดัม (ซึ่งเป็นเหมือนเจ้านายของมนุษย์) ได้ตายลง อาดัมถูกขับไล่ออกจากสวนเอเดนและต้องดำเนินชีวิตอยู่บนโลกใบนี้ บัดนี้ วิญญาณของอาดัมและเอวาตายลงและการสื่อสารกับพระเจ้าก็ถูกตัดขาด การมีชีวิตอยู่บนแผ่นดินที่ถูกสาปผืนนี้จะทำให้อาดัมและเอวาคิดถึงสวนเอเดนมากเพียงใด

พระเจ้าผู้ทรงรอบรู้สิ่งสารพัดทรงทราบถึงการไม่เชื่อฟังของอาดัมก่อนแล้วและพระองค์ทรงเตรียมพระเยซูคริสต์ไว้และทรงเปิดหนทางแห่งความรอดเมื่อเวลานั้นมาถึง ทุกคนที่รอดโดยความเชื่อจะได้มีส่วนในแผ่นดินสวรรค์อันงดงามซึ่งแม้แต่สวนเอเดนก็ไม่อาจเทียบได้

หลังจากพระเยซูเป็นขึ้นมาจากความตายและเสด็จกลับไปสู่สวรรค์ ในการจัดเตรียมที่อยู่อาศัยให้กับคนที่ได้รับความรอดนั้นพระเยซูทรงสร้างสถานที่รอคอยขึ้นเพื่อให้เป็นที่พำนักของคนเหล่านี้จนกว่าวันพิพากษาจะมาถึง ขอให้เราดูสวนเอเดนและสถานที่รอคอยในสวรรค์เพื่อทำให้เราเข้าใจสวรรค์ได้ดียิ่งขึ้น

1. สวนเอเดนที่อาดัมเคยอาศัยอยู่

ปฐมกาล 2:8-9 อธิบายถึงสวนเอเดน นี่คือสถานที่ซึ่งอาดัมและเอวามนุษย์คู่แรกที่พระเจ้าสร้างขึ้นเคยอาศัยอยู่

"พระเจ้าทรงปลูกสวนแห่งหนึ่งไว้ที่เอเดนทางทิศตะวันออกและให้มนุษย์ที่พระองค์ทรงปั้นมานั้นอยู่ที่นั่น แล้วพระเจ้าทรงให้ต้นไม้ทุกชนิดที่งามน่าดูและที่น่ากินเป็นอาหารงอกขึ้นจากดิน มีต้นไม้แห่

งชีวิตต้นหนึ่งอยู่ท่ามกลางสวนนั้นกับต้นไม้แห่งความสำนึกในความดีและความชั่วต้นหนึ่งด้วย"

สวนเอเดนเป็นสถานที่ซึ่งอาดัมผู้เป็นวิญญาณที่มีชีวิตอาศัยอยู่ ดังนั้นสวนนี้จึงถูกสร้างขึ้นในสถานที่บางแห่งในโลกฝ่ายวิญญาณ ในปัจจุบันสวนเอเดนที่แท้จริงซึ่งเป็นที่อยู่อาศัยของอาดัมตั้งอยู่ ณ ที่ใด

ที่ตั้งของสวนเอเดน

พระเจ้าตรัสถึง "สวรรค์" หลายครั้งในพระคัมภีร์เพื่อให้ท่านรู้ว่าในโลกฝ่ายวิญญาณมีพื้นที่มากมายซึ่งอยู่เหนือท้องฟ้าที่ท่านมองเห็น พระองค์ทรงใช้คำว่า "ฟ้าสวรรค์" เพื่อให้ท่านเข้าใจพื้นที่ซึ่งเป็นของโลกฝ่ายวิญญาณ

"ดูเถิด ฟ้าสวรรค์และฟ้าสวรรค์อันสูงสุดและโลกกับบรรดาสิ่งสารพัดที่อยู่ในโลกเป็นของพระเยโฮวาห์พระเจ้าของท่าน" (เฉลยธรรมบัญญัติ 10:14)

"ผู้ทรงสร้างโลกด้วยฤทธิ์เดชของพระองค์ ผู้ทรงสถาปนาพิภพไว้ด้วยพระสติปัญญาของพระองค์และทรงคลี่ท้องฟ้าออกด้วยความเข้าใจของพระองค์" (เยเรมีย์ 10:12)

"ฟ้าสวรรค์ที่สูงสุด จงสรรเสริญพระองค์ ทั้งน้ำทั้งหลายเหนือฟ้าสวรรค์" (สดุดี 148:4)

ดังนั้น ท่านควรเข้าใจว่า "ฟ้าสวรรค์" ไม่ได้หมายถึงท้องฟ้าที่ปรากฏแก่ตาของท่านเท่านั้น "ฟ้าสวรรค์" ยังรวมถึงสวรรค์ชั้นที่หนึ่ง (ซึ่งเป็นที่ตั้งของดวงอาทิตย์ ดวงจันทร์ และดวงดาว) สวรรค์ชั้นที่สอง และชั้นที่สามซึ่งเป็นของโลกฝ่ายวิญญาณ ใน 2 โครินธ์ 12 อัครทูตเปาโลพูดถึงสวรรค์ชั้นที่สาม แผ่นดินสวรรค์ทั้งหมด (นับจากเมืองบรมสุขเกษมไปจนถึงนครเยรูซาเล็มใหม่) ล้วนตั้งอยู่ในสวรรค์ชั้นที่สาม

อัครทูตเปาโลเคยไปยังเมืองบรมสุขเกษมซึ่งเป็นที่อยู่ของผู้คนที่มีความเชื่อน้อยที่สุดและอยู่ห่างไกลจากพระที่นั่งของพระเจ้ามากที่สุด ที่นั่นท่านได้ยินถึงความลับแห่งสวรรค์ แต่ท่านกล่าวยอมรับว่าในที่แห่งนั้นมีหลายสิ่งที่มนุษย์ "พูดเป็นคำไม่ได้และมนุษย์จะออกเสียงก็ต้องห้าม"

สวรรค์ชั้นที่สองเป็นโลกฝ่ายวิญญาณประเภทใด สถานที่แห่งนี้แตกต่างจากสวรรค์ชั้นที่สามและสวนเอเดนตั้งอยู่ที่สวรรค์ชั้นที่สาม ผู้คนส่วนใหญ่คิดว่าสวนเอเดนตั้งอยู่บนโลกใบนี้ นักวิชาการและนักวิจัยด้านพระคัมภีร์จำนวนมากศึกษาและค้นคว้าทางโบราณคดีในพื้นที่รอบดินแดนเมโสโปเตเมียและด้านบนของแม่น้ำยูเฟรติสและไทกริสในตะวันออกกลางอย่างต่อเนื่อง แต่คนเหล่านั้นยังไม่พบสิ่งใด เหตุผลที่ผู้คนไม่สามารถค้นพบสวนเอเดนบนโลกนี้ก็เพราะสวนเอเดนตั้งอยู่ในสวรรค์ชั้นที่สองซึ่งเป็นของโลกฝ่ายวิญญาณ

นอกจากนั้น สวรรค์ชั้นที่สองยังเป็นที่อยู่อาศัยของเหล่าวิญญาณชั่วที่ถูกขับออกจากสวรรค์ชั้นที่สามหลังจากการกบฏของลูซีเฟอร์ ปฐมกาล 3:24 กล่าวว่า "พระองค์ทรงไล่ชายนั้นออกไปและทรงตั้งพวกเครูบทางด้านทิศตะวันออกแห่งสวนเอเดนและตั้งกระบี่เพลิงอันหนึ่งที่หมุนได้รอบทิศไว้เฝ้าทางที่จะเข้าไปสู่ต้นไม้แห่งชีวิตนั้น" พระเจ้าทรงกระทำเช่นนี้เพื่อป้องกันไม่ให้เหล่าวิญญาณชั่วมีชีวิตนิรันดร์ด้วยการเข้าไปอยู่ในสวนเอเดนและกินผลจากต้นไม้แห่งชีวิต

ประตูสู่สวนเอเดน

ท่านไม่ควรเข้าใจว่าสวรรค์ชั้นที่สองอยู่เหนือสวรรค์ชั้นที่หนึ่งและสวรรค์ชั้นที่สามอยู่เหนือสวรรค์ชั้นที่สอง ท่านไม่สามารถเข้าใจพื้นที่ของโลกสี่มิติและสิ่งที่อยู่เหนือขึ้นไปโดยอาศัยความรู้และความเข้าใจของโลกสามมิติ สวรรค์ถูกวางโครงสร้างไว้อย่างไร โลกสามมิติที่ท่านมองเห็นกับโลกฝ่ายวิญญาณดูเหมือนแยกจากกัน แต่ใน

ขณะเดียวกันโลกทั้งมิตินี้ก็คาบเกี่ยวและเชื่อมโยงกัน โลกสามมิติกับโลกฝ่ายวิญญาณถูกเชื่อมโยงเข้าหากันด้วยประตูมากมาย

แม้ท่านไม่สามารถมองเห็น แต่มีประตูที่เชื่อมต่อสวรรค์ชั้นที่หนึ่งกับสวนเอเดนอยู่ในสวรรค์ชั้นที่สอง และยังมีประตูที่นำไปสู่สวรรค์ชั้นที่สาม ประตูเหล่านี้ตั้งอยู่ไม่สูงนัก แต่ส่วนใหญ่จะตั้งอยู่ในความสูงระดับเดียวกันกับหมู่เมฆที่ท่านมองเห็นจากเครื่องบิน

ท่านรู้ว่ามีประตูต่าง ๆ ที่นำเข้าไปสู่สวรรค์ในพระคัมภีร์ (ปฐมกาล 7:11; 2 พงศ์กษัตริย์ 2:11; ลูกา 9:28-36; กิจการ 1:9; 7:56) ดังนั้น เมื่อประตูแห่งสวรรค์เปิดออกจึงทำให้ขึ้นไปสู่สวรรค์ชั้นต่าง ๆ ในโลกฝ่ายวิญญาณได้ ผู้ที่รอดโดยความเชื่อสามารถขึ้นไปสู่สวรรค์ชั้นที่สาม

แดนผู้ตายและนรกก็เช่นเดียวกัน สถานที่เหล่านี้เป็นของโลกฝ่ายวิญญาณและมีประตูที่นำไปสู่สถานที่เหล่านี้ด้วยเช่นกัน ดังนั้น เมื่อคนที่ไม่มีความเชื่อเสียชีวิตเขาจะลงไปสู่แดนผู้ตายซึ่งเป็นส่วนหนึ่งของนรกหรือลงไปสู่นรกโดยตรงผ่านทางประตูเหล่านี้

การดำรงอยู่ร่วมกันของมิติฝ่ายวิญญาณและมิติกายภาพ

สวนเอเดน (ซึ่งเป็นของสวรรค์ชั้นที่สอง) อยู่ในโลกฝ่ายวิญญาณ แต่เป็นโลกฝ่ายวิญญาณที่แตกต่างไปจากโลกฝ่ายวิญญาณของสวรรค์ชั้นที่สาม สวนเอเดนเป็นโลกฝ่ายวิญญาณที่ไม่สมบูรณ์แบบเนื่องจากสถานที่แห่งนี้ดำรงอยู่ร่วมกันกับโลกกายภาพ

กล่าวคือ สวนเอเดนตั้งอยู่ตรงกลางระหว่างโลกกายภาพและโลกฝ่ายวิญญาณ อาดัม (มนุษย์คนแรก) เป็นวิญญาณที่มีชีวิต แต่ท่านมีร่างกายซึ่งทำมาจากผงคลีดิน ดังนั้น อาดัมและเอวาจึงมีลูกหลานและเพิ่มมากขึ้นด้วยการตั้งครรภ์และคลอดบุตรเช่นเดียวกับเรา (ปฐมกาล 3:16)

แม้หลังจากอาดัมกินผลจากต้นไม้แห่งการสำนึกในความดีและความชั่วและถูกขับออกจากโลกใบนี้ (สวนเอเดน) แต่ลูกหลานของ

เขาที่อยู่ในสวนเอเดนยังคงมีชีวิตอยู่จวบจนวันนี้ในฐานะวิญญาณที่มีชีวิตโดยไม่ประสบกับความตาย สวนเอเดนเป็นสถานที่สงบสุขที่ไม่มีความตาย สวนเอเดนอยู่ภายใต้การกำกับดูแลของฤทธิ์อำนาจของพระเจ้าและถูกควบคุมไว้ด้วยกฎเกณฑ์และระเบียบการต่าง ๆ ที่พระเจ้าทรงตั้งขึ้น แม้ไม่มีความแตกต่างกันระหว่างกลางวันและกลางคืน แต่ลูกหลานของอาดัมที่อาศัยอยู่ในสวนแห่งนี้ก็รู้โดยธรรมชาติว่าเวลาใดคือเวลาทำงาน เวลาพักผ่อน และเวลาทำกิจกรรมอื่น ๆ เป็นต้น

นอกจากนั้น สวนเอเดนยังมีลักษณะคล้ายคลึงกับโลกนี้มาก สวนเอเดนอุดมไปด้วยพืชพันธุ์ สัตว์ และแมลงนานาชนิด สวนนี้ยังมีธรรมชาติอันงดงามและไร้ที่สิ้นสุด แต่สถานที่แห่งนี้ไม่มีภูเขาสูง มีเพียงเนินเขาเตี้ย ๆ บนเนินเขาเหล่านี้มีสิ่งปลูกสร้างที่มีลักษณะคล้ายกับบ้านซึ่งผู้คนใช้เป็นที่พักผ่อน ไม่ใช่เป็นที่อยู่อาศัย

สถานที่พักร้อนของอาดัมและลูกหลานของท่าน

อาดัม (มนุษย์คนแรก) อาศัยอยู่ในสวนเอเดนเป็นเวลานานและมีลูกหลานเพิ่มมากขึ้น เนื่องจากอาดัมและลูกหลานของท่านเป็นวิญญาณที่มีชีวิตคนเหล่านั้นจึงสามารถลงมายังโลกนี้ได้อย่างอิสระผ่านทางประตูของสวรรค์ชั้นที่สอง

เนื่องจากอาดัมและลูกหลานของท่านเดินทางมาเยี่ยมแผ่นดินโลกเพื่อใช้เป็นสถานที่พักร้อนเป็นเวลานาน ดังนั้นท่านต้องรู้ว่าประวัติศาสตร์ของมนุษยชาติมีความเป็นมายาวนานมาก บางคนเกิดความสับสนระหว่างประวัติศาสตร์นี้กับประวัติศาสตร์หกพันปีแห่งอารยธรรมของมนุษย์และไม่เชื่อในพระคัมภีร์

แต่ถ้าท่านศึกษาอารยธรรมโบราณอันลึกลับอย่างถี่ถ้วนท่านจะรู้ว่าอาดัมและลูกหลานของท่านเคยลงมาบนโลกนี้ ยกตัวอย่าง รูปปีรามิดและรูปปั้นตัวสพิงซ์แห่งอียิปต์ถือเป็นร่องรอยของอาดัมและลูกหลานของท่านที่เคยอาศัยอยู่ในสวนเอเดนด้วยเช่นกัน ร่องรอยในลั

กษณะเช่นนี้ซึ่งพบอยู่ทั่วไปในโลกถูกสร้างขึ้นด้วยวิทยาศาสตร์และเทคโนโลยีที่ล้ำหน้าและสลับซับซ้อนมากซึ่งความรู้ทางวิทยาศาสตร์ในสมัยปัจจุบันไม่สามารถลอกเลียนแบบได้

ยกตัวอย่าง รูปปีรามิดบรรจุหลักการคำนวณด้านคณิตศาสตร์และความรู้ทางด้านเรขาคณิตและโหราศาสตร์ที่น่าทึ่งเอาไว้ซึ่งการที่ท่านจะค้นพบและเข้าใจสิ่งเหล่านี้ได้ต้องอาศัยการศึกษาที่ล้ำหน้าเท่านั้น ปีรามิดเหล่านี้บรรจุเอาความลับต่าง ๆ ไว้มากมายซึ่งท่านจะสามารถหยั่งรู้สิ่งเหล่านี้ได้ก็ต่อเมื่อท่านรู้ตำแหน่งที่แน่นอนของกลุ่มดาวและวงโคจรของจักรวาลเท่านั้น บางคนถือว่าอารยธรรมโบราณอันลึกลับเหล่านี้คือร่องรอยของพวกเอเลียนที่มาจากนอกโลก แต่เราสามารถแก้ปัญหาต่าง ๆ เหล่านี้ด้วยพระคัมภีร์ซึ่งแม้แต่วิทยาศาสตร์ก็ไม่อาจเข้าใจได้

ร่องรอยแห่งอารยธรรมของเอเดน

อาดัมที่อยู่ในสวนเอเดนมีความรู้และทักษะอย่างมากมาย สิ่งนี้เป็นผลจากการที่พระเจ้าทรงสอนความรู้ที่แท้จริงให้กับอาดัม ความรู้และความเข้าใจดังกล่าวถูกสะสมและพัฒนาเพิ่มมากขึ้นเมื่อวันเวลาผ่านไป ดังนั้น สำหรับอาดัม (ผู้ที่รู้ทุกสิ่งเกี่ยวกับจักรวาลและครอบครองแผ่นดินโลก) จึงไม่ใช่เรื่องยากที่จะสร้างรูปปีรามิดและรูปปั้นตัวสฟิงซ์ขึ้น เนื่องจากพระเจ้าทรงสอนอาดัมโดยตรงมนุษย์คนแรกจึงรู้เกี่ยวกับสิ่งสารพัดที่ท่านไม่รู้หรือไม่เข้าใจด้วยวิทยาศาสตร์สมัยใหม่

ปีรามิดบางรูปถูกสร้างขึ้นด้วยความรู้และทักษะของอาดัม แต่ปีรามิดรูปอื่น ๆ ถูกสร้างขึ้นโดยลูกหลานของอาดัม และยังมีปีรามิดอีกหลายรูปที่ถูกสร้างขึ้นโดยผู้คนบนแผ่นดินโลกซึ่งพยายามลอกเลียนแบบรูปปีรามิดของอาดัมหลังจากระยะเวลาอันยาวนานผ่านพ้นไป ปีรามิดเหล่านี้มีความแตกต่างทางด้านเทคโนโลยีอย่างมาก ที่เป็นเช่นนี้ก็เพราะว่าอาดัมเท่านั้นที่มีสิทธิอำนาจจากพระเจ้าที่จะค

รอบครองเหนือสิ่งทรงสร้างทั้งปวง

อาดัมอาศัยอยู่ในสวนเอเดนเป็นเวลานานและในบางโอกาสท่านจะลงมาบนโลกนี้ แต่อาดัมถูกขับไล่ออกจากสวนเอเดนหลังจากท่านทำบาปของการไม่เชื่อฟัง แต่พระเจ้าทรงเปิดประตูที่เชื่อมต่อโลกกับสวนเอเดนไว้ในช่วงระยะเวลาหนึ่งหลังจากนั้น

ด้วยเหตุนี้ ลูกหลานของอาดัมที่ยังอาศัยอยู่ในสวนเอเดนจึงสามารถลงมาบนโลกนี้ได้อย่างอิสระและเมื่อคนเหล่านั้นลงมาบนโลกนี้บ่อยขึ้น ลูกหลานของอาดัมจึงเริ่มรับเอาลูกสาวของมนุษย์ไว้เป็นภรรยาของตน (ปฐมกาล 6:1-4)

จากนั้น พระเจ้าทรงปิดประตูในท้องฟ้าที่เชื่อมต่อโลกกับสวนเอเดน แต่การเดินทางไม่ได้ยุติลงทั้งหมด แต่ต้องอยู่ภายใต้การควบคุมที่เข้มงวดอย่างไม่เคยมีมาก่อน ท่านต้องรู้ว่าอารยธรรมโบราณอันลึกลับและเป็นปริศนาส่วนใหญ่คือร่องรอยของอาดัมและลูกหลานของท่านซึ่งคนเหล่านั้นทิ้งไว้ในช่วงเวลาที่เขาสามารถลงมาบนโลกนี้ได้อย่างอิสระ

ประวัติศาสตร์ของมนุษย์และไดโนเสาร์บนโลก

แล้วทำไมไดโนเสาร์ซึ่งเคยอาศัยอยู่บนโลกจึงสูญพันธุ์ไปอย่างรวดเร็ว นี่คือหลักฐานสำคัญข้อหนึ่งที่บ่งบอกให้รู้ว่าแท้จริงประวัติศาสตร์ของมนุษย์เก่าแก่เพียงใด ปริศนาข้อนี้สามารถแก้ไขด้วยพระคัมภีร์เท่านั้น

พระเจ้าทรงสร้างไดโนเสาร์ไว้ในสวนเอเดนจริง ไดโนเสาร์เป็นสัตว์ที่อ่อนโยนแต่ก็ถูกขับออกไปจากโลกนี้เพราะสัตว์เหล่านี้ตกลงไปในหลุมพรางของซาตานในช่วงเวลาที่อาดัมเดินทางไปมาระหว่างโลกกับสวนเอเดนอย่างอิสระ บัดนี้ ไดโนเสาร์ที่ถูกบังคับให้อาศัยอยู่บนโลกใบนี้ต้องเสาะหาอาหารกินเอง โลกไม่อาจให้อาหารที่เพียงพอแก่ไดโนเสาร์ที่รูปร่างใหญ่โตได้ซึ่งแตกต่างจากช่วงเวลาที่สัตว์เหล่านี้เคยอาศัยอยู่ในสวนเอเดนซึ่งมีทุกสิ่งทุกอย่างบริบูรณ์

ไดโนเสาร์กินผลไม้ เมล็ดพืช และพืชพันธุ์เป็นอาหาร และจากนั้นก็เริ่มกินสัตว์เป็นอาหาร สัตว์ใหญ่เหล่านี้กำลังทำลายสภาพแวดล้อมและระบบโซ่อาหาร ในที่สุดพระเจ้าทรงตัดสินพระทัยว่าพระองค์ไม่สามารถรักษาไดโนเสาร์ไว้บนโลกใบนี้ได้อีกต่อไปและทรงกำจัดสัตว์ใหญ่เหล่านี้ให้หมดไปด้วยไฟจากเบื้องบน

ในปัจจุบัน นักวิชาการจำนวนมากโต้แย้งว่าไดโนเสาร์มีชีวิตอยู่ในโลกใบนี้มาเป็นระยะเวลานานมาก คนเหล่านี้กล่าวว่าไดโนเสาร์เคยมีชีวิตอยู่เมื่อหนึ่งร้อยหกสิบล้านปีก่อน แต่ไม่มีคำกล่าวอ้างใดที่จะให้คำอธิบายอันน่าพอใจว่าไดโนเสาร์จำนวนมากเกิดขึ้นมาและสูญพันธุ์ไปอย่างรวดเร็วได้อย่างไร นอกจากนั้น ถ้าไดโนเสาร์ขนาดใหญ่เกิดจากการวิวัฒนาการด้วยระยะเวลาอันยาวนาน สัตว์ใหญ่เหล่านั้นกินอะไรเป็นอาหารเพื่อให้ตนเองมีชีวิตอยู่ไป

จากทฤษฎีการวิวัฒนาการ ก่อนที่ไดโนเสาร์ชนิดต่าง ๆ ปรากฏตัวขึ้น สิ่งมีชีวิตในระดับที่ต่ำกว่าต้องปรากฏตัวขึ้นมาก่อน แต่แนวคิดนี้ยังไม่มีหลักฐานใดพิสูจน์ โดยทั่วไป การที่สัตว์หรือสายพันธุ์ของสัตว์ชนิดหนึ่งชนิดใดจะสูญพันธุ์ไปนั้น สัตว์ชนิดดังกล่าวจะค่อย ๆ ลดจำนวนของตนลงในช่วงระยะเวลาหนึ่งและจะสูญพันธุ์ไปจนหมดสิ้น แต่ไดโนเสาร์สูญพันธุ์ไปอย่างรวดเร็ว

นักวิชาการให้เหตุผลว่าการสูญพันธุ์อย่างรวดเร็วนี้เป็นผลมาจากการเปลี่ยนแปลงอย่างกระทันหันของอากาศ เชื้อไวรัส และการแผ่รังสีซึ่งมีต้นเหตุมาจากการระเบิดของดาวอีกดวงหนึ่งหรือจากการที่ลูกอุกาบาทขนาดใหญ่พุ่งชนโลก แต่ถ้าการเปลี่ยนแปลงดังกล่าวเป็นหายนะที่ยิ่งใหญ่จนสามารถทำลายไดโนเสาร์ทุกตัวได้ สัตว์และพืชพันธุ์ชนิดอื่น ๆ ก็น่าจะสูญพันธุ์ไปด้วยเช่นกัน แต่พืชพันธุ์ นก หรือสัตว์ชนิดต่าง ๆ กลับยังมีชีวิตอยู่จวบจนปัจจุบัน ดังนั้น ทฤษฎีการวิวัฒนาการจึงไม่ได้รับการสนับสนุนจากหลักความเป็นจริง

แม้ก่อนที่ไดโนเสาร์จะปรากฏตัวขึ้นบนโลกนี้ อาดัมและเอวาได้อาศัยอยู่ในสวนเอเดนแล้ว บางครั้งคนเหล่านั้นเดินทางลงมาบนโลก ท่านต้องรู้ว่าประวัติศาสตร์ของโลกมีระยะเวลาที่ยาวนานมาก

ท่านสามารถเรียนรู้รายละเอียดเรื่องนี้เพิ่มเติมได้จาก "คำบรรยายเรื่องปฐมกาล" ที่ข้าพเจ้าเทศนาเอาไว้ จากนี้ไป ข้าพเจ้าขออธิบายถึงธรรมชาติอันงดงามของสวนเอเดน

ธรรมชาติอันงดงามของสวนเอเดน
ท่านกำลังเอนกายลงบนทุ่งหญ้าที่เต็มไปด้วยต้นไม้เขียวสดและดอกไม้นานาพันธุ์อย่างสบายใจ พร้อมกับรับเอาแสงสว่างที่ห่อหุ้มร่างกายของท่านเอาไว้อย่างอบอุ่น และมองขึ้นไปบนท้องฟ้าสีครามที่เต็มไปด้วยหมู่เมฆสีขาวบริสุทธิ์ซึ่งกำลังล่องลอยอยู่ทั่วไปด้วยรูปทรงหลากหลาย

ทะเลสาบสะท้อนแสงระยิบระยับอันงดงามไปตามพื้นที่ลาดเอียงและสายลมเย็นที่มีกลิ่นไอของดอกไม้พัดผ่านท่านไปอย่างฉับไว ท่านสามารถสนทนาพูดคุยกับคนที่ท่านรักอย่างสบายใจและมีความสุข บางครั้งท่านสามารถเอนกายลงนอนบนทุ่งหญ้าอันกว้างใหญ่หรือบนกองดอกไม้และได้กลิ่นอันหอมหวลเมื่อท่านสัมผัสดอกไม้เหล่านั้นอย่างอ่อนละมุน ท่านยังสามารถเอนกายลงนอนภายใต้ร่มเงาของต้นไม้ซึ่งเต็มไปด้วยผลไม้น่ากินลูกใหญ่และกินผลจากต้นไม้นั้นตามที่ท่านต้องการ

ในทะเลสาบและในท้องทะเลมีปลาหลากสีอยู่จำนวนมาก ถ้าท่านต้องการ ท่านสามารถไปยังหาดทรายที่อยู่ใกล้เคียงและชื่นชมกับคลื่นทะเลอันงดงามหรือกับทรายสีขาวที่สะท้อนแสงอันสุกใสของแสงอาทิตย์ออกมา หรือถ้าท่านต้องการ ท่านสามารถแหวกว่ายอยู่ในน้ำเหมือนปลา

กวาง กระต่าย หรือกระรอกที่น่ารักซึ่งมีแววตาสุกใสวิ่งเข้าหาท่านและแสดงท่าทางที่น่ารักน่าเอ็นดู ในทุ่งหญ้าอันกว้างใหญ่มีสัตว์ห

ลากหลายชนิดกำลังเล่นอยู่ด้วยกันอย่างสงบ

นี่คือสวนเอเดนซึ่งเต็มไปด้วยความสงบ สันติสุข และความชื่นชมยินดี ผู้คนจำนวนมากในโลกนี้คงอยากละทิ้งชีวิตที่ยุ่งเหยิงของตนและมีสันติสุขและความสงบเช่นนี้สักครั้งหนึ่งในชีวิต

ชีวิตที่อุดมสมบูรณ์ในสวนเอเดน

ผู้คนที่อยู่ในสวนเอเดนสามารถกินและมีความสุขกับตนเองได้มากที่สุดเท่าที่เขาต้องการโดยที่คนเหล่านี้ไม่ต้องทำงานเพื่อแลกกับสิ่งใด ที่นี่ไม่มีความวิตกกังวลหรือความห่วงใยใด ๆ เพราะที่นี่เต็มไปด้วยความชื่นชมยินดี ความสุข และสันติสุข เนื่องจากทุกสิ่งดำเนินอยู่ภายใต้การกฎเกณฑ์และระเบียบการของพระเจ้า ผู้คนที่อยู่ที่นี่จึงชื่นชมกับชีวิตนิรันดร์โดยที่เขาไม่ต้องทำงานเพื่อแลกกับสิ่งใด

ในสวนเอเดน (ซึ่งมีสภาพแวดล้อมคล้ายคลึงกับโลกนี้) สิ่งที่ปรากฏให้เห็นส่วนใหญ่ในสวนเอเดนมีลักษณะเหมือนกับสิ่งที่ปรากฏอยู่ในโลกเช่นกัน แต่เนื่องจากสภาพแวดล้อมในสวนเอเดนไม่ได้รับความเสียหายจากมลพิษหรือเปลี่ยนแปลงไปนับตั้งแต่ช่วงเวลาที่สิ่งเหล่านั้นถูกสร้างขึ้น สภาพแวดล้อมของสวนเอเดนจึงยังคงรักษาธรรมชาติที่สะอาดสดใสและงดงามของตนเอาไว้ซึ่งไม่เหมือนกับสภาพแวดล้อมบนโลกนี้

นอกจากนั้น แม้ปกติผู้คนที่อยู่ในสวนเอเดนไม่สวมใส่เสื้อผ้าแต่คนเหล่านั้นก็ไม่รู้สึกเขินอายและไม่มีความคิดล่วงประเวณีเพราะคนเหล่านั้นไม่ได้อยู่ฝ่ายเนื้อหนังและไม่มีความชั่วร้ายอยู่ในจิตใจของคนเหล่านั้น เขาเป็นเหมือนทารกแรกเกิดที่เล่นกันอย่างอิสระในสภาพที่เปลือยเปล่าโดยไม่รู้สึกทุกข์ใจและใส่ใจกับสิ่งที่คนอื่นพูดหรือคิด

สภาพแวดล้อมของสวนเอเดนเหมาะสำหรับผู้คนแม้เขาจะเปลือยเปล่า ดังนั้นเขาจึงไม่รู้สึกอึดอัดแม้ไม่ได้สวมเสื้อผ้า เอเดนมีสภาพ

แวดล้อมที่ดีเพราะที่นั่นไม่มีแมลงที่เป็นพิษหรือหนามที่จะทำอันตรายต่อผิวหนัง

บางคนสวมใส่เสื้อผ้า คนเหล่านี้เป็นผู้นำของกลุ่มขนาดต่าง ๆ ในสวนเอเดนมีระเบียบและกฎเกณฑ์เช่นกัน แต่ละกลุ่มจะมีผู้นำและสมาชิกกลุ่มจะเชื่อฟังและทำตามผู้นำ ผู้นำเหล่านี้สวมใส่เสื้อผ้าซึ่งทำให้เขาแตกต่างจากคนอื่น ๆ แต่คนเหล่านี้ใส่เสื้อผ้าเพียงเพื่อแสดงถึงตำแหน่งของตน ไม่ใช่เพื่อปกปิด ป้องกัน หรือตกแต่งตนเอง

ปฐมกาล 3:8 บอกถึงความเปลี่ยนแปลงของอุณหภูมิในสวนเอเดนว่า "เวลาเย็นวันนั้น เขาทั้งสองได้ยินเสียงพระเจ้าเสด็จดำเนินอยู่ในสวน ชายนั้นกับภรรยาก็หลบไปซ่อนตัวอยู่ในหมู่ต้นไม้ในสวนนั้นให้พ้นจากพระพักตร์พระเจ้า" ท่านรู้ว่าผู้คนรู้สึก "เย็นสบาย" ในสวนเอเดน แต่ไม่ได้หมายความว่าคนเหล่านั้นเหงื่อไหลในวันที่แดดออก หรือหนาวสั่นในวันที่อากาศหนาวเย็นเหมือนที่เกิดขึ้นกับผู้คนในโลกนี้

อุณหภูมิ ความชื้น และลมในสวนเอเดนอยู่ในระดับที่กำลังสบาย เพื่อป้องกันไม่ให้มีความอึดอัดอันเนื่องมาจากความเปลี่ยนแปลงของอากาศ

นอกจากนั้น สวนเอเดนไม่มีกลางวันและกลางคืน สวนแห่งนี้ถูกห้อมล้อมด้วยแสงสว่างของพระเจ้าพระบิดาและท่านจะรู้สึกว่าที่นี่เป็นเวลากลางวันอยู่เสมอ ผู้คนมีช่วงเวลาสำหรับการพักผ่อน คนเหล่านั้นแยกความแตกต่างระหว่างเวลาของการทำกิจกรรมและเวลาของการพักผ่อนโดยอาศัยการเปลี่ยนแปลงของอุณหภูมิ

แต่การเปลี่ยนแปลงของอุณหภูมิดังกล่าวไม่ได้หมายความว่าอุณหภูมินั้นจะเพิ่มขึ้นหรือลดลงอย่างรุนแรงจนทำให้ผู้คนรู้สึกร้อนหรือหนาวอย่างกระทันหัน แต่การเปลี่ยนแปลงนี้จะทำให้ผู้คนรู้สึกผ่อนคลายเพื่อจะพักผ่อนในยามที่อากาศเย็นสบาย

2. พระเจ้าทรงฝัดร่อนมนุษย์บนโลกนี้

สวนเอเดนกว้างใหญ่มากจนท่านไม่สามารถจินตนาการถึงขนาดที่แท้จริงของสวนนี้ได้ สวนเอเดนมีขนาดใหญ่กว่าโลกนี้ประมาณหนึ่งพันล้านเท่า สวรรค์ชั้นที่หนึ่ง (ซึ่งผู้คนสามารถอยู่ที่นั่นได้เพียงเจ็ดสิบหรือแปดสิบปี) ดูเหมือนกับเป็นสถานที่ซึ่งไม่มีที่สิ้นสุดซึ่งต่อขยายจากระบบสุริยจักรวาลของเราไปสู่กลุ่มดาวขนาดใหญ่ดวงอื่นที่อยู่ห่างไกลออกไป สวนเอเดนจะกว้างใหญ่ไพศาลกว่าสวรรค์ชั้นที่หนึ่งมากเพียงใดเนื่องจากผู้คนที่นี่จะเพิ่มจำนวนขึ้นอย่างต่อจากการที่เขาไม่พบกับความตาย

ในเวลาเดียวกัน แม้สวนเอเดนจะงดงาม อุดมสมบูรณ์และใหญ่โตสักเพียงใดก็ตาม แต่สถานที่แห่งนี้ไม่อาจนำไปเปรียบเทียบกับสวรรค์ได้ แม้แต่เมืองบรมสุขเกษมซึ่งเป็นสถานที่รอคอยในสวรรค์ถือเป็นสถานที่อันงดงามและมีความสุขมากกว่าสวนเอเดนเสียอีก ชีวิตนิรันดร์ในสวนเอเดนแตกต่างจากชีวิตนิรันดร์ในสวรรค์มาก

ด้วยเหตุนี้ จากการสำรวจถึงแผนการของพระเจ้าและขั้นตอนต่าง ๆ นับจากที่อาดัมถูกขับไล่ออกจากสวนเอเดนและทำมาหากินอยู่บนโลกนี้ ท่านจะเห็นว่าสวนเอเดนแตกต่างจากสถานที่รอคอยในสวรรค์อย่างไร

ต้นไม้แห่งการสำนึกในความดีและความชั่วในสวนเอเดน

อาดัมสามารถกินทุกสิ่งที่ท่านต้องการ ครอบครองสิ่งสารพัดและอาศัยอยู่ชั่วนิรันดร์ในสวนเอเดน แต่ถ้าท่านอ่านจากปฐมกาล 2:16-17 พระเจ้าทรงบัญชามนุษย์ว่า “บรรดาผลไม้ทุกอย่างในสวนนี้เจ้ากินได้ทั้งหมด เว้นแต่ต้นไม้แห่งความสำนึกในความดีและความชั่ว ผลของต้นไม้นั้นอย่ากิน เพราะในวันใดที่เจ้าขืนกินเจ้าจะต้องตายแน่” แม้พระเจ้าทรงมอบสิทธิอำนาจอันยิ่งใหญ่เพื่อค

รอบครองสิ่งสารพัดและเสรีภาพในการตัดสินใจให้แก่อาดัม แต่พระเจ้าทรงห้ามอาดัมอย่างเข้มงวดเพื่อไม่ให้กินผลจากต้นไม้แห่งการสำนึกในความดีและความชั่ว ในสวนเอเดนมีผลไม้หลากชนิดที่มีสีสันงดงามและน่ากินอยู่จำนวนมากซึ่งไม่มีสวนแห่งใดบนโลกนี้จะเทียบได้ พระเจ้าทรงมอบผลไม้ทุกอย่างไว้ภายใต้การควบคุมของอาดัม ดังนั้นท่านจึงสามารถกินผลไม้เหล่านั้นได้ตามที่ท่านต้องการ

ยกเว้นผลจากต้นไม้แห่งการสำนึกในความดีและความชั่ว ในเรื่องนี้ท่านต้องรู้ว่าแม้พระเจ้าทรงทราบล่วงหน้าว่าอาดัมจะกินผลจากต้นไม้แห่งการสำนึกในความดีและความชั่ว แต่พระองค์ก็ไม่ได้ปล่อยให้อาดัมทำบาปเหมือนที่มีหลายคนเข้าใจผิด ถ้าพระเจ้ามีเจตนาที่จะทดสอบอาดัมด้วยการอนุญาตให้มีต้นไม้แห่งการสำนึกในความดีและความชั่วทั้ง ๆ ที่รู้ว่าอาดัมจะฝ่าฝืน พระองค์ก็คงไม่บัญชาอาดัมอย่างแข็งขันเช่นนั้น ดังนั้นท่านจะเห็นได้ว่าพระเจ้าไม่ได้มีเจตนาที่จะปลูกต้นไม้แห่งการสำนึกในความดีและความชั่วไว้ในสวนเพื่อให้อาดัมกินผลจากต้นไม้นั้นหรือเพื่อทดสอบอาดัม

เหมือนที่ยากอบ 1:13 บันทึกไว้ว่า “เมื่อผู้ใดถูกล่อให้หลงอย่าให้ผู้นั้นพูดว่า ‘พระเจ้าทรงล่อข้าพเจ้าให้หลง’ เพราะว่าความชั่วจะมาล่อพระเจ้าให้หลงไม่ได้และพระองค์เองก็ไม่ทรงล่อผู้ใดให้หลงเลย” พระเจ้าจะไม่ทรงทดสอบผู้หนึ่งผู้ใดเลย

แล้วทำไมพระเจ้าจึงปลูกต้นไม้แห่งการสำนึกในความดีและความชั่วไว้ในสวนเอเดน

ถ้าท่านมีความรู้สึกปลาบปลื้มใจ ชื่นชมยินดี หรือมีความสุข การที่ท่านรู้สึกเช่นนี้ก็เพราะว่าท่านเคยมีประสบการณ์กับความรู้สึกโศกเศร้า ความเจ็บปวด และความทุกข์ใจซึ่งเป็นความรู้สึกตรงกันข้าม ในทำนองเดียวกัน ถ้าท่านรู้ว่าความดี ความจริง และความสว่างเป็นสิ่งที่ดีงาม ที่ท่านรู้เช่นนั้นก็เพราะว่าท่านเคยมีประสบการณ์และรู้ว่าความชั่วร้าย ความเท็จ และความมืดเป็นสิ่งที่ไม่ดี

ถ้าท่านไม่เคยมีประสบการณ์กับหลักความสัมพันธ์ข้อนี้ท่านก็ไม่สามารถรู้สึกในจิตใจของท่านว่าความดี ความรัก ความดีงาม และความสุขนั้นเป็นเช่นไรแม้ว่าท่านจะรู้ในสมองของท่านจากสิ่งที่ท่านเคยได้ยินมาก็ตาม

ยกตัวอย่าง บุคคลที่ไม่เคยเจ็บไข้ได้ป่วยหรือไม่เคยเห็นคนล้มป่วยจะรู้ถึงความเจ็บปวดของการมีโรคภัยไข้เจ็บได้อย่างไร บุคคลนี้ไม่รู้ด้วยซ้ำว่าการมีสุขภาพร่างกายแข็งแรงนั้นเป็นสิ่งประเสริฐเพียงใด นอกจากนั้น ถ้าบุคคลไม่เคยลำบากยากเข็ญหรือไม่เคยเห็นคนที่ลำบากยากเข็ญ เขาจะรู้ถึงความยากจนได้อย่างไร บุคคลประเภทนี้จะไม่รู้สึกว่าการเป็นคนร่ำรวยนั้นเป็นสิ่ง “ที่ดี” เพียงใด ไม่ว่าเขาจะร่ำรวยแค่ไหนก็ตาม เช่นเดียวกัน ถ้าบุคคลไม่เคยมีประสบการณ์กับความยากจนเขาก็ไม่อาจคิดถึงการขอบพระคุณพระเจ้าจากส่วนลึกแห่งจิตใจของเขาได้

ถ้าบุคคลไม่รู้ถึงคุณค่าของสิ่งที่ดีซึ่งตนมีอยู่ เขาก็ไม่รู้ถึงคุณค่าของความสุขที่ตนได้รับ แต่ถ้าเขามีประสบการณ์กับความเจ็บปวดของโรคภัยไข้เจ็บและความทุกข์ใจของความยากจน เขาก็สามารถขอบคุณในจิตใจของเขาสำหรับความสุขที่เกิดจากการมีสุขภาพดีและความร่ำรวย นี่คือเหตุผลที่พระเจ้าทรงปลูกต้นไม้แห่งการสำนึกในความดีและความชั่วไว้ในสวน

ด้วยเหตุนี้ อาดัมและเอวาที่ถูกขับไล่ออกจากสวนเอเดนจึงมีประสบการณ์กับหลักความสัมพันธ์ข้อนี้และรู้ถึงความรักและพระพรที่พระเจ้าได้ทรงมอบให้กับตน เมื่อนั้นเองที่เขาจะกลายเป็นบุตรที่แท้จริงของพระเจ้าซึ่งรู้ถึงคุณค่าของความสุขและชีวิตที่แท้จริง

แต่พระเจ้าไม่ได้มีเจตนาที่จะนำอาดัมไปในเส้นทางนั้น อาดัมเลือกที่จะไม่เชื่อฟังคำบัญชาของพระเจ้าด้วยเสรีภาพแห่งการตัดสินใจของตน พระเจ้าทรงวางแผนสำหรับการฝึดร่อนมนุษย์ไว้ด้วยความรักและความชอบธรรมของพระองค์

การจัดเตรียมของพระเจ้าในเรืองการฝัดร่อนมนุษย์

เมือผู้คนทีอยู่ในสวนเอเดนถูกขับไล่ออกไปจากสวนและเริมต้นทำมาหากินบนแผ่นดินโลก คนเหล่านั้นต้องประสบกับความทุกข์ยากนานาชนิด เช่น การร้องไห้ ความโศกเศร้า ความเจ็บปวด โรคภัยไข้เจ็บ และความตาย แต่ประสบการณ์นีได้นำคนเหล่านันให้สัมผัสถึงความสุขและการชืนชมชีวิตนิรันดร์อย่างแท้จริงในสวรรค์ด้วยใจขอบพระคุณยิง

ด้วยเหตุนี การทำให้เราเป็นบุตรทีแท้จริงของพระองค์โดยผ่านการฝัดร่อนมนุษย์จึงเป็นตัวอย่างของความรักและแผนการอันอัศจรรย์ของพระเจ้า พ่อแม่คงไม่คิดว่าการฝึกฝนอบรมและการลงโทษลูกของตนในบางครังเป็นการเสียเวลาเปล่าถ้าการทำเช่นนันก่อให้เกิดการเปลียนแปลงและทำให้ลูกของตนประสบความสำเร็จ นอกจากนัน ถ้าลูกเชือในความเจริญรุ่งเรืองทีตนจะได้รับในอนาคต ลูกก็จะมีความอดทนและเอาชนะสถานการณ์และอุปสรรค์ทียุ่งยากเหล่านัน

ในทำนองเดียวกัน ถ้าท่านคิดถึงความสุขทีแท้จริงซึงท่านจะได้ชืนชมในสวรรค์ การถูกพระเจ้าฝัดร่อนบนแผ่นดินโลกจึงไม่ใช่สิงทียุ่งยากหรือเจ็บปวด ตรงกันข้าม ท่านจะรู้สึกขอบพระคุณทีท่านสามารถดำเนินชีวิตตามพระคำของพระเจ้าเพราะท่านมีความหวังเกียวกับสง่าราศีทีท่านจะได้รับในภายหลัง

ดังนัน บุคคลใดคือผู้ทีพระเจ้าทรงถือว่าเป็นทีรัก—ผู้คนทีขอบคุณพระเจ้าอย่างแท้จริงหลังจากประสบกับความยากลำบากมากมายบนโลกนี หรือผู้คนทีอยู่ในสวนเอเดนซึงมองไม่เห็นถึงคุณค่าของสิงทีตนมีอย่างแท้จริงแม้คนเหล่านันจะมีชีวิตอยู่ในสภาพแวดล้อมทีงดงามและอุดมสมบูรณ์

พระเจ้าทรงฝัดร่อนอาดัมทีถูกขับไล่ออกจากสวนเอเดนและทรงฝัดร่อนลูกหลานของท่านบนแผ่นดินโลกเพือทำให้คนเหล่านันเป็นบุตรทีแท้จริงของพระองค์ เมือการฝัดร่อนนีสินสุดลงและบ้านเรือน

ที่พระองค์ทรงจัดเตรียมไว้ในสวรรค์เสร็จสิ้น องค์พระผู้เป็นเจ้าก็จะเสด็จกลับมา ถ้าท่านอยู่ในสวรรค์ท่านจะมีความสุขนิรันดร์เพราะความงามของสวนเอเดนไม่อาจเทียบได้กับความงดงามของสวรรค์ชั้นที่ต่ำที่สุด

ด้วยเหตุนี้ ท่านต้องรู้ถึงการจัดเตรียมของพระเจ้าในเรื่องการฝึดร่อนมนุษย์และความพยายามที่จะเป็นบุตรที่แท้จริงของพระองค์ซึ่งได้แก่ผู้ที่ประพฤติตามพระคำของพระเจ้า

3. สถานที่รอคอยในสวรรค์

ลูกหลานของอาดัมที่ไม่เชื่อฟังพระเจ้าถูกกำหนดไว้ให้ถึงซึ่งความตายครั้งเดียว และจากนั้นจะพบกับการพิพากษาครั้งใหญ่ (ฮีบรู 9:27) แต่วิญญาณของมนุษย์เป็นอมตะ ดังนั้นวิญญาณนี้ต้องไปอยู่สวรรค์หรือไม่ก็ไปนรก

แต่วิญญาณเหล่านี้ไม่ได้ไปสู่สวรรค์หรือนรกโดยตรง แต่จะพำนักอยู่ในสถานที่รอคอยในสวรรค์หรือนรก สถานที่รอคอยในสวรรค์ที่บุตรของพระเจ้าจะพำนักอยู่เป็นสถานที่ประเภทใด

วิญญาณของมนุษย์ออกจากร่างในวาระสุดท้าย

เมื่อบุคคลเสียชีวิตวิญญาณของเขาก็ออกจากร่าง หลังจากความตายคนที่ไม่รู้ในเรื่องนี้จะประหลาดใจเมื่อเขาเห็นร่างไร้วิญญาณของตนนอนอยู่แม้ว่าคนนั้นจะเป็นผู้เชื่อก็ตาม จะเป็นเรื่องน่าแปลกใจเพียงใดหลังจากที่วิญญาณออกจากร่างของเขา

ถ้าท่านออกจากโลกสามมิติที่ท่านอาศัยอยู่ในขณะนี้เพื่อไปสู่โลกสี่มิติทุกสิ่งทุกอย่างจะแตกต่างกันมาก ตัวของท่านจะเบาและท่านจะรู้สึกเหมือนตนเองกำลังโบยบิน แต่ท่านไม่ได้มีเสรีภาพอย่างไร้ขีดจำกัดแม้หลังจากที่วิญญาณออกจากร่างของท่านแล้วก็ตาม

เหมือนดังลูกนกที่ไม่สามารถบินได้ทันทีแม้ลูกนกเหล่านั้นจะเกิ

ดมาพร้อมกับปีก ท่านเองก็ต้องใช้เวลาชั่วระยะหนึ่งเพื่อปรับตัวเข้ากับโลกฝ่ายวิญญาณและเรียนรู้เรื่องพื้นฐานเช่นกัน

ดังนั้น ผู้คนที่เสียชีวิตในขณะที่มีความเชื่อในพระเยซูคริสต์จะได้รับการดูแลจากทูตสวรรค์สององค์และเข้าไปสู่อุโมงค์ชั้นบน (หรือแดนมรณา) ที่นั่น คนเหล่านี้จะเรียนรู้เกี่ยวกับชีวิตในสวรรค์จากเหล่าทูตสวรรค์หรือผู้เผยพระวจนะ

ถ้าท่านอ่านพระคัมภีร์ ท่านจะรู้ว่ามีแดนมรณาอยู่สองชนิด บรรพบุรุษแห่งความเชื่อ อย่างเช่น ยาโคบและโยบกล่าวว่าท่านทั้งสองจะไปสู่แดนคนตายหลังจากที่ตนเสียชีวิต (ปฐมกาล 37:35; โยบ 7:9) โคราห์และบรรดาคนของเขาที่ต่อสู้กับโมเสสคนของพระเจ้าลงไปสู่แดนผู้ตายทั้งเป็น (กันดารวิถี 16:33)

ลูกาบทที่ 16 บรรยายถึงเศรษฐีคนหนึ่งและคนขอทานชื่อลาซารัสซึ่งลงไปสู่แดนมรณาหลังจากที่ทั้งสองคนเสียชีวิตและท่านรู้ว่าทั้งสองคนไม่ได้อยู่ใน "แดนมรณา" เดียวกัน เศรษฐีทนทุกข์ทรมานอยู่ในเปลวไฟในขณะที่ลาซารัสอยู่ที่อ้อมอกของอับราฮัมซึ่งอยู่ไกลออกไป

ในทำนองเดียวกัน มีแดนมรณาสำหรับผู้คนที่รอดและในขณะเดียวกันก็มีแดนมรณาอีกแห่งหนึ่งสำหรับผู้คนที่ไม่รอด แดนมรณาที่โคราห์และคนของเขาตกลงไปและที่เศรษฐีคนนั้นอยู่คือแดนผู้ตายซึ่งเป็นของนรก แต่แดนมรณาที่ลาซารัสอยู่คืออุโมงค์ชั้นบนซึ่งเป็นของสวรรค์

การพำนักอยู่ในอุโมงค์ชั้นบน 3 วัน

ในสมัยพระคัมภีร์เดิมผู้คนที่รอดจะรอคอยอยู่ที่อุโมงค์ชั้นบน เนื่องจากอับราฮัมบิดาแห่งความเชื่อเป็นผู้รับผิดชอบอุโมงค์ชั้นนี้ ลาซารัสคนขอทานจึงอยู่ที่อ้อมอกของอับราฮัมในลูกาบทที่ 16 แต่หลังจากองค์พระผู้เป็นเจ้าทรงเป็นขึ้นมาจากความตายและเสด็จขึ้นสู่สวรรค์ ผู้คนที่รอดไม่ได้ไปอยู่ที่อ้อมอกของอับราฮัมในอุโมงค์ชั้นบนอี

กต่อไป คนเหล่านี้อยู่ที่อุโมงค์ชั้นบนเป็นเวลา 3 วันและจากนั้นจึงเดินทางต่อไปยังเมืองบรมสุขเกษม กล่าวคือ คนเหล่านี้จะอยู่กับองค์พระผู้เป็นเจ้า ณ สถานที่รอคอยในสวรรค์

เหมือนที่พระเยซูตรัสไว้ในยอห์น 14:2 ว่า "ในพระนิเวศของพระบิดาเรามีที่อยู่เป็นอันมาก ถ้าไม่มีเราคงได้บอกท่านแล้ว เพราะเราไปจัดเตรียมที่ไว้สำหรับท่านทั้งหลาย" หลังจากการเป็นขึ้นมาและการเสด็จขึ้นสู่สวรรค์ของพระองค์ องค์พระผู้เป็นเจ้าของเราทรงจัดเตรียมที่อยู่ไว้สำหรับผู้เชื่อแต่ละคน ดังนั้น นับตั้งแต่วันที่องค์พระผู้เป็นเจ้าทรงเริ่มต้นจัดเตรียมสถานที่ไว้สำหรับบุตรของพระองค์ ผู้คนที่รอดจึงได้พำนักอยู่ในสถานที่รอคอยในสวรรค์ซึ่งอยู่ในเมืองบรมสุขเกษม

บางคนสงสัยว่าคนที่รอดจำนวนมากมายนับตั้งแต่ช่วงเวลาแห่งการทรงสร้างเป็นต้นมาจะอาศัยอยู่ในเมืองบรมสุขเกษมได้อย่างไร ในเรื่องนี้เราไม่จำเป็นต้องกังวล แม้แต่ระบบสุริยจักรวาลซึ่งโลกเป็นส่วนหนึ่งของระบบนี้ก็เป็นเพียงจุดเล็ก ๆ จุดเดียวเมื่อเปรียบเทียบกับกลุ่มดาวขนาดใหญ่ที่มีอยู่ทั้งหมด กลุ่มดาวนี้มีขนาดใหญ่เพียงใด เมื่อเทียบกับจักรวาลทั้งหมด กลุ่มดาวนี้เป็นเพียงจุดเล็ก ๆ จุดหนึ่ง แล้วจักรวาลจะมีขนาดใหญ่เพียงใด

ยิ่งกว่านั้น จักรวาลนี้เป็นหนึ่งในหลาย ๆ จักรวาล ดังนั้นจึงเป็นไปไม่ได้ที่จะหยั่งรู้ถึงขนาดของจักรวาลทั้งหมด ถ้าโลกกายภาพมีขนาดใหญ่เพียงนี้ โลกฝ่ายวิญญาณจะมีขนาดใหญ่กว่านี้อีกสักเท่าใด

สถานที่รอคอยในสวรรค์

สถานที่รอคอยในสวรรค์ (ซึ่งเป็นที่พำนักของผู้คนที่รอดหลังจากช่วงเวลาสามวันของการปรับตัวในอุโมงค์ชั้นบน) เป็นสถานที่ประเภทใด

เมื่อผู้คนมองเห็นทิวทัศน์ที่สวยงาม เขาจะอุทานว่า

"สวรรค์บนดิน" หรือ "สวนเอเดน" แต่ความงดงามของโลกนี้ไม่อาจนำมาเปรียบเทียบกับสวนเอเดนได้เลย ผู้คนที่อยู่ในสวนเอเดนมีชีวิตอยู่ในความสุข ความสงบ และความชื่นชมยินดีเหมือนอยู่ในความฝันอันมหัศจรรย์ ผู้คนที่อยู่บนโลกนี้เท่านั้นที่รู้สึกว่าสิ่งนี้ฟังดูสวยงาม แต่เมื่อท่านไปถึงสวรรค์ท่านจะเลิกคิดเช่นนี้ทันที

โลกไม่อาจเทียบได้กับสวนเอเดนฉันใด สวนเอเดนก็ไม่อาจเทียบได้กับสวรรค์ฉันนั้น ความสุขในสวนเอเดนที่อยู่ในสวรรค์ชั้นที่สองแตกต่างจากความสุขในสถานที่รอคอยของเมืองบรมสุขเกษมในสวรรค์ชั้นที่สาม ที่เป็นเช่นนี้ก็เพราะว่าผู้คนที่อยู่ในสวนเอเดนไม่ใช่บุตรที่แท้จริงของพระเจ้าซึ่งได้รับการเตรียมจิตใจของตนเอาไว้

เพื่อให้ท่านเข้าใจประเด็นนี้ดียิ่งขึ้น ข้าพเจ้าขอยกตัวอย่าง ก่อนที่จะมีไฟฟ้า บรรพบุรุษของเราใช้ตะเกียงน้ำมันก๊าซ เมื่อเทียบกับสว่างจากไฟฟ้าที่ท่านมีอยู่ในปัจจุบันความสว่างของตะเกียงเหล่านี้ถือว่ามืดมาก แต่แสงตะเกียงถือเป็นสิ่งที่มีคุณค่ามากในยามค่ำคืนอันมืดมิดที่ปราศจากความสว่าง แต่หลังจากผู้คนพัฒนาและเรียนรู้วิธีการใช้ไฟฟ้า เราก็เริ่มมีแสงสว่างจากไฟฟ้า สำหรับผู้คนที่คุ้นเคยกับการใช้แสงสว่างจากตะเกียงจะประหลาดใจมากกับแสงไฟฟ้าและจะงงงวยกับความสว่างไสวของไฟฟ้า

ถ้าท่านพูดว่าโลกนี้เต็มไปด้วยความมืดโดยไม่มีความสว่างอยู่เลย ท่านก็อาจเปรียบเปรยได้ว่าสวนเอเดนเป็นสถานที่ซึ่งผู้คนใช้แสงจากตะเกียงน้ำมันก๊าซและสวรรค์คือสถานที่ซึ่งผู้คนใช้ความสว่างจากพลังงานไฟฟ้า แสงตะเกียงและแสงไฟฟ้าแตกต่างกันอย่างสิ้นเชิงฉันใด สถานที่รอคอยในสวรรค์ก็แตกต่างจากสวนเอเดนอย่างสิ้นเชิงด้วยฉันนั้น

สถานที่รอคอยตั้งอยู่ที่ริมเขตเมืองบรมสุขเกษม

สถานที่รอคอยตั้งอยู่ที่ริมเขตเมืองบรมสุขเกษม เมืองบรมสุขเกษมเป็นสถานที่สำหรับผู้คนที่มีความเชื่อเพียงเล็กน้อยและอยู่ห่างไกล

ลจากพระที่นั่งของพระเจ้าที่สุด สถานที่แห่งนี้กว้างใหญ่มาก

ผู้คนที่รอคอยอยู่ที่ริมเขตเมืองบรมสุขเกษมกำลังสะสมความรู้ฝ่ายวิญญาณจากบรรดาผู้เผยพระวจนะ คนเหล่านี้เรียนรู้เกี่ยวกับพระเจ้าตรีเอกานุภาพ สวรรค์ และกฎเกณฑ์ของโลกฝ่ายวิญญาณเป็นต้น ขนาดของความรู้ดังกล่าวไม่มีขอบเขตจำกัด ดังนั้นการเรียนรู้นี้จึงไม่มีที่สิ้นสุด แต่การเรียนรู้เรื่องราวฝ่ายวิญญาณเป็นสิ่งที่ไม่น่าเบื่อหรือยุ่งยากเหมือนกับการศึกษาบางด้านของโลกนี้ ยิ่งท่านเรียนรู้มากเท่าใด ท่านก็จะมีความประหลาดใจและมีความรอบรู้มากยิ่งขึ้นเท่านั้น ดังนั้น ท่านจึงโปรดปรานกับการเรียนรู้นี้มากขึ้นเรื่อย ๆ

ในโลกนี้ ผู้คนที่มีจิตใจสะอาดและสุภาพอ่อนน้อมก็สามารถสื่อสารกับพระเจ้าและบรรลุถึงความรู้ฝ่ายวิญญาณได้ คนเหล่านี้บางคนมองเห็นโลกฝ่ายวิญญาณเพราะสายตาฝ่ายวิญญาณของเขาถูกเปิดออก นอกจากนั้น บางคนสามารถรู้ถึงเรื่องราวฝ่ายวิญญาณด้วยการดลใจของพระวิญญาณบริสุทธิ์ คนเหล่านี้สามารถเรียนรู้เกี่ยวกับความเชื่อหรือกฎเกณฑ์ของการรับเอาคำตอบต่อคำอธิษฐานเพื่อเขาจะมีประสบการณ์กับฤทธิ์อำนาจของพระเจ้าซึ่งเป็นของวิญญาณได้แม้ในขณะที่อยู่ในโลกกายภาพใบนี้ก็ตาม

ถ้าท่านสามารถเรียนรู้เรื่องราวฝ่ายวิญญาณและมีประสบการณ์กับสิ่งเหล่านี้ในโลกกายภาพใบนี้ ท่านก็จะมีพลังอำนาจและความสุขมากยิ่งขึ้น แต่ท่านจะมีความสุขและความยินดีมากยิ่งกว่านี้สักเพียงใดถ้าท่านสามารถเรียนรู้เรื่องราวฝ่ายวิญญาณนี้อย่างลึกซึ้งในสถานที่รอคอยในสวรรค์

ฟังข่าวสารเกี่ยวกับโลกนี้

ผู้คนที่อยู่ในสถานที่รอคอยในสวรรค์จะชื่นชมกับชีวิตแบบใด คนเหล่านี้มีประสบการณ์กับสันติสุขที่แท้จริงและรอคอยการเดินทางไปสู่บ้านนิรันดร์ของตนในสวรรค์ คนเหล่านี้ไม่ขาดแคลนสิ่งใดพร้อมทั้งเต็มล้นด้วยความสุขและความยินดี เขาไม่ได้เสียเวลาไปโดย

เปล่าประโยชน์ แต่จะเรียนรู้หลายสิงหลายอย่างจากทูตสวรรค์และผู้เผยพระวจนะอย่างต่อเนือง

ในหมู่คนเหล่านีมีบางคนได้รับมอบหมายให้เป็นผู้นำและคนเหล่านีดำเนินชีวิตตามลำดับชัน เขาถูกสังห้ามไม่ให้ลงมายังโลก ดังนันเขาจึงอยากรู้อยากเห็นตลอดเวลาว่าเกิดอะไรขึนในโลกนีบ้าง คนเหล่านีไม่ได้อยากรู้อยากเห็นเกียวกับเรืองราวฝ่ายโลก แต่อยากรู้อยากเห็นเกียวกับสิงต่าง ๆ ทีเกียวข้องกับแผ่นดินของพระเจ้า เช่น “คริสตจักรทีข้าพเจ้าเคยรับใช้มีสภาพอย่างไรบ้าง คริสตจักรทำหน้าทีซึงได้รับมอบหมายให้สำเร็จลุล่วงไปมากน้อยเพียงใด โครงการพันธกิจโลกของคริสตจักรดำเนินไปถึงไหน” เป็นต้น

ดังนัน คนเหล่านีจึงพอใจมากเมือเขาได้ยินข่าวเกียวกับโลกนีผ่านทางทูตสวรรค์หรือผู้เผยพระวจนะในนครเยรูซาเล็มใหม่ทีสามารถลงมาในโลกนีได้

ครังหนึงพระเจ้าทรงเปิดเผยให้ข้าพเจ้าทราบเกียวกับสมาชิกบางคนในคริสตจักรของข้าพเจ้าทีกำลังพำนักอยู่ในสถานทีรอคอยในสวรรค์ คนเหล่านันกำลังอธิษฐานอยู่ในสถานทีต่างกันและกำลังรอฟังข่าวเกียวกับคริสตจักรของข้าพเจ้า สมาชิกเหล่านีสนใจในเรืองภารกิจทีคริสตจักรของข้าพเจ้าได้รับมอบหมายเป็นพิเศษ ซึงได้แก่พันธกิจโลกและการสร้างสถานทีนมัสการขนาดใหญ่ คนเหล่านีมีความสุขมากทุกครังทีเขาได้ยินข่าวดี ดังนัน เมือเขาได้ยินถึงการทีพระเจ้าทรงได้รับเกียรติจากพันธกิจการประกาศพระกิตติคุณในต่างประเทศของคริสตจักรเรา คนเหล่านีตืนเต้นดีใจมากพร้อมกับจัดงานเลียงเฉลิมฉลองขึน

เช่นเดียวกัน บางครังผู้คนทีอยู่ในสถานทีรอคอยในสวรรค์ใช้ชีวิตอยู่อย่างมีความสุขและความชืนชมยินดีเมือเขาได้ยินข่าวเกียวกับโลกนี

ลำดับชันทีเข้มงวดในสถานทีรอคอยในสวรรค์

ผู้คนที่มีความเชื่อในระดับต่าง ๆ (ซึ่งจะเข้าไปสู่สถานที่ต่างกันภายในสวรรค์หลังจากวันพิพากษา) พำนักอยู่ในสถานที่รอคอยในสวรรค์ ที่นี่มีการรักษาลำดับชั้นอย่างเข้มงวด ผู้คนที่มีความเชื่อน้อยกว่าจะแสดงความเคารพต่อผู้คนที่มีความเชื่อมากกว่าด้วยการโค้งคำนับ ลำดับชั้นฝ่ายวิญญาณไม่ได้ถูกกำหนดโดยตำแหน่งของโลกนี้ แต่ถูกกำหนดโดยขนาดของการชำระให้บริสุทธิ์และความสัตย์ซื่อของคนเหล่านั้นต่อหน้าที่ซึ่งตนได้รับมอบหมายจากพระเจ้า

ดังนั้นจึงมีการรักษาลำดับชั้นด้วยวิธีการนี้อย่างเข้มงวดเพราะพระเจ้าแห่งความชอบธรรมทรงครอบครองเหนือสวรรค์ เนื่องจากการจัดลำดับชั้นจะถูกกำหนดบนพื้นฐานของความสว่างเจิดจ้าของการเป็นแสงสว่าง ขนาดของความดีงาม และขนาดของความรักของผู้เชื่อแต่ละคน ดังนั้นจึงไม่มีผู้ใดบ่นต่อว่า ในสวรรค์ทุกคนเชื่อฟังลำดับชั้นฝ่ายวิญญาณเพราะไม่มีความชั่วร้ายอยู่ในจิตใจของผู้ที่รอดแล้ว

แต่ลำดับชั้นและสง่าราศีที่แตกต่างกันนี้ไม่ได้มีไว้เพื่อบังคับคนอื่นให้เชื่อฟัง การเชื่อฟังเกิดขึ้นจากความรักและการเคารพนับถือด้วยน้ำใสใจจริง ด้วยเหตุนี้ ในสถานที่รอคอยในสวรรค์ คนเหล่านี้จึงให้เกียรติทุกคนที่อยู่ก่อนตนอย่างจริงใจและแสดงความเคารพของตนด้วยการโค้งคำนับเพราะคนเหล่านี้สัมผัสถึงความแตกต่างฝ่ายวิญญาณโดยธรรมชาติ

4. ผู้คนที่ไม่ได้อยู่ในสถานที่รอคอย

ทุกคนที่มุ่งหน้าไปสู่ที่อยู่ของตนในสวรรค์หลังจากวันพิพากษาจะพำนักอยู่ในสถานที่รอคอยซึ่งตั้งอยู่ที่ริมเขตเมืองบรมสุขเกษม แต่มีข้อยกเว้นสำหรับบางคน ผู้คนที่ไปยังนครเยรูซาเล็มใหม่ (ซึ่งเป็นสถานที่งดงามที่สุดในสวรรค์) จะมุ่งตรงไปยังนครนั้นเพื่อช่วยท

ำงานให้กับพระเจ้าที่นั่น ผู้คนเหล่านี้มีจิตใจสะอาดสุกใสและงดงามดุจแก้ว (เหมือนพระทัยของพระเจ้า) กำลังดำเนินชีวิตอยู่ในความรักและการเอาใจใส่ดูแลพิเศษของพระเจ้า

คนเหล่านี้จะช่วยทำงานให้กับพระเจ้าในนครเยรูซาเล็มใหม่

เวลานี้บิดาแห่งความเชื่อของเรา (ซึ่งได้รับการชำระให้บริสุทธิ์และสัตย์ซื่อต่อทุกสิ่งในชุมชนของพระเจ้า) อย่างเช่น เอลียาห์ เอโนค อับราฮัม โมเสส และอัครทูตเปาโลพำนักอยู่ ณ ที่ใด คนเหล่านี้กำลังพำนักอยู่ในสถานที่รอคอยซึ่งตั้งอยู่ริมเขตเมืองบรมสุขเกษมใช่หรือไม่ ไม่ใช่ เพราะคนเหล่านี้ได้รับการชำระให้บริสุทธิ์อย่างสมบูรณ์และมีจิตใจเหมือนพระทัยของพระเจ้า คนเหล่านี้อยู่ในนครเยรูซาเล็มใหม่ แต่เพราะการพิพากษายังไม่ได้เกิดขึ้น คนเหล่านี้จึงไม่สามารถเข้าไปอยู่อาศัยในบ้านเรือนนิรันดร์ของตน

ถ้าเช่นนั้น คนเหล่านี้พำนักอยู่ในส่วนใดของนครเยรูซาเล็มใหม่ ในนครเยรูซาเล็มใหม่ (ซึ่งมีความกว้าง ความยาว และความสูง 1,500 ไมล์) มีพื้นที่ฝ่ายวิญญาณต่างมิติอยู่สองสามแห่งซึ่งเป็นพื้นสำหรับพระที่นั่งของพระเจ้า พื้นที่สำหรับการก่อสร้างที่พำนัก และพื้นที่สำหรับบิดาแห่งความเชื่อของเราซึ่งเข้าไปอยู่ในนครเยรูซาเล็มใหม่ที่กำลังทำงานร่วมกับองค์พระเป็นเจ้า

บิดาแห่งความเชื่อของเราซึ่งอยู่ในนครเยรูซาเล็มใหม่กำลังรอคอยวันเวลาที่คนเหล่านั้นจะเข้าไปสู่บ้านนิรันดร์ของตนในขณะที่เขากำลังช่วยทำงานให้กับองค์พระผู้เป็นเจ้าในการจัดเตรียมสถานที่ไว้สำหรับเรา คนเหล่านี้ปรารถนาอย่างยิ่งที่จะเข้าไปสู่บ้านเรือนนิรันดร์ของตนเพราะเขาจะเข้าไปสู่สถานที่แห่งนั้นได้ภายหลังการเสด็จมาครั้งที่สองของพระเยซูคริสต์ในฟ้าอากาศ งานเลี้ยงสมรสเจ็ดปี และยุคพันปีบนโลกนี้เท่านั้น

อัครทูตเปาโลผู้ที่เต็มล้นไปด้วยความหวังเกี่ยวกับสวรรค์กล่าวไ

ว้ใน 2 ทิโมธี 4:7-8 ว่า:

“ข้าพเจ้าได้ต่อสู้อย่างเต็มกำลัง ข้าพเจ้าได้แข่งขันจนถึงที่สุด ข้าพเจ้าได้รักษาความเชื่อไว้แล้ว ต่อแต่นี้ไปมงกุฎแห่งความชอบธรรมก็จะเป็นของข้าพเจ้า ซึ่งองค์พระผู้เป็นเจ้าผู้พิพากษาอันชอบธรรมจะทรงประทานเป็นรางวัลแก่ข้าพเจ้าในวันนั้นและมิใช่แก่ข้าพเจ้าผู้เดียวเท่านั้น แต่จะทรงประทานแก่คนทั้งปวงที่ยินดีในการเสด็จมาของพระองค์”

ผู้คนที่กำลังต่อสู้อย่างเต็มกำลังและชื่นชมยินดีในการเสด็จมาขององค์พระผู้เป็นเจ้ามีความหวังใจอย่างเต็มเปี่ยมเกี่ยวกับที่อยู่และรางวัลของตนในสวรรค์ ความเชื่อและความหวังประเภทนี้สามารถเพิ่มพูนขึ้นได้ถ้าท่านรู้ถึงมิติฝ่ายวิญญาณมากขึ้น และนั่นคือสาเหตุที่ข้าพเจ้ากำลังอธิบายถึงสวรรค์โดยละเอียด

สวนเอเดนในสวรรค์ชั้นที่สองหรือสถานที่รอคอยในสวรรค์ชั้นที่สามยังคงเป็นสถานที่อันงดงามกว่าโลกนี้ แต่สถานที่เหล่านี้ก็ไม่อาจนำไปเปรียบเทียบกับสง่าราศีและความรุ่งโรจน์ของนครเยรูซาเล็มใหม่ซึ่งเป็นที่ตั้งของพระที่นั่งของพระเจ้า

ด้วยเหตุนี้ ข้าพเจ้าจึงอธิษฐานในพระนามขององค์พระผู้เป็นเจ้าเพื่อท่านจะไม่เพียงแต่มุ่งหน้าไปสู่นครเยรูซาเล็มใหม่ด้วยความเชื่อและความหวังแบบของอัครทูตเปาโลเท่านั้น แต่ท่านจะนำดวงวิญญาณอีกมากมายไปสู่หนทางแห่งความรอดด้วยการเผยแพร่พระกิตติคุณออกไป แม้การทำภารกิจนี้อาจทำให้ท่านต้องสละชีวิตของตนก็ตาม

บทที่ 3

งานเลี้ยงสมรสเจ็ดปี

การเสด็จมาของพระเยซูและงานเลี้ยงสมรสเจ็ดปี
ยุคพันปี
รับรางวัลในสวรรค์หลังจากวันพิพากษา

> ผู้ใดที่ได้มีส่วนในการฟื้นจากความตายครั้งแรกก็เป็นสุขและบริสุทธิ์
> ความตายครั้งที่สองจะไม่มีอำนาจเหนือคนเหล่านั้น
> แต่เขาจะเป็นปุโรหิต
> ของพระเจ้าและของพระคริสต์และจะครอบครองร่วมกับพระองค์ตลอด
> เวลาพันปี
>
> - วิวรณ์ 20:6 -

ก่อนที่ท่านจะได้รับรางวัลของท่านและเริ่มต้นชีวิตนิรันดร์ในสวรรค์ ท่านจะเข้าสู่การพิพากษา ณ ที่พระที่นั่งใหญ่สีขาว ก่อนถึงวันพิพากษาครั้งใหญ่ จะมีเหตุการณ์ของการเสด็จมาครั้งสองของององค์พระผู้เป็นเจ้าในฟ้าอากาศ งานเลี้ยงสมรสเจ็ดปี และการเสด็จกลับยังโลกนี้ขององค์พระผู้เป็นเจ้า และยุคพันปี

เหตุการณ์เหล่านี้คือสิ่งที่พระเจ้าได้ทรงจัดเตรียมไว้เพื่อเล้าโลมบุตรที่รักของพระองค์ผู้ซึ่งรักษาความเชื่อของตนเอาไว้ในโลกนี้ และทรงอนุญาตให้คนเหล่านี้ได้ลิ้มรสของสวรรค์

ด้วยเหตุนี้ ผู้ที่เชื่อในการเสด็จมาครั้งที่สองขององค์พระผู้เป็นเจ้าและชื่นชมยินดีที่จะพบกับพระองค์ผู้ทรงเป็นเจ้าบ่าวก็จะได้เข้าร่วมในงานเลี้ยงสมรสและยุคพันปี พระคำของพระเจ้าที่บันทึกไว้ในพระคัมภีร์เป็นความจริงและคำพยากรณ์ทั้งสิ้นกำลังสำเร็จเป็นจริงในปัจจุบัน

ท่านควรเป็นผู้เชื่อที่ฉลาดและพยายามให้ดีที่สุดที่จะเตรียมตัวท่านให้พร้อมในฐานะเจ้าสาวของพระองค์โดยรู้ว่าถ้าท่านไม่ตื่นตัวและไม่ได้ดำเนินชีวิตตามพระคำของพระเจ้า วันขององค์พระผู้เป็นเจ้าจะมาถึงเหมือนอย่างขโมยและท่านจะล้มลงไปสู่ความตาย

ขอให้เราศึกษาถึงสิ่งมหัศจรรย์ต่าง ๆ ที่บุตรของพระเจ้าจะมีประสบการณ์ก่อนที่คนเหล่านี้เข้าไปสู่สวรรค์ซึ่งสุกใสและงดงามดุจแก้วโดยละเอียด

1. การเสด็จมาของพระเยซูและงานเลี้ยงสมรสเจ็ดปี

อัครทูตเปาโลเขียนไว้ในโรม 10:9 ว่า "คือว่าถ้าท่านจะรับด้วยปากของท่านว่าพระเยซูทรงเป็นองค์พระผู้เป็นเจ้าและเชื่อในจิตใจว่าพระเจ้าได้ทรงชุบพระองค์ให้เป็นขึ้นมาจากความตาย ท่านจะรอด" เพื่อให้มีความรอด ท่านต้องไม่เพียงแต่ยอมรับว่าพระเยซูทรงเป็นพระผู้ช่วยให้รอดของท่านเท่านั้น แต่ท่านต้องเชื่อในจิตใจของท่านเช่นกันว่าพระองค์ทรงสิ้นพระชนม์และทรงเป็นขึ้นมาจากความตาย

ถ้าท่านไม่เชื่อในการเป็นขึ้นมาจากความตายของพระเยซู ท่านก็ไม่สามารถเชื่อในการเป็นขึ้นมาของท่านเองในการเสด็จมาครั้งที่สองขององค์พระเป็นเจ้า ท่านจะไม่สามารถเชื่อในการเสด็จมาครั้งที่สองขององค์พระผู้เป็นเจ้าเช่นกัน ถ้าท่านไม่เชื่อในการมีอยู่จริงของนรกและสวรรค์ ท่านก็ไม่มีกำลังที่จะดำเนินชีวิตตามพระคำของพระเจ้าและท่านจะไม่รอด

เป้าหมายสูงสุดของชีวิตคริสเตียน

1 โครินธ์ 15:19 กล่าวไว้ว่า "ถ้าในชีวิตนี้พวกเราซึ่งอยู่ในพระคริสต์มีแต่ความหวังเท่านั้น เราก็เป็นพวกที่น่าสังเวชที่สุดในบรรดาคนทั้งปวง" บุตรของพระเจ้ามาที่คริสตจักร ร่วมนมัสการ และรับใช้องค์พระผู้เป็นเจ้าในด้านต่าง ๆ ทุกวันอาทิตย์ซึ่งแตกต่างจากผู้คนที่ไม่เชื่อของโลกนี้ เพื่อดำเนินชีวิตตามพระคำของพระเจ้า บ่อยครั้งบุตรของพระเจ้าต้องอดอาหารและอธิษฐานอย่างร้อนรนในสถานนมัสการของพระองค์ในตอนเช้าตรู่หรือในยามดึกดื่นของค่ำคืนแม้ว่าคนเหล่านี้ต้องการพักผ่อนก็ตาม

นอกจากนั้น บุตรของพระเจ้าไม่แสวงหาประโยชน์ของตนเอง แต่จะรับใช้คนอื่นและเสียสละตนเองเพื่อแผ่นดินของพระเจ้า นั่นคือสาเหตุที่ว่าถ้าสมมุติว่าสวรรค์ไม่มีจริง ผู้สัตย์ซื่อเหล่านี้ก็คงเป็นคนที่น่าสมเพศมากที่สุด แต่เป็นที่แน่นอนว่าองค์พระผู้เป็นเจ้ากำลังจะเสด็จมาเพื่อรับท่านไปสู่สวรรค์และพระองค์กำลังจัดเตรียมสถานที่อันงดงามไว้สำหรับท่าน พระองค์จะประทานรางวัลแก่ท่านตามที่ท่านได้หว่านและกระทำไว้ในโลกนี้

พระเยซูตรัสไว้ในมัทธิว 16:27 ว่า "เหตุว่าเมื่อบุตรมนุษย์จะเสด็จมาด้วยพระสิริแห่งพระบิดาและพร้อมด้วยทูตสวรรค์ของพระองค์ เมื่อนั้นจะประทานบำเหน็จให้ทุกคนตามการกระทำของตน" วลีที่ว่า "ประทานบำเหน็จให้ทุกคนตามการกระทำของตน" ในที่นี้ไม่ได้หมายความว่าเป็นเพียงการไปสวรรค์หรือไปนรกเท่านั้น แม้ในบรรดาผู้เชื่อที่ไปสวรรค์ บำเหน็จและสง่าราศีที่คนเหล่านี้จะไ

ด้รับก็แตกต่างกันตามการดำเนินชีวิตในโลกของคนเหล่านั้น

บางคนไม่พอใจและกลัวที่จะได้ยินว่าองค์พระผู้เป็นเจ้ากำลังเสด็จกลับมาในไม่ช้า แต่ถ้าท่านรักองค์พระผู้เป็นเจ้าและมีความหวังเกี่ยวกับสวรรค์อย่างแท้จริงก็เป็นเรื่องธรรมชาติสำหรับท่านที่จะหวังและรอคอยพบกับองค์พระผู้เป็นเจ้า ถ้าท่านยอมรับด้วยริมฝีปากของท่านว่า "ข้าแต่องค์พระผู้เป็นเจ้า ข้าพระองค์รักพระองค์" แต่กลับไม่ชอบและกลัวที่จะได้ยินว่าองค์พระผู้เป็นเจ้ากำลังจะเสด็จกลับมาในไม่ช้า ถ้าเป็นเช่นนี้ท่านคงไม่สามารถพูดได้ว่าท่านรักองค์พระผู้เป็นเจ้าอย่างแท้จริง

ด้วยเหตุนี้ ท่านควรรอรับองค์พระผู้เป็นเจ้าผู้ทรงเป็นเจ้าบ่าวของท่านด้วยการความชื่นชมยินดีโดยคาดหวังถึงการเสด็จกลับมาของพระองค์ในจิตใจของท่านและเตรียมตัวท่านให้พร้อมในฐานะเจ้าสาว

การเสด็จมาครั้งที่สองขององค์พระผู้เป็นเจ้าในฟ้าอากาศ

1 เธสะโลนิกา 4:16-17 บันทึกไว้ว่า "ด้วยว่าองค์พระผู้เป็นเจ้าจะเสด็จมาจากสวรรค์ด้วยพระดำรัสสั่ง ด้วยสำเนียงเรียกของเทพบดีและด้วยเสียงแตรของพระเจ้าและคนทั้งปวงในพระคริสต์ที่ตายแล้วจะเป็นขึ้นมาก่อน หลังจากนั้นเราทั้งหลายซึ่งยังเป็นอยู่จะถูกรับขึ้นไปในเมฆพร้อมกับคนเหล่านั้นและจะได้พบองค์พระผู้เป็นเจ้าในฟ้าอากาศ อย่างนั้นแหละเราก็จะอยู่กับองค์พระผู้เป็นเจ้าเป็นนิตย์"

เมื่อองค์พระผู้เป็นเจ้าเสด็จกลับมาอีกครั้งในฟ้าอากาศ บุตรของพระเจ้าแต่ละคนจะเปลี่ยนไปสู่ร่างกายฝ่ายวิญญาณและจะถูกรับขึ้นไปในฟ้าอากาศเพื่อต้อนรับองค์พระผู้เป็นเจ้า มีบางคนที่รอดและเสียชีวิตไปแล้ว ร่างกายของคนเหล่านี้ถูกฝังไว้และวิญญาณของเขากำลังรอคอยอยู่ในเมืองบรมสุขเกษม เราเรียกคนเหล่านี้ว่า "ล่วงหลับไปในองค์พระผู้เป็นเจ้า" วิญญาณของคนเหล่านี้จะถูกรวมเข้ากับร่างกายฝ่ายวิญญาณที่ได้รับการเปลี่ยนแปลงใหม่จากร่างกายเดิมของเขาที่ถูกฝัง คนเหล่านี้จะนำหน้าผู้ค

นที่จะต้อนรับองค์พระผู้เป็นเจ้าโดยไม่พบกับความตายซึ่งเปลี่ยนไปสู่ร่างกายฝ่ายวิญญาณและถูกรับขึ้นไปในฟ้าอากาศ

พระเจ้าทรงจัดงานเลี้ยงสมรสในฟ้าอากาศ

เมื่อองค์พระผู้เป็นเจ้าเสด็จกลับมาในฟ้าอากาศ ทุกคนที่รอดนับจากช่วงเวลาของการทรงสร้างจะต้อนรับองค์พระผู้เป็นเจ้าผู้ทรงเป็นเจ้าบ่าวของตน ในช่วงเวลานี้ พระเจ้าทรงจัดงานเลี้ยงสมรสเพื่อเล้าโลมบุตรของพระองค์ที่รอดโดยความเชื่อ คนเหล่านี้จะได้รับรางวัลแน่นอนในสวรรค์ในภายหลังสำหรับการกระทำของตน แต่สำหรับเวลานี้ พระเจ้าทรงจัดงานเลี้ยงสมรสในฟ้าอากาศเพื่อเล้าโลมบุตรทั้งหลายของพระองค์

ยกตัวอย่าง ถ้านายพลเดินทางกลับมาจากการสู้รบด้วยชัยชนะอันยิ่งใหญ่ กษัตริย์จะทรงกระทำสิ่งใด กษัตริย์จะประทานรางวัลนานาชนิดแก่นายพลสำหรับภารกิจที่ดีเยี่ยม กษัตริย์อาจประทานบ้าน ที่ดิน เงินทอง และจัดงานเลี้ยงสังสรรค์เพื่อตอบแทนชัยชนะของนายพลด้วย

ในทำนองเดียวกัน พระเจ้าจะทรงประทานสถานที่อยู่และรางวัลในสวรรค์แก่บุตรของพระองค์หลังจากวันแห่งการพิพากษา แต่ก่อนที่จะถึงวันนั้น พระองค์จะทรงจัดงานเลี้ยงสมรสให้กับบุตรขององค์พระองค์เพื่อให้คนเหล่านี้มีความสุขและเพื่อแบ่งปันความชื่นชมยินดีกับเขา แม้สิ่งที่ทุกคนได้กระทำเพื่อแผ่นดินของพระเจ้าในโลกนี้จะแตกต่างกัน แต่พระองค์ก็ทรงจัดงานเลี้ยงงานเลี้ยงให้กับทุกคนบนพื้นที่ฐานที่ว่าคนเหล่านี้รอดแล้ว

“ฟ้าอากาศ” ซึ่งจะเป็นสถานที่จัดงานเลี้ยงสมรสนี้อยู่ที่ไหน คำว่า “ฟ้าอากาศ” ในที่นี้ไม่ได้หมายถึงท้องฟ้าที่เรามองเห็นด้วยตาเปล่า ถ้าสมมุติว่า “ฟ้าอากาศ” ในที่นี้คือท้องฟ้าที่ท่านมองเห็นด้วยตาเปล่า บรรดาคนที่รอดเหล่านั้นคงต้องจัดงานเลี้ยงซึ่งลอยอยู่บนท้องฟ้า นอกจากนั้น ผู้คนที่รอดนับตั้งแต่ช่วงเวลาของการทรงสร้างต้องมีจำนวนมากอย่างแน่นอน ท้องฟ้าของโลกนี้คงไม่สามารถรองรับคนเ

หล่านี้ได้ทุกคนแน่

ยิ่งกว่านั้น งานเลี้ยงจะมีการวางแผนและจัดเตรียมเป็นอย่างดีในทุกรายละเอียดเพราะว่าพระเจ้าทรงเป็นผู้จัดเตรียมงานเลี้ยงนี้ด้วยพระองค์เองเพื่อเล้าโลมบุตรของพระองค์ มีสถานที่แห่งหนึ่งที่พระเจ้าทรงจัดเตรียมมาเป็นเวลานาน สถานที่แห่งนี้คือ "ฟ้าอากาศ" ซึ่งพระเจ้าทรงเตรียมไว้เพื่อจัดงานเลี้ยงสมรสเจ็ดปีและสถานที่แห่งนี้อยู่ในสวรรค์ชั้นที่สอง

"ฟ้าอากาศ" อยู่ในสวรรค์ชั้นที่สอง

เอเฟซัส 2:2 กล่าวถึงช่วงเวลา "ครั้งเมื่อก่อนท่านเคยประพฤติในการบาปนั้นตามวิถีของโลก ตามเจ้าแห่งย่านอากาศ คือวิญญาณที่ครอบครองอยู่ในคนทั้งหลายที่ไม่เชื่อฟัง" ดังนั้น คำว่า "ฟ้าอากาศ" จึงหมายถึงสถานที่ซึ่งวิญญาณชั่วมีสิทธิอำนาจด้วยเช่นกัน

แต่สถานที่จัดงานเลี้ยงสมรสเจ็ดปีกับสถานที่อยู่ของวิญญาณชั่วไม่ใช่สถานที่เดียวกัน เหตุผลที่พระคัมภีร์ใช้คำว่า "ฟ้าอากาศ" (หรือ "ย่านอากาศ") เหมือนกันก็เพราะว่าสถานที่ทั้งสองแห่งอยู่ในสวรรค์ชั้นที่สอง แต่ถึงกระนั้น แม้แต่สวรรค์ชั้นที่สองก็ไม่ได้เป็นพื้นที่แห่งเดียว แต่ถูกแบ่งออกเป็นหลายพื้นที่ ดังนั้น สถานที่ซึ่งจะมีการจัดงานเลี้ยงสมรสกับสถานที่อยู่ของวิญญาณชั่วจึงถูกแยกออกจากกัน

พระเจ้าทรงสร้างมิติฝ่ายวิญญาณใหม่ซึ่งเรียกว่า "สวรรค์ชั้นที่สอง" โดยนำเอาบางส่วนมาจากมิติฝ่ายวิญญาณที่มีอยู่ทั้งหมด จากนั้นพระองค์ทรงแบ่งมิตินี้ออกเป็นสองพื้นที่ พื้นที่หนึ่งคือเอเดนซึ่งเป็นพื้นที่แห่งความสว่างและเป็นของพระเจ้า ส่วนอีกพื้นที่หนึ่งเป็นพื้นที่แห่งความมืดซึ่งพระเจ้าทรงมอบให้เป็นที่อยู่ของเหล่าวิญญาณชั่ว

พระเจ้าทรงสร้างสวนเอเดน (ที่ซึ่งอาดัมอาศัยอยู่จนกระทั่งการฝ่าฝืนของมนุษย์เริ่มต้นขึ้น) ไว้ทางด้านทิศตะวันออกของเอเดนและทรงให้อาดัมอาศัยอยู่ในสวนแห่งนี้ พระเจ้าทรงมอบพื้นที่แห่งความมืดแก่วิญญาณชั่วเช่นกันและทรงอนุญาตให้วิญญาณเหล่านี้อาศัยอยู่

ที่นั่น พื้นที่แห่งความมืดและเอเดนถูกแยกออกจากกันอย่างเข้มงวด

สถานที่ของการจัดงานเลี้ยงสมรสเจ็ดปี
ถ้าเช่นนั้น งานเลี้ยงสมรสเจ็ดปีจะจัดขึ้น ณ ที่ใด สวนเอเดนเป็นเพียงส่วนหนึ่งของเอเดน และยังมีพื้นที่อื่น ๆ อีกมากมายในเอเดน พระเจ้าทรงจัดเตรียมหนึ่งในสถานที่เหล่านั้นพระเจ้าไว้ให้เป็นสถานที่จัดงานเลี้ยงสมรสเจ็ดปี

สถานที่จัดงานเลี้ยงสมรสเจ็ดปีมีความงดงามมากกว่าสวนเอเดน ที่นั่นมีดอกไม้และต้นไม้อันงดงามนานาชนิด แสงสว่างอันหลากสีส่องเจิดจ้าอยู่ทั่วไป ธรรมชาติที่แสนสะอาดและงดงามเหนือคำบรรยายรายห้อมล้อมสถานที่แห่งนี้ไว้

นอกจากนั้น สถานที่แห่งนี้ยังกว้างใหญ่ไพศาลด้วยเนื่องจากทุกคนที่ได้รับความรอดนับตั้งแต่ช่วงเวลาแห่งการทรงสร้างจะเข้าร่วมในงานเลี้ยงสมรสนี้ด้วย ที่นี่มีปราสาทขนาดใหญ่หลังหนึ่งและเต็มไปด้วยความสุขซึ่งเกินคำบรรยาย ตอนนี้ ข้าพเจ้าอยากเชิญชวนท่านเข้าสู่ปราสาทสำหรับการจัดงานเลี้ยงสมรสเจ็ดปี ข้าพเจ้าหวังว่าท่านจะสัมผัสถึงความสุขของการเป็นเจ้าสาวขององค์พระผู้เป็นเจ้าผู้ทรงเป็นแขกผู้มีเกียรติของงานเลี้ยงนี้

พบกับองค์พระผู้เป็นเจ้าในสถานที่สว่างไสวและงดงาม
เมื่อท่านเดินทางไปถึงห้องจัดงานเลี้ยง ท่านจะพบกับห้องโถงขนาดใหญ่ที่สว่างไสวไปด้วยแสงสว่างซึ่งท่านไม่เคยเห็นมาก่อน ท่านจะรู้สึกว่าตัวของท่านเบายิ่งกว่าขนนกเสียอีก เมื่อท่านก้าวเท้าลงบนหญ้าสีเขียวอย่างแผ่วเบา พื้นที่รายล้อมซึ่งตอนแรกไม่ปรากฏให้เห็นเนื่องจากแสงสว่างอันเจิดจ้าบัดนี้เริ่มเป็นที่ปรากฏแก่สายตาของท่าน ท่านมองเห็นท้องฟ้าและทะเลสาบที่สะอาดสุกใสจนทำให้ตาของท่านพร่ามัว ทะเลสาบแห่งนี้สะท้อนแสงเหมือนที่เพชรพลอยสะท้อนสีสันอันงดงามของตนออกมาเมื่อใดก็ตามที่น้ำกระเพื่อม

ทั้งสี่ด้านของสถานที่แห่งนี้เต็มไปด้วยดอกไม้และต้นไม้สีเขีย

วสดนานาชนิด ดอกไม้เหล่านั้นโยกย้ายไปมาเหมือนกับลูกคลื่น และท่านได้กลิ่นอันสดชื่นและหอมหวลซึ่งท่านไม่เคยสัมผัสมาก่อน ไม่นานก็มีนกนานาชนิดบินเข้ามาต้อนรับท่านด้วยเสียงเพลง ปลาสวยงามที่อยู่ในทะเลสาบ (ซึ่งใสสะอาดจนท่านสามารถมองเห็นสิ่งต่าง ๆ ที่อยู่ใต้ผิวน้ำ) ต่างก็โค้งคำนับเพื่อต้อนรับท่าน

แม้แต่พื้นหญ้าที่ท่านยืนอยู่ก็นุ่มนวลเหมือนสำลี สายลมที่ทำให้เสื้อผ้าของท่านปลิวไสวโอบรัดกายของท่านอย่างแผ่วเบา ในช่วงเวลานั้น แสงสว่างเจิดจ้าพุ่งตรงมาที่ตาของท่านและท่านมองเห็นท่านผู้หนึ่งยืนอยู่ท่ามกลางแสงสว่างนั้น

องค์พระผู้เป็นเจ้าทรงสวมกอดท่านและตรัสว่า “เจ้าสาวของเรา เรารักเจ้า”

ด้วยรอยยิ้มที่อ่อนโยนของพระองค์ องค์พระผู้เป็นเจ้าทรงเรียกท่านให้เข้ามาหาพระองค์พร้อมกับทรงอ้าแขนออกต้อนรับท่าน เมื่อท่านขึ้นไปหาพระองค์ พระพักตร์ของพระองค์ก็ปรากฏแก่ท่านอย่างชัดเจน พระองค์คือพระเยซูองค์พระผู้เป็นเจ้าผู้ทรงเป็นเจ้าบ่าวของท่านที่ท่านรักและเฝ้ารอคอยที่จะพบกับพระองค์มาโดยตลอด ในช่วงเวลานี้ น้ำตาของท่านเริ่มไหลอาบแก้ม ท่านไม่อาจหยุดหลั่งน้ำตาไว้ได้เพราะท่านเริ่มระลึกถึงช่วงเวลาที่ตนถูกฝัดร่อนบนโลกนี้

บัดนี้ท่านมองเห็นองค์พระผู้เป็นเจ้าแบบหน้าต่อหน้า พระองค์คือผู้ที่ทำให้ท่านสามารถสู้ทนกับสถานการณ์ที่ยากลำบาก การกดขี่ข่มเหง และการทดลองที่หนักที่สุดในโลกได้ องค์พระผู้เป็นเจ้าเสด็จมาหาท่าน ทรงสวมกอดท่านไว้ในพระทรวงของพระองค์ และตรัสกับท่านว่า “เจ้าสาวของเราเอ๋ย เราเฝ้ารอคอยวันนี้มาโดยตลอด เรารักเจ้า”

เมื่อได้ยินคำตรัสนี้น้ำตาของท่านยิ่งหลั่งไหลออกมามากขึ้น จากนั้นองค์พระผู้เป็นเจ้าทรงเช็ดน้ำตาของท่านอย่างอ่อนโยนและทรงสวมกอดท่านมากขึ้น เมื่อมองดูพระเนตรของพระองค์ท่านสามารถสัมผัสถึงพระทัยของพระองค์ที่กำลังตรัสกับท่านว่า “เรารู้จักเจ้าดี เรารู้จักน้ำตาและความเจ็บปวดของเจ้า ต่อไปนี้เจ้าจะมีแต่ความสุขแล

ะความชื่นชมยินดี"

ท่านเฝ้ารอคอยช่วงเวลานี้มานานเพียงใด เมื่อท่านอยู่ในอ้อมแขนของพระองค์ท่านอยู่ในความสงบสุขที่สุด ความชื่นชมยินดีและความไพบูลย์ห่อหุ้มร่างกายทั้งสิ้นของท่านเอาไว้

เวลานี้ท่านได้ยินเสียงเพลงแห่งการสรรเสริญอันแผ่วเบา ล้ำลึก และไพเราะล่องลอยมา จากนั้น องค์พระผู้เป็นเจ้าทรงจับมือของท่านไว้และทรงนำท่านไปสถานที่ซึ่งเป็นที่มาของเสียงแห่งการสรรเสริญนั้น

ห้องจัดงานเลี้ยงสมรสเต็มไปด้วยแสงสว่างหลากสี

ไม่นานต่อมา ท่านมองเห็นปราสาทที่เปล่งปลั่ง โอ่อ่า และสง่างามมากหลังหนึ่ง เมื่อท่านยืนอยู่หน้าประตูปราสาทหลังนั้น ประตูของปราสาทก็ค่อย ๆ เปิดออกและมีแสงสว่างเจิดจ้าจากปราสาทส่องส่องออกมาภายนอก เมื่อท่านเข้าไปในปราสาทพร้อมกับองค์พระผู้เป็นเจ้าท่านรู้สึกเหมือนกับว่าตนเองถูกความสว่างดึงดูดท่านเข้าไป ภายในตัวปราสาทมีห้องอันกว้างใหญ่ไพศาลจนท่านมองไม่เห็นปลายสุดของห้องนั้น ห้องนั้นได้รับตกแต่งด้วยเครื่องประดับและสิ่งของมากมายและเต็มไปด้วยแสงสว่างอันหลากสี

บัดนี้ เสียงแห่งการสรรเสริญมีความชัดเจนมากขึ้นและเสียงนั้นดังไปทั่วปราสาท ในที่สุด องค์พระผู้เป็นเจ้าทรงประกาศถึงการเริ่มต้นของงานเลี้ยงสมรสด้วยเสียงก้องกังวาล งานเลี้ยงสมรสเจ็ดปีเริ่มต้นขึ้นแล้วและท่านรู้สึกเหมือนกับว่างานเลี้ยงนี้เกิดขึ้นในความฝันของท่าน

ท่านสัมผัสถึงความสุขของช่วงเวลานี้หรือไม่ แน่นอน ไม่ใช่ทุกคนที่อยู่ในงานเลี้ยงจะได้อยู่กับองค์พระผู้เป็นเจ้าอย่างใกล้ชิดเช่นนี้ เฉพาะผู้คนที่มีคุณสมบัติเท่านั้นที่สามารถติดตามพระองค์อย่างใกล้ชิดและรับการสวมกอดจากพระองค์

ด้วยเหตุนี้ ท่านจึงควรเตรียมตัวให้พร้อมในฐานะเจ้าสาวและมีส่วนร่วมในธรรมชาติของพระเจ้า ถึงแม้ว่าทุกคนไม่ได้จับต้องพระห

ตถ์ขององค์พระผู้เป็นเจ้า แต่คนเหล่านั้นก็สัมผัสถึงความสุขและความไพบูลย์แบบเดียวกัน

ชื่นชมกับช่วงเวลาแห่งความสุขด้วยการร้องเพลงและการเต้นรำ

เมื่องานเลี้ยงสมรสเริ่มต้นขึ้น ท่านจะร้องเพลงและเต้นรำกับองค์พระผู้เป็นเจ้าพร้อมกับยกย่องสรรเสริญพระนามพระเจ้าพระบิดา ท่านเต้นรำกับองค์พระผู้เป็นเจ้า พูดกับพระองค์เกี่ยวกับช่วงเวลาที่ท่านอยู่ในโลก หรือเกี่ยวกับสวรรค์ที่ท่านกำลังจะไปอาศัยอยู่

ท่านยังพูดถึงความรักของพระเจ้าพระบิดาและถวายเกียรติแด่พระองค์เช่นกัน ท่านสามารถสนทนาพูดคุยกับผู้คนที่ท่านต้องการพูดคุยด้วยมาเป็นเวลานาน

ในขณะที่ท่านชื่นชมกับผลไม้ที่หลอมละลายอยู่ในปากของท่านและดื่มน้ำแห่งชีวิตที่ไหลออกมาจากพระที่นั่งของพระบิดา งานเลี้ยงก็ดำเนินต่อไปอย่างน่าหลงไหล แต่ท่านไม่จำเป็นต้องอยู่ในปราสาทตลอดระยะเจ็ดปี บางครั้งท่านจะออกไปนอกปราสาทและใช้เวลาอย่างมีความสุข

แล้วมีกิจกรรมและเหตุการณ์แห่งความสุขประเภทใดบ้างที่รอท่านอยู่ภายนอกปราสาท ท่านจะได้ชื่นชมกับธรรมชาติด้วยการผูกมิตรกับป่าไม้ ต้นไม้ ดอกไม้ และนก ท่านสามารถเดินพูดคุยกับผู้คนที่ท่านรักบนถนนที่ตกแต่งด้วยดอกไม้อันงดงามหรือบางครั้งท่านอาจสรรเสริญองค์พระผู้เป็นเจ้าด้วยการร้องเพลงและเต้นรำ นอกจากนั้น ยังมีหลายสิ่งหลายอย่างที่ท่านสามารถชื่นชมในพื้นที่เปิดขนาดใหญ่เช่นนั้น ยกตัวอย่าง ผู้คนอาจล่องเรือไปในทะเลสาบกับคนที่ตนรักหรือล่องเรือไปกับองค์พระผู้เป็นเจ้า ท่านอาจว่ายน้ำหรือสนุกกับความบันเทิงและเกมกีฬาหลากหลายชนิด พระเจ้าทรงจัดเตรียมหลายสิ่งหลายอย่างที่จะให้ความสุขและความชื่นชมยินดีแก่ท่านด้วยความรักและความห่วงใย

ไม่มีดวงสว่างดวงใดจะดับลงในช่วงเจ็ดปีของงานเลี้ยงสมรสแน่นอน เอเดนเป็นพื้นที่แห่งความสว่างและที่นั่นไม่มีความมืดในเอเดน ท่านไม่จำเป็นต้องเข้านอนและพักผ่อนเหมือนที่ท่านท

ำบนโลกนี้ ไม่ว่าท่านจะชื่นชมด้วยเวลาที่ยาวนานสักเท่าใดก็ตาม ท่านจะไม่มีวันเหน็ดเหนื่อย ตรงกันข้าม ท่านจะมีแต่ความสุขและความยินดีมากขึ้น

ดังนั้นท่านจึงไม่รู้สึกถึงการเดินทางของวันเวลาและช่วงเวลาเจ็ดปีผ่านพ้นไปเร็วเหมือนกับเจ็ดวันหรือเจ็ดชั่วโมง ถึงแม้ว่าท่านจะมีพ่อแม่ ลูกหลาน หรือญาติพี่น้องที่ไม่ได้ถูกรับขึ้นไปและกำลังประสบกับความทุกข์เวทนาครั้งใหญ่ เวลาจะผ่านไปอย่างรวดเร็วด้วยความยินดีและความสุขจนท่านไม่ได้คิดถึงคนเหล่านั้น

ขอบพระคุณมากขึ้นที่ได้รับความรอด

ผู้คนที่อยู่ในสวนเอเดนกับผู้คนที่อยู่ในงานเลี้ยงสมรสสามารถมองเห็นซึ่งกันและกันได้ แต่ไม่สามารถไปมาหาสู่กัน นอกจากนั้น วิญญาณชั่วสามารถมองเห็นงานเลี้ยงสมรสเช่นกันและท่านก็สามารถมองเห็นวิญญาณชั่ว วิญญาณเหล่านั้นไม่กล้าเข้ามาในงานเลี้ยงอย่างแน่นอน (แม้แต่คิดก็ไม่กล้า) แต่มันสามารถมองเห็นผู้คนที่อยู่ในงานเลี้ยงนั้น วิญญาณชั่วเจ็บปวดอย่างแสนสาหัสเมื่อมันมองดูงานเลี้ยงและเห็นความสุขของผู้คนที่อยู่งานเลี้ยงนั้น สำหรับวิญญาณชั่ว การที่มันไม่อาจชักนำคนอีกคนหนึ่งไปสู่นรกและไม่สามารถทำให้ผู้คนหันหลังให้กับการเป็นบุตรของพระเจ้าถือเป็นความปวดร้าวซึ่งเกินกว่าจะทนได้

ในทางกลับกัน เมื่อท่านมองดูวิญญาณชั่วท่านก็ระลึกได้ว่าวิญญาณชั่วเหล่านั้นพยายามมากเพียงใดที่จะกัดกินท่านเหมือนสิงโตคำรามในขณะที่ท่านถูกพระเจ้าฝัดร่อนอยู่ในโลกนี้

จากนั้นท่านจะขอบพระคุณพระเจ้ามากยิ่งขึ้นสำหรับพระคุณพระเจ้าพระบิดา องค์พระผู้เป็นเจ้า และพระวิญญาณบริสุทธิ์ผู้ทรงปกป้องคุ้มครองท่านจากอำนาจของความมืดและทรงนำท่านให้เป็นบุตรของพระเจ้า นอกจากนั้น ท่านจะรู้สึกขอบคุณมากขึ้นต่อผู้คนที่ช่วยนำท่านไปสู่หนทางแห่งชีวิต

ดังนั้น งานเลี้ยงสมรสเจ็ดปีจึงไม่ใช่เป็นเพียงช่วงเวลาแห่งการพักผ่อนและการเล้าโลมจากความเจ็บปวดของการถูกฝัดร่อนบนโลกนี้เท่านั้น แต่ยังเป็นเวลาของการระลึกถึงห้วงเวลาที่ท่านอยู่ในโลกนี้และเป็นช่วงของการขอบพระคุณมากขึ้นสำหรับความรักของพระเจ้าด้วย

นอกจากนั้น ท่านยังคิดถึงชีวิตนิรันดร์ในสวรรค์ซึ่งเป็นสิ่งที่น่าชื่นชมยินดีมากกว่างานเลี้ยงสมรสเจ็ดปี งานเลี้ยงสมรสเจ็ดปีไม่อาจเทียบได้กับความสุขที่ท่านจะได้รับในสวรรค์

ความทุกข์เวทนาครั้งใหญ่เจ็ดปี

ในขณะที่มีการจัดงานเลี้ยงสมรสอย่างมีความสุขขึ้นในฟ้าอากาศ บนโลกนี้ก็มีความทุกข์เวทนาครั้งใหญ่เจ็ดปีเกิดขึ้นเช่นกัน เนื่องจากลักษณะและความรุนแรงของความทุกข์เวทนาครั้งใหญ่นี้ (ซึ่งไม่เคยเกิดขึ้นมาก่อนและจะไม่มีวันเกิดขึ้นอีก) โลกส่วนใหญ่จึงถูกทำลายและผู้คนส่วนมากที่ไม่ถูกรับขึ้นไปจึงเสียชีวิต

แน่นอน คนเหล่านี้บางคนรอดโดยสิ่งที่เรียกว่า "ความรอดอย่างทรหด" มีหลายคนที่ถูกทิ้งไว้บนโลกนี้หลังจากการเสด็จมาครั้งที่สองขององค์พระผู้เป็นเจ้าเพราะคนเหล่านั้นไม่เชื่อหรือเชื่ออย่างไม่ถูกต้อง แต่เมื่อคนเหล่านั้นกลับใจในช่วงความทุกข์เวทนาครั้งใหญ่เจ็ดปีและยอมสละชีพเพื่อความเชื่อ คนเหล่านี้จึงรอด ความรอดประเภทนี้เรียกว่า "ความรอดอย่างทรหด"

แต่การเป็นผู้สละชีพเพื่อความเชื่อในช่วงความทุกข์เวทนาครั้งใหญ่เป็นสิ่งที่ไม่ง่าย แม้คนเหล่านั้นตัดสินใจที่จะเป็นผู้สละชีพเพื่อความเชื่อในตอนแรก แต่คนเหล่านี้ส่วนใหญ่มักจบลงด้วยการปฏิเสธองค์พระผู้เป็นเจ้าเนื่องการทรมานและการข่มเหงที่ทารุณโหดร้ายจากผู้ที่เป็นปฏิปักษ์ของพระคริสต์ซึ่งบังคับให้คนเหล่านี้รับเอาเครื่องหมาย "666" ไว้

ปกติคนเหล่านี้ปฏิเสธอย่างแข็งขันที่จะไม่ยอมรับเอาเครื่องหมายดังกล่าวไว้เพราะเมื่อเขารับเอาเครื่องหมายนี้ไว้เขารู้ว่าเขาจะเป็น

ของซาตาน แต่การทนต่อการถูกทรมานที่มาพร้อมกับความเจ็บปวดอย่างแสนสาหัสเป็นสิ่งที่น่ากลัว

บางครั้ง แม้บุคคลหนึ่งอาจเอาชนะการถูกทรมานได้ แต่เป็นสิ่งที่ยากลำบากมากยิ่งขึ้นเมื่อเขาต้องเฝ้าดูสมาชิกในครอบครัวที่ตนรักถูกทรมาน นั่นคือเหตุผลที่ว่าการรอดโดย "ความรอดอย่างทรหด" นี้จึงเป็นสิ่งที่ทำได้ยาก ยิ่งกว่านั้น เพราะผู้คนไม่อาจรับเอาความช่วยเหลือใด ๆ จากพระวิญญาณบริสุทธิ์ในช่วงเวลานี้ได้ การที่เขาจะรักษาความเชื่อเอาไว้จึงเป็นสิ่งที่ยากมากยิ่งขึ้น

ด้วยเหตุนี้ ข้าพเจ้าจึงหวังว่าผู้อ่านทุกท่านจะไม่เผชิญกับความทุกข์เวทนาครั้งใหญ่เจ็ดปี เหตุผลที่ข้าพเจ้าอธิบายถึงความทุกข์เวทนาครั้งใหญ่เจ็ดปีนี้ก็เพื่ออยากให้ท่านรู้ว่าเหตุการณ์ต่าง ๆ ที่บันทึกไว้ในพระคัมภีร์เกี่ยวกับวาระสุดท้ายกำลังจะสำเร็จเป็นจริง

เหตุผลอีกข้อหนึ่งที่ข้าพเจ้าอธิบายถึงเรื่องนี้ก็เพื่อเห็นแก่ผู้คนที่จะถูกทิ้งไว้บนโลกนี้หลังจากบุตรของพระเจ้าถูกรับขึ้นไปสู่ฟ้าอากาศ ในขณะที่ผู้เชื่อที่แท้จริงถูกรับขึ้นในฟ้าอากาศและเข้าร่วมในงานเลี้ยงสมรสเจ็ดปี ความทุกข์เวทนาครั้งใหญ่เจ็ดปีจะเกิดขึ้นบนโลกนี้

ผู้สละชีพเพื่อความเชื่อจะรับ "ความรอดอย่างทรหด"

หลังจากการเสด็จกลับมาขององค์พระผู้เป็นเจ้าในฟ้าอากาศจะมีบางคนที่กลับใจจากความเชื่อที่ไม่ถูกต้องของตนในพระเยซูคริสต์ในท่ามกลางผู้คนที่ไม่ถูกรับขึ้นไปในฟ้าอากาศ

สิ่งที่ชักนำคนเหล่านี้ไปสู่ "ความรอดอย่างทรหด" คือพระคำของพระเจ้าที่เทศนาโดยคริสตจักรซึ่งสำแดงถึงการทำงานแห่งฤทธิ์อำนาจอันยิ่งใหญ่ของพระเจ้าในช่วงวาระสุดท้าย คนเหล่านี้รู้ว่าตนจะรอดได้อย่างไร เหตุการณ์ใดบ้างจะถูกเปิดเผยออกมา และตนควรมีปฏิกิริยาอย่างไรต่อเหตุการณ์ของโลกที่พระคำของพระเจ้าทำนายไว้

ดังนั้น จึงมีบางคนที่กลับใจอย่างแท้จริงต่อพระพักตร์พระเจ้าและได้รับความรอดด้วยการเป็นผู้สละชีพเพื่อความเชื่อ สิ่งนี้เรียกว่า "ความรอดอย่างทรหด" คนอิสราเอลถูกจัดอยู่ในค

นกลุ่มนี้ คนเหล่านี้จะรู้จัก “สาส์นจากกางเขน” และรู้ว่าพระเยซู (ผู้ที่เขาไม่ยอมรับว่าเป็นพระเมสสิยาห์) คือพระบุตรที่แท้จริงของพระเจ้าและทรงเป็นพระผู้ช่วยให้รอดของมนุษย์ จากนั้นคนเหล่านี้จะกลับใจและมีส่วนใน “ความรอดอย่างทรหด” คนเหล่านี้จะร่วมกันปลูกฝังความเชื่อของตนและบางคนจะเข้าใจพระทัยของพระเจ้าและกลายเป็นผู้สละชีพเพื่อความเชื่อเพื่อให้ได้รับความรอด ด้วยเหตุนี้ งานเขียนที่อธิบายถึงพระคำของพระเจ้าอย่างชัดเจนจึงไม่เพียงแต่จะเป็นประโยชน์ต่อการเพิ่มพูนความเชื่อของผู้เชื่อเท่านั้น แต่งานเขียนประเภทนี้ยังมีบทบาทสำคัญสำหรับผู้คนที่ไม่ได้ถูกรับขึ้นไปในฟ้าอากาศด้วยเช่นกัน เพราะฉะนั้น ท่านควรรู้ถึงความรักอันอัศจรรย์ของพระเจ้าผู้ทรงจัดเตรียมสิ่งสารพัดไว้สำหรับผู้ที่จะรอดแม้หลังจากการเสด็จมาครั้งที่สองในฟ้าอากาศขององค์พระผู้เป็นเจ้า

2. ยุคพันปี

บรรดาเจ้าสาวที่เสร็จสิ้นการเข้าร่วมงานเลี้ยงสมรสเจ็ดปีจะลงมายังโลกนี้และครอบครองร่วมกับองค์พระผู้เป็นเจ้าเป็นเวลา 1 พันปี (วิวรณ์ 20:4) เมื่อองค์พระผู้เป็นเจ้าเสด็จกลับมายังโลกนี้พระองค์จะทรงชำระโลกนี้ให้สะอาด อันดับแรกพระองค์จะชำระอากาศให้สะอาดและจากนั้นจะทรงทำให้ธรรมชาติทั้งสิ้นงดงาม

เยี่ยมเยียนโลกที่เพิ่งถูกชำระ

สามีภรรยาที่แต่งงานใหม่เดินทางไปดื่มน้ำพระจันทร์ฉันใด ท่านก็จะเดินทางไปกับองค์พระผู้เป็นเจ้าผู้เป็นเจ้าบ่าวของท่านในช่วงหนึ่งพันปีหลังจากงานเลี้ยงสมรสเจ็ดปีด้วยฉันนั้น แล้วท่านต้องการไปเยี่ยมสถานที่แห่งใดมากที่สุด

บุตรของพระเจ้าผู้เป็นเจ้าสาวขององค์พระผู้เป็นเจ้าคงอยากไปเยี่ยมสถานที่ต่าง ๆ ในโลกนี้ในเมื่อคนเหล่านี้ต้องจากโลกนี้ไปอย่

างรวดเร็ว พระเจ้าจะทรงเคลื่อนย้ายสิ่งสารพัดในสวรรค์ชั้นที่หนึ่ง เช่น แผ่นดินโลกที่พระเจ้าทรงใช้เป็นที่ฝึดร่อนมนุษย์ ดวงอาทิตย์ และดวงจันทร์ไปไว้ยังพื้นที่อีกแห่งหนึ่งหลังจากยุคพันปี

เพราะฉะนั้น หลังจากงานเลี้ยงสมรสเจ็ดปี พระเจ้าพระบิดาจะทรงตกแต่งโลกใบนี้ใหม่ให้งดงามและจะทรงอนุญาตให้ท่านครอบครองโลกนี้กับองค์พระผู้เป็นเจ้าเป็นเวลา 1 พันปีก่อนที่พระองค์จะทรงเคลื่อนย้ายโลกใบนี้ออกไป นี่เป็นขั้นตอนที่พระเจ้าทรงวางแผนไว้ล่วงหน้าภายในการจัดเตรียมของพระองค์ซึ่งพระองค์ทรงสร้างสิ่งสารพัดในฟ้าสวรรค์และแผ่นดินโลกเป็นเวลาหกวันและทรงหยุดพักในวันที่เจ็ด นอกจากนั้น พระองค์ยังทรงอนุญาตให้ท่านครอบครองโลกใบนี้กับองค์พระผู้เป็นเจ้าเป็นเวลา 1 พันปีเพื่อท่านจะไม่รู้สึกเสียใจที่ต้องจากโลกนี้ไป ท่านจะชื่นชมกับช่วงเวลาแห่งความยินดีในการครอบครองร่วมกับองค์พระผู้เป็นเจ้าเป็นเวลา 1 พันปีบนโลกที่ได้รับการตกแต่งไว้อย่างสวยงามใบนี้ การที่ท่านเดินทางไปเยี่ยมเยียนสถานที่ต่าง ๆ ซึ่งท่านไม่เคยไปในขณะที่ท่านอยู่ในโลกนี้จะทำให้ท่านสัมผัสถึงความสุขและความชื่นชมยินดีอย่างที่ท่านไม่เคยรู้สึกมาก่อน

การครอบครอง 1 พันปี

ในช่วงเวลานี้ไม่มีการรบกวนของผีมารซาตาน ชีวิตจะเป็นเหมือนการอยู่ในสวนเอเดนซึ่งมีแต่สันติสุขและการหยุดพักในสภาพแวดล้อมที่แสนสบาย นอกจากนั้น ผู้คนที่รอดจะพักอยู่กับองค์พระผู้เป็นเจ้าบนแผ่นดินโลก แต่คนเหล่านี้จะไม่อาศัยอยู่ร่วมกับผู้คนฝ่ายเนื้อหนังที่รอดชีวิตจากเหตุการณ์ความทุกข์เวทนาครั้งใหญ่ คนที่รอดจะอาศัยอยู่กับองค์พระผู้เป็นเจ้าในสถานที่ซึ่งถูกแยกไว้ต่างหากที่มีลักษณะเหมือนพระราชวังหรือปราสาท กล่าวคือ ผู้คนฝ่ายวิญญาณจะอาศัยอยู่ในปราสาทและผู้คนฝ่ายเนื้อหนังจะอาศัยอยู่ภายนอกปราสาทเนื่องจากร่างกายฝ่ายวิญญาณและฝ่ายเนื้อหนังไม่อาจร่วมอยู่ในสถานที่แห่งเดียวกันได้

ร่างกายของผู้คนฝ่ายวิญญาณจะถูกเปลี่ยนเป็นกายฝ่ายวิญญาณและมีชีวิตนิรันดร์ ดังนั้นคนเหล่านี้จะดำรงชีวิตอยู่ด้วยการสูดดมกลิ่นหอมเหมือนกลิ่นของดอกไม้ แต่บางครั้งคนเหล่านี้สามารถรับประทานอาหารร่วมกับผู้คนฝ่ายเนื้อหนังได้เมื่อเขาอยู่ด้วยกัน แต่ถึงแม้เขาจะรับประทานอาหารคนเหล่านี้ก็ไม่ขับถ่ายเหมือนผู้คนฝ่ายเนื้อหนัง แม้คนเหล่านี้จะรับประทานอาหารฝ่ายร่างกาย อาหารที่เขารับประทานเข้าไปจะระเหยเข้าไปในอากาศผ่านลมหายใจ

ผู้คนฝ่ายเนื้อหนังจะทุ่มเทให้กับการเพิ่มจำนวนประชากรเพราะมีผู้รอดชีวิตอยู่ไม่มากจากเหตุการณ์ความทุกข์เวทนาครั้งใหญ่ ในเวลานี้ จะไม่มีโรคภัยไข้เจ็บหรือความชั่วร้ายเนื่องจากอากาศที่สะอาดและผีมารซาตานไม่ได้อยู่ที่นั่น เพราะผีมารซาตานซึ่งควบคุมความชั่วร้ายถูกคุมขังอยู่ในบาดาล ความอธรรมและความชั่วร้ายในธรรมชาติของมนุษย์จึงไม่มีพลัง (วิวรณ์ 20:3) นอกจากนั้นเนื่องจากไม่มีความตาย โลกจะเต็มไปด้วยผู้คนจำนวนมากอีกครั้งหนึ่ง

แล้วผู้คนฝ่ายเนื้อหนังจะกินอะไรเป็นอาหาร เมื่ออาดัมและเอวาอาศัยอยู่ในสวนเอเดนคนเหล่านั้นกินเฉพาะผลไม้และพืชทุกชนิดที่มีเมล็ดในผล (ปฐมกาล 1:29) เป็นอาหาร หลังจากอาดัมและเอวาไม่เชื่อฟังพระเจ้าและถูกขับไล่ออกจากสวนเอเดนคนเหล่านั้นเริ่มกินพืชต่าง ๆ ตามทุ่งนา (ปฐมกาล 3:18) หลังจากเหตุการณ์น้ำท่วมโลกในยุคของโนอาห์ โลกเริ่มมีความชั่วร้ายมากขึ้นและพระเจ้าทรงอนุญาตให้มนุษย์กินเนื้อเป็นอาหาร ท่านจะเห็นได้ว่ายิ่งโลกมีความชั่วร้ายมากขึ้นเท่าใด อาหารที่มนุษย์กินก็ยิ่งมีความชั่วร้ายมากขึ้นเท่านั้น

ในระหว่างยุคพันปี มนุษย์จะกินพืชผลจากทุ่งนาหรือผลไม้จากต้นเป็นอาหาร มนุษย์จะไม่กินเนื้อ (เหมือนที่ผู้คนในยุคของโนอาห์ก่อนเหตุการณ์น้ำท่วมไม่กินเนื้อ) เพราะจะไม่มีความชั่วร้ายหรือการฆ่าฟันอีกต่อไป นอกจากนั้น เนื่องจากอารยธรรมทั้งหมดจะถูกทำลายไปด้วยสงครามในช่วงการเกิดความทุกข์เวทนาครั้

งใหญ่ มนุษย์จะกลับไปสู่วิถีทางการดำเนินชีวิตแบบบรรพกาลแล ะเพิ่มจำนวนประชากรขึ้นบนโลกซึ่งองค์พระผู้เป็นเจ้าได้ทรงตกแ ต่งขึ้นมาใหม่ มนุษย์จะเริ่มต้นใหม่ในธรรมชาติที่บริสุทธิ์ สงบสุข และงดงามซึ่งปราศจากมลพิษ

ยิ่งกว่านั้น แม้มนุษย์เคยมีประสบการณ์กับอารยธรรมที่ก้าวหน้า ก่อนเหตุการณ์ความทุกข์เวทนาครั้งใหญ่และเคยมีความรู้ แต่อารย ธรรมสมัยใหม่ที่เรามีอยู่ในยุคปัจจุบันก็ไม่ได้เกิดขึ้นในช่วงเวลาหนึ่ งหรือสองร้อยปี เมื่อวันเวลาผ่านไปมนุษย์จะรวบรวมภูมิปัญญาของ ตนและเขาจะก้าวไปถึงอารยธรรมในระดับเดียวกันกับอารยธรรมปั จจุบันได้ในช่วงสุดท้ายของยุคพันปี

3. รับรางวัลในสวรรค์หลังวันพิพากษา

หลังจากยุคพันปี พระเจ้าจะทรงปลดปล่อยผีมารซาตานซึ่งถูกคุม ขังอยู่ในบาดาลให้เป็นอิสระในชั่วขณะหนึ่ง (วิวรณ์ 20:1-3) แม้อง ค์พระผู้เป็นเจ้าทรงครอบครองบนโลกนี้เพื่อนำผู้คนฝ่ายเนื้อหนังที่ร อดชีวิตจากเหตุการณ์ความทุกข์เวทนาครั้งใหญ่และลูกหลานของเข าไปสู่ความรอดนิรันดร์ แต่ความเชื่อของคนเหล่านี้ไม่ใช่ความเชื่อ ที่แท้จริง ดังนั้นพระเจ้าจึงทรงอนุญาตให้ผีมารซาตานและสมุนของ มันทดลองคนเหล่านี้

ผู้คนฝ่ายเนื้อหนังจำนวนมากจะถูกล่อลวงโดยผีมารซาตานและ จะมุ่งหน้าไปสู่หนทางแห่งความพินาศ (วิวรณ์ 20:8) ดังนั้น คนขอ งพระเจ้าจะรู้ถึงเหตุผลที่พระเจ้าทรงสร้างนรกไว้และรู้ถึงความรักอั นยิ่งใหญ่ของพระองค์ผู้ทรงต้องการที่จะมีบุตรที่แท้จริงผ่านทางการ ฝึดร่อนมนุษย์

เหล่าวิญญาณชั่วที่ถูกปล่อยให้เป็นอิสระในชั่วขณะหนึ่งจะถูกคุม ขังไว้ในบาดาลอีกครั้งหนึ่งและการพิพากษา ณ พระที่นั่งใหญ่สีขาว จะบังเกิดขึ้น (วิวรณ์ 20:12) การพิพากษา ณ พระที่นั่งใหญ่สีขาวจ ะดำเนินการอย่างไร

พระเจ้าทรงเป็นประมุขเหนือการพิพากษาแห่งพระที่นั่งใหญ่สีขาว

ในเดือนกรกฎาคม ปี 1982 ในขณะที่ข้าพเจ้ากำลังอธิษฐานเผื่อการเปิดคริสตจักร ข้าพเจ้าได้เรียนรู้เกี่ยวกับการพิพากษา ณ พระที่นั่งใหญ่สีขาวโดยละเอียด พระเจ้าทรงเปิดเผยให้ข้าพเจ้ามองเห็นภาพที่พระองค์ทรงพิพากษามนุษย์ทุกคน องค์พระผู้เป็นเจ้าและโมเสสยืนอยู่ด้านหน้าพระที่นั่งของพระเจ้าพระบิดา และผู้คนที่ทำหน้าที่เป็นลูกขุนนั่งอยู่ล้อมรอบพระที่นั่ง

พระเจ้าทรงดีพร้อมและไม่มีข้อผิดพลาดซึ่งแตกต่างจากผู้พิพากษาของโลกนี้ ถึงกระนั้น พระองค์ยังทรงพิพากษาพร้อมกับองค์พระผู้เป็นเจ้าผู้ทรงทำหน้าที่เป็นผู้แก้ต่างที่เต็มไปด้วยความรักโดยมีโมเสสทำหน้าที่เป็นอัยการที่มาพร้อมกับบทบัญญัติ และคนอื่น ๆ ทำหน้าที่เป็นคณะลูกขุน วิวรณ์ 20:11-15 บรรยายถึงวิธีการพิพากษาของพระเจ้า

“ข้าพเจ้าได้เห็นพระที่นั่งใหญ่สีขาวและเห็นท่านผู้ประทับบนพระที่นั่งนั้น เมื่อพระองค์ทรงปรากฏแผ่นดินโลกและท้องฟ้าก็หายไปและไม่มีที่อยู่สำหรับแผ่นดินโลกและท้องฟ้าเลย ข้าพเจ้าได้เห็นบรรดาผู้ที่ตายแล้วทั้งผู้ใหญ่และผู้น้อยยืนอยู่หน้าพระที่นั่งนั้น และหนังสือต่าง ๆ ก็เปิดออก หนังสืออีกเล่มหนึ่งก็เปิดออกด้วยคือหนังสือชีวิต และผู้ที่ตายไปแล้วทั้งหมดก็ถูกพิพากษาตามข้อความที่จารึกไว้ในหนังสือเหล่านั้นและตามที่เขาได้กระทำ ทะเลก็ส่งคืนคนทั้งหลายที่ตายในทะเล ความตายและแดนมรณาก็ส่งคืนคนทั้งหลายที่อยู่ในแดนนั้น และคนทั้งหลายก็ถูกพิพากษาตามการกระทำของตนหมดทุกคน แล้วความตายและแดนมรณาก็ถูกผลักทิ้งลงไปในบึงไฟ บึงไฟนี่แหละเป็นความตายครั้งที่สอง และถ้าผู้ใดไม่มีชื่อจดไว้ในหนังสือชีวิต ผู้นั้นก็ถูกทิ้งลงไปในบึงไฟ”

“พระที่นั่งใหญ่สีขาว” ในที่นี้หมายถึงพระที่นั่งของพระเจ้าผู้ทรงเป็นผู้พิพากษา พระเจ้า (ผู้ทรงประทับอยู่บนพระที่นั่งที่สว่างสุกใสจ

นดูเป็น "สีขาว") จะทรงพิพากษาครั้งสุดท้ายด้วยความรักและความชอบธรรมเพื่อส่งข้าวละมาน (ไม่ใช่ข้าวสาลี) ลงไปสู่นรก

นั่นคือสาเหตุที่บางครั้งเราเรียกสิ่งนี้ว่าการพิพากษา ณ พระที่นั่งใหญ่สีขาว พระเจ้าจะทรงพิพากษาตาม "หนังสือแห่งชีวิต" ที่บันทึกชื่อของผู้ที่รอดและหนังสือเล่มอื่นที่บันทึกการกระทำของแต่ละบุคคลเอาไว้

คนที่ไม่รอดจะตกนรก

ด้านหน้าพระที่นั่งของพระเจ้าไม่มีหนังสือแห่งชีวิตอยู่ที่นั่นแต่มีหนังสือเล่มอื่นซึ่งบันทึกการกระทำของบุคคลแต่ละคนที่ไม่ได้ต้อนรับเอาองค์พระผู้เป็นเจ้าหรือไม่มีความเชื่อที่แท้จริง (วิวรณ์ 20:12)

ในวินาทีที่ผู้คนเกิดมาไปจนถึงช่วงเวลาที่องค์พระผู้เป็นเจ้าทรงเรียกคืนวิญญาณของเขา การกระทำทุกอย่างของบุคคลจะถูกบันทึกไว้ในหนังสือเล่มต่าง ๆ เหล่านี้ ยกตัวอย่าง การทำความดี การกล่าวสบถต่อคนอื่น การตบตีคนอื่น หรือการแสดงความโกรธต่อคนอื่นล้วนถูกบันทึกไว้ด้วยมือของเหล่าทูตสวรรค์ทั้งสิ้น

ทูตสวรรค์จะจดบันทึกทุกสถานการณ์ลงในหนังสือในสวรรค์โดยคำสั่งของพระเจ้าผู้ยิ่งใหญ่เหมือนที่ตัวท่านบันทึกและเก็บรักษาคำสนทนาหรือเหตุการณ์สำคัญไว้เป็นเวลานานด้วยกล้องวีดีโอหรือเทปอัดเสียง ฉะนั้น การพิพากษา ณ พระที่นั่งใหญ่สีขาวจะกระทำขึ้นโดยไม่มีข้อผิดพลาด การพิพากษานี้จะดำเนินการในรูปแบบใด

คนที่ไม่รอดจะถูกพิพากษาก่อนเป็นอันดับแรก คนเหล่านี้ไม่อาจอยู่ต่อหน้าพระพักตร์พระเจ้าเพื่อรับการพิพากษาได้เนื่องจากเขาเป็นคนบาป คนเหล่านี้จะถูกพิพากษาอยู่ในแดนมรณาซึ่งเป็นสถานที่รอคอยในนรก แม้ว่าคนเหล่านี้ไม่ได้มาอยู่ต่อหน้าพระพักตร์พระเจ้า แต่พิพากษาก็จะดำเนินไปอย่างเข้มงวดเสมือนเป็นการพิพากษาอยู่ต่อหน้าพระพักตร์พระเจ้า

ในท่ามกลางคนบาป พระเจ้าจะทรงพิพากษาคนบาปหนาที่สุดก่

อนเป็นอันดับแรก เมื่อการพิพากษาคนที่ไม่รอดเสร็จสิ้นลงคนเหล่านี้จะมุ่งหน้าไปสู่บึงไฟนรก หรือบึงไฟกำมะถันและจะถูกลงโทษชั่วนิรันดร์

ผู้คนที่รอดได้รับรางวัลในสวรรค์

หลังจากการพิพากษาผู้คนที่ไม่รอดผ่านพ้นไป การพิพากษาเพื่อปูนบำเหน็จรางวัลของผู้คนที่รอดจะเกิดขึ้นตามมา เหมือนที่มีคำสัญญาไว้ในวิวรณ์ 22:12 ว่า "ดูเถิดเราจะมาในเร็ว ๆ นี้และจะนำบำเหน็จของเรามาด้วยเพื่อตอบแทนการกระทำของทุกคน" ที่อยู่และรางวัลในสวรรค์จะถูกกำหนดตามการกระทำของแต่ละคน

การพิพากษาเพื่อปูนบำเหน็จรางวัลจะเกิดขึ้นอย่างสงบต่อหน้าพระพักตร์พระเจ้าเพราะว่าการพิพากษานี้มีไว้สำหรับบุตรของพระองค์ การพิพากษาเพื่อปูนบำเหน็จรางวัลเริ่มต้นกับผู้ที่ได้รับรางวัลมากที่สุดไปจนถึงผู้ที่ได้รับรางวัลน้อยที่สุด จากนั้นบุตรของพระเจ้าจะเข้าไปสู่ที่อยู่ของตน

"กลางคืนจะไม่มีอีกต่อไป เขาไม่ต้องการแสงตะเกียงหรือแสงอาทิตย์ เพราะว่าพระเจ้าจะทรงเป็นแสงสว่างของเขาและเขาจะครอบครองอยู่ตลอดไปเป็นนิตย์" (วิวรณ์ 22:5)

ในท่ามกลางความลำบากและความยุ่งยากมากมายในโลกนี้ ช่างเป็นสิ่งที่น่าสุขใจมากเพียงใดสำหรับท่านเพราะท่านมีความหวังเกี่ยวกับสวรรค์ ที่นั่น ท่านจะอยู่กับองค์พระผู้เป็นเจ้าตลอดไปด้วยความสุขและความชื่นชมยินดีเพียงอย่างเดียวโดยไม่มีน้ำตา ความโศกเศร้า ความเจ็บปวด โรคภัยไข้เจ็บ หรือความตาย

ข้าพเจ้าได้บรรยายเพียงเล็กน้อยเท่านั้นเกี่ยวกับงานเลี้ยงสมรสเจ็ดปีและยุคพันปีซึ่งเป็นช่วงเวลาที่ท่านจะครอบครองร่วมกับองค์พระผู้เป็นเจ้า ถ้าช่วงเวลาเหล่านี้ (ซึ่งเป็นเพียงการโหมโรงของชีวิตในสวรรค์) เป็นสิ่งที่มีความสุขมากถึงเพียงนี้ ชีวิตในสวรรค์จะมีความสุขและความชื่นชมยินดีมากกว่านี้สักเท่าใด ด้วยเหตุนี้ ท่านควรมุ่

งหน้าไปสู่สถานที่อยู่และรางวัลที่พระเจ้าทรงจัดเตรียมไว้สำหรับท่านในสวรรค์จนกว่าจะถึงช่วงเวลาที่องค์พระผู้เป็นเจ้าเสด็จกลับมารับท่าน

ทำไมบิดาแห่งความเชื่อของเราจึงทุ่มเทและทนทุกข์อย่างมากเพื่อจะเดินไปในเส้นทางแคบขององค์พระผู้เป็นเจ้าแทนการเลือกเดินตามเส้นทางที่เรียบง่ายของโลกนี้ คนเหล่านั้นอดอาหารและอธิษฐานเป็นเวลาหลายคืนเพื่อกำจัดความผิดบาปของตนออกไปและเพื่ออุทิศตนอย่างสิ้นเชิงแด่พระเจ้าเพราะเขามีความหวังเกี่ยวกับสวรรค์ เนื่องจากบรรพบุรุษเหล่านั้นเชื่อในพระเจ้าผู้ทรงประทานบำเหน็จรางวัลแก่เขาในสวรรค์ตามการกระทำของตน คนเหล่านั้นจึงพยายามอย่างแข็งขันที่จะเป็นคนบริสุทธิ์และสัตย์ซื่อต่อทุกสิ่งในชุมชนของพระเจ้า

ด้วยเหตุนี้ ข้าพเจ้าจึงอธิษฐานในพระนามขององค์พระผู้เป็นเจ้าเพื่อท่านจะไม่เพียงแต่มีส่วนร่วมในงานเลี้ยงสมรสเจ็ดปีและอยู่ในอ้อมแขนขององค์พระผู้เป็นเจ้าเท่านั้น แต่เพื่อท่านจะอยู่ใกล้ชิดกับพระที่นั่งของพระเจ้าในสวรรค์ด้วยการทุ่มเทให้มากที่สุดด้วยความหวังอันแรงกล้าสำหรับแผ่นดินสวรรค์

บทที่'4

ความลับเกียวกับสวรรค์ทีถูกปิดซ่อนไว้ตั้งแต่การทรงสร้าง

ความลับเกียวกับสวรรค์ทีถูกเปิดเผยนับตั้งแต่ช่วงเวลาของพระเยซู

ความลับเกียวกับสวรรค์ทีถูกเปิดเผยในช่วงวาระสุดท้าย

ในพระนิเวศของพระบิดาเรามีทีอยู่เป็นอันมาก

พระองค์ตรัสตอบเขาว่า "ข้อความลึกลับแห่งแผ่นดินสวรรค์ทรงโปรดให้ท่านทั้งหลายรู้ได้ แต่คนเหล่านั้นไม่โปรดให้รู้ ด้วยว่าผู้ใดมีอยู่แล้วจะเพิ่มเติมให้คนผู้นั้นมีเหลือเฟือ แต่ผู้ที่ไม่มีนั้น แม้ว่าซึ่งเขามีอยู่จะต้องเอาไปจากเขา เหตุฉะนั้น เราจึงกล่าวแก่เขาเป็นคำอุปมา เพราะว่าถึงเขาเห็นก็เหมือนไม่เห็น ถึงได้ยินก็เหมือนไม่ได้ยินและไม่เข้าใจ"

- มัทธิว 13:11-12; 34-35 -

ข้อความเหล่านี้ทั้งสิ้นพระองค์ตรัสกับหมู่ชนเป็นคำอุปมาและนอกจากคำอุปมาพระองค์

มิได้ตรัสกับเขาเลย ทั้งนี้เพื่อจะให้สำเร็จตามพระวจนะที่ตรัสโดยผู้เผยพระวจนะว่า

"เราจะอ้าปากกล่าวคำอุปมา เราจะกล่าวข้อความซึ่งปิดซ่อนไว้ตั้งแต่เดิมสร้างโลก"

วันหนึ่งเมื่อพระเยซูทรงประทับนั่งอยู่ในเรือที่ชายฝั่งทะเล มีผู้คนจำนวนมากชุมนุมกันอยู่ที่นั่น จากนั้นพระเยซูทรงตรัสกับเขาหลายประการเป็นคำอุปมา สาวกของพระเยซูทูลถามพระองค์ว่า "เหตุฉะไฉนพระองค์ตรัสกับเขาเป็นคำอุปมา" พระเยซูจึงตรัสตอบเขาว่า

"ข้อความลึกลับแห่งแผ่นดินสวรรค์ทรงโปรดให้ท่านทั้งหลายรู้ได้ แต่คนเหล่านั้นไม่โปรดให้รู้ ด้วยว่าผู้ใดมีอยู่แล้วจะเพิ่มเติมให้คนผู้นั้นมีเหลือเฟือ แต่ผู้ที่ไม่มีนั้น แม้ว่าซึ่งเขามีอยู่จะต้องเอาไปจากเขา เหตุฉะนั้น เราจึงกล่าวแก่เขาเป็นคำอุปมาเพราะว่าถึงเขาเห็นก็เหมือนไม่เห็นถึงได้ยินก็เหมือนไม่ได้ยินและไม่เข้าใจ ความเป็นอยู่ของเขาก็ตรงตามคำพยากรณ์ของอิสยาห์ที่ว่า 'พวกเจ้าจะได้ยินกับหูก็จริงแต่จะไม่เข้าใจ จะดูก็จริง แต่จะไม่เห็น เพราะว่าชนชาตินี้กลายเป็นคนมีใจเฉือยชา หูก็ตึง และตาเขาเขาก็ปิด มิฉะนั้นเขาจะเห็นด้วยตาและจะได้ยินด้วยหูและจะได้เข้าใจด้วยจิตใจแล้วจะหันกลับมาและเราจะได้รักษาเขาให้หาย' แต่นัยน์ตาของท่านทั้งหลายก็เป็นสุขเพราะได้เห็นและหูของท่านก็เป็นสุขเพราะได้ยิน เราบอกความจริงแก่ท่านทั้งหลายว่าผู้เผยพระวจนะและผู้ชอบธรรมเป็นอันมากได้ปรารถนาจะเห็นซึ่งท่านทั้งหลายเห็นอยู่นี้ แต่เขามิเคยได้เห็นและอยากจะได้ยินซึ่งท่านทั้งหลายได้ยินแต่เขาก็มิเคยได้ยิน" (มัทธิว 13:11-17)

เหมือนที่พระเยซูตรัสไว้ว่าผู้เผยพระวจนะและผู้ชอบธรรมเป็นอันมากมองไม่เห็นหรือไม่ได้ยินถึงความลับเกี่ยวกับแผ่นดินสวรรค์แม้คนเหล่านั้นต้องการเห็นและได้ยิน

ถึงกระนั้น เนื่องจากพระเยซูทรงเป็นพระเจ้าที่เสด็จลงมายังโลกนี้ (ฟีลิปปี 2:6-8) พระองค์จึงทรงอนุญาตให้มีการเปิดเผยความลับเกี่ยวกับแผ่นดินสวรรค์แก่เหล่าสาวก

ตามที่บันทึกไว้ในมัทธิว 13:35 ว่า "ทั้งนี้เพื่อจะให้สำเร็จตามพระวจนะที่ตรัสโดยผู้เผยพระวจนะว่า 'เราจะอ้าปากกล่าวคำอุปมา เราจะกล่าวข้อความซึ่งปิดซ่อนไว้ตั้งแต่เดิมสร้างโลก" พระเยซูทรงตรัสเป็นคำอุปมาเพื่อทำให้พระคัมภีร์ที่บันทึกไว้สำเร็จเป็นจริง

1. ความลับเกี่ยวกับสวรรค์ที่ถูกเปิดเผยนับตั้งแต่ช่วงเวลาของพระเยซู

พระเจ้าทรงวางแผนเกี่ยวกับ "หนทางแห่งกางเขน" (ที่เป็นหนทางของการได้มาซึ่งบุตรที่แท้จริงของพระเจ้า) ไว้ตั้งแต่ก่อนการทรงสร้าง แต่สิ่งนี้ถูกปิดซ่อนไว้เป็นความลับ (1 โครินธ์ 2:7) ถ้าพระเจ้าไม่ปิดซ่อนแผนการนี้ไว้เป็นความลับ ผีมารซาตานก็คงไม่ตรึงพระเยซูและหนทางสำหรับความรอดของมนุษย์ก็คงไม่เปิดออก

เช่นเดียวกัน ถ้าความลับเกี่ยวกับแผ่นดินสวรรค์ไม่ได้ถูกปิดซ่อนไว้ตั้งแต่ช่วงเวลาแห่งการทรงสร้าง การฝัดร่อนมนุษย์เพื่อให้ได้มาซึ่งบุตรที่แท้จริงของพระเจ้าก็คงไม่เกิดขึ้นเช่นกัน แต่หลังจากพระเยซูเสด็จมายังโลกนี้และเริ่มต้นพันธกิจของพระองค์ พระองค์ทรงเปิดเผยความลับเกี่ยวกับสวรรค์ให้เป็นที่รู้จักเพราะพระองค์ทรงปรารถนาให้ผู้คนเกิดผลอย่างบริบูรณ์โดยความเข้าใจถึงลับเหล่านี้

พระเยซูทรงเปิดเผยความลับเกี่ยวกับสวรรค์ผ่านคำอุปมา

ในมัทธิวบทที่ 13 มีคำอุปมาเกี่ยวกับแผ่นดินสวรรค์อยู่หลายเรื่อง ที่เป็นเช่นนี้ก็เพราะว่าถ้าปราศจากคำอุปมาเหล่านี้ ท่านก็ไม่สามารถเข้าใจและรู้ความลับเกี่ยวกับสวรรค์ได้ถึงแม้ท่านจะอ่านพระคัมภีร์หลายครั้งก็ตาม

"แผ่นดินสวรรค์เปรียบเหมือนคนหนึ่งได้หว่านพืชดีในนาของตน" (ข้อ 24)

"แผ่นดินสวรรค์เปรียบเหมือนเมล็ดพืชเมล็ดหนึ่งซึ่งคนหนึ่งเอาไปเพาะลงในไร่ของตน เมล็ดนั้นเล็กกว่าเมล็ดทั้งปวง แต่เมื่องอกขึ้นแล้วก็ใหญ่กว่าผักอื่นและจำเริญเป็นต้นไม้จนนกในอากาศมาทำรังอาศัยอยู่ตามกิ่งก้านของต้นนั้นได้" (ข้อ 31-32)

"แผ่นดินสวรรค์เปรียบเหมือนเชื้อซึ่งผู้หญิงคนหนึ่งเอามาเจือลงในแป้งสามถังจนแป้งนั้นฟูขึ้นทั้งหมด" (ข้อ 33)

"แผ่นดินสวรรค์เปรียบเหมือนขุมทรัพย์ซ่อนไว้ในทุ่งนา เมื่อมีผู้ได้พบแล้วก็กลับซ่อนเสียอีกและเพราะความปรีดีจึงไปขายสรรพสิ่งซึ่งเขามีอยู่แล้วไปซื้อนานั้น" (ข้อ 44)

"อีกประการหนึ่ง แผ่นดินสวรรค์เปรียบเหมือนพ่อค้าที่ไปหาไข่มุกอย่างดี และเมื่อได้ไข่มุกเม็ดหนึ่งมีค่ามากก็ไปขายสิ่งสารพัดซึ่งเขามีอยู่ไปซื้อไข่มุกนั้น" (ข้อ 45-46)

"อีกประการหนึ่ง แผ่นดินสวรรค์เปรียบเหมือนอวนที่ลากอยู่ในทะเลติดปลารวมทุกชนิด เมื่อเต็มแล้วเขาก็ลากขึ้นฝั่งนั่งเลือกเอาแต่ที่ดีใส่ตะกร้า แต่ที่ไม่ดีนั้นก็ทิ้งเสีย" (ข้อ 47-48)

ในทำนองเดียวกัน พระเยซูทรงเทศนาเกี่ยวกับแผ่นดินสวรรค์ซึ่งเป็นมิติฝ่ายวิญญาณผ่านทางคำอุปมาหลายเรื่องเช่นกัน
เพื่อให้มีชีวิตนิรันดร์ในสวรรค์ท่านต้องดำเนินชีวิตในความเชื่อที่ถูกต้องโดยรู้ว่าท่านจะครอบครองสวรรค์ได้อย่างไร บุคคลชนิดใดจะเข้าไปสู่สวรรค์ และสิ่งนั้นจะสำเร็จเป็นจริงเมื่อใด
อะไรคือเป้าหมายสูงสุดของการไปโบสถ์และการดำเนินชีวิตในความเชื่อ เป้าหมายคือการได้รับความรอดและการไปสู่สวรรค์ แต่ถ้าท่านไม่สามารถไปสวรรค์แม้ท่านเข้าร่วมในคริสตจักรมาเป็นเวลานาน สิ่งนี้จะเป็นเรื่องน่าสังเวชสักเพียงใด
แม้ในสมัยของพระเยซูผู้คนจำนวนมากเชื่อฟังธรรมบัญญัติและ

ประกาศถึงความเชื่อของตนในพระเจ้า แต่คนเหล่านั้นไม่มีคุณสมบัติที่จะได้รับความรอดและไปสวรรค์ ด้วยเหตุนี้ยอห์นผู้ให้รับบัพติศมาจึงประกาศไว้ในมัทธิว 3:2 ว่า “จงกลับใจเสียใหม่ เพราะว่าแผ่นดินสวรรค์มาใกล้แล้ว” และจงเตรียมมรรคาขององค์พระผู้เป็นเจ้า นอกจากนั้น ในมัทธิว 3:11-12 ท่านบอกกับประชาชนว่าพระเยซูทรงเป็นพระผู้ช่วยให้รอดและองค์พระผู้เป็นเจ้าแห่งการพิพากษาโดยกล่าวว่า “เราให้เจ้าทั้งหลายรับบัพติศมาด้วยน้ำแสดงว่ากลับใจใหม่ก็จริง แต่พระองค์ผู้จะมาภายหลังเราทรงมีอิทธิฤทธิ์ยิ่งกว่าเราอีก ซึ่งเราไม่คู่ควรแม้จะถอดฉลองพระบาทของพระองค์ พระองค์จะทรงให้เจ้าทั้งหลายรับบัพติศมาด้วยพระวิญญาณบริสุทธิ์และด้วยไฟ พระหัตถ์ของพระองค์ถือพลั่วพร้อมแล้วและจะทรงชำระลานข้าวของพระองค์ให้ทั่ว พระองค์จะทรงเก็บข้าวของพระองค์ไว้ในยุ้งฉาง แต่พระองค์จะทรงเผาแกลบด้วยไฟที่ไม่รู้ดับ”

ถึงกระนั้น ชนชาติอิสราเอลไม่เพียงแต่ล้มเหลวที่จะยอมรับว่าพระองค์ทรงเป็นพระผู้ช่วยให้รอดของตน แต่คนเหล่านั้นยังตรึงพระองค์ด้วยเช่นกัน เป็นเรื่องน่าเศร้าที่คนเหล่านี้ยังคงรอคอยพระเมสสิยาห์อยู่แม้กระทั่งในปัจจุบัน

ความลับเกี่ยวกับสวรรค์ถูกเปิดเผยให้กับอัครทูตรเปาโล

แม้อัครทูตเปาโลไม่ใช่หนึ่งในสาวกสิบสองคนแรกของพระเยซูก็ตาม แต่ท่านก็ไม่ได้ด้อยไปกว่าสาวกคนอื่น ๆ ในการเป็นพยานถึงพระเยซูคริสต์ ก่อนที่เปาโลพบกับองค์พระผู้เป็นเจ้าท่านเคยเป็นพวกฟาริสีที่รักษาธรรมบัญญัติและธรรมเนียมของผู้อาวุโสอย่างเคร่งครัด และท่านเป็นชาวยิวที่มีความเป็นพลเมืองโรมตั้งแต่เกิดซึ่งเคยมีส่วนร่วมในการข่มเหงคริสเตียนในยุคแรก

แต่หลังจากท่านได้พบกับองค์พระผู้เป็นเจ้าบนถนนไปยังเมืองดามัสกัส เปาโลก็เปลี่ยนความคิดของท่านและนำผู้คนจำนวนมากมาสู่หนทางแห่งความรอดด้วยการทุ่มเทให้กับการประกาศพระกิตติคุณกับคนต่างชาติ

พระเจ้าทรงทราบว่าเปาโลจะทนทุกข์กับความเจ็บปวดและการข่

มเหงในขณะที่ประกาศพระกิตติคุณ นั่นคือเหตุผลที่พระองค์ทรงเปิดเผยความลับอันอัศจรรย์เกี่ยวกับสวรรค์แก่เปาโลเพื่อท่านจะมุ่งไปสู่เป้าหมาย (ฟีลิปปี 3:12-14) พระเจ้าทรงอนุญาตให้ท่านประกาศพระกิตติคุณด้วยความยินดีอย่างเหลือล้นด้วยความหวังเกี่ยวกับสวรรค์

ถ้าท่านอ่านจดหมายฝากของเปาโลท่านจะเห็นว่าเปาโลเขียนจดหมายเหล่านั้นด้วยการดลใจอย่างสมบูรณ์ของพระวิญญาณบริสุทธิ์เกี่ยวกับการเสด็จกลับมาอีกครั้งหนึ่งขององค์พระผู้เป็นเจ้า การถูกรับขึ้นไปในฟ้าอากาศของผู้เชื่อที่อยู่สวรรค์ของผู้เชื่อ สง่าราศีแห่งสวรรค์ รางวัลและมงกุฎนิรันดร์ เมลคีเซเดคปุโรหิตนิรันดร์ และพระเยซูคริสต์

ใน 2 โครินธ์ 12:1-4 เปาโลแบ่งปันประสบการณ์ฝ่ายวิญญาณของท่านกับคริสตจักรในเมืองโครินธ์ที่ท่านก่อตั้งขึ้นซึ่งคนเหล่านั้นไม่ได้ดำเนินชีวิตตามพระคำของพระเจ้า

“ข้าพเจ้าจำจะต้องอวด ถึงแม้จะไม่มีประโยชน์อะไร แต่ข้าพเจ้าจะเล่าต่อไปถึงนิมิตและการสำแดงซึ่งมาจากองค์พระผู้เป็นเจ้า ข้าพเจ้าได้รู้จักชายคนหนึ่งผู้เลื่อมใสในพระคริสต์สิบสี่ปีมาแล้ว เขาถูกรับขึ้นไปยังสวรรค์ชั้นที่สาม (แต่จะไปทั้งกายหรือไปโดยไม่มีกายข้าพเจ้าไม่รู้ พระเจ้าทราบ) ข้าพเจ้าทราบ (แต่จะไปทั้งกายหรือไม่มีกายข้าพเจ้าไม่รู้ พระเจ้าทรงทราบ) ว่าคนนั้นถูกรับขึ้นไปยังเมืองบรมสุขเกษม และได้ยินวาจาซึ่งจะพูดเป็นคำไม่ได้ และมนุษย์จะออกเสียงก็ต้องห้าม”

พระเจ้าทรงเลือกสรรอัครทูตเปาโลไว้สำหรับการประกาศพระกิตติคุณกับคนต่างชาติ ถลุงท่านด้วยไฟ และประทานนิมิตและการเปิดเผยแก่ท่าน พระเจ้าทรงช่วยท่านให้เอาชนะความยากลำบากทุกชนิดด้วยความรัก ความเชื่อ และความหวังเกี่ยวกับสวรรค์ ยกตัวอย่าง เปาโลประกาศว่าท่านถูกนำขึ้นไปสู่เมืองบรมสุขเกษมในสวรรค์ชั้นที่สามและได้ยินเกี่ยวกับความลับของสวรรค์เมื่อสิบสี่ปีที่แล้ว แต่สถานที่เหล่านั้นมหัศจรรย์มากจนมนุษย์ไม่ได้รับอนุญาต

ให้พูดถึง

อัครทูตเป็นบุคคลที่ได้รับการทรงเรียกจากพระเจ้าและเชื่อฟังน้ำพระทัยของพระองค์อย่างครบถ้วน แต่มีบางคนในท่ามกลางสมาชิกคริสตจักรโครินธ์ที่ถูกหลอกลวงโดยครูสอนเทียมเท็จและตัดสินอัครทูตเปาโล

ในเวลานี้ อัครทูตเปาโลระบุถึงความลำบากต่าง ๆ ที่ท่านได้ทนทุกข์เพื่อองค์พระผู้เป็นเจ้าและแบ่งปันประสบการณ์ฝ่ายวิญญาณของท่านเพื่อนำชาวโครินธ์ไปสู่การเป็นเจ้าสาวผู้งดงามขององค์พระผู้เป็นเจ้าซึ่งเป็นการปฏิบัติตามพระคำของพระเจ้า สิ่งนี้ไม่ใช่เป็นการอวดอ้างประสบการณ์ฝ่ายวิญญาณของท่าน แต่เป็นเพียงการเสริมสร้างและเสริมกำลังคริสตจักรของพระคริสต์ด้วยการปกป้องและยืนยันถึงความเป็นอัครทูตของท่าน

สิ่งที่ท่านต้องรู้ในที่นี้ก็คือว่านิมิตและการเปิดเผยขององค์พระผู้เป็นเจ้าเป็นสิ่งที่พระองค์ทรงมอบให้กับผู้คนที่ชอบธรรมในสายพระเนตรของพระองค์เท่านั้น นอกจากนั้น ท่านต้องไม่ตัดสินคนหนึ่งคนใดที่ทำงานเพื่อขยายแผ่นดินของพระเจ้า ช่วยผู้คนจำนวนมากให้รอด และได้รับการยอมรับจากพระเจ้า เหมือนที่สมาชิกของคริสตจักรโครินธ์ซึ่งถูกหลอกลวงโดยครูสอนเทียมเท็จได้ตัดสินเปาโล

ความลับเกี่ยวกับสวรรค์ที่สำแดงกับอัครทูตยอห์น

อัครทูตยอห์นเป็นหนึ่งในสาวกสิบสองคนและเป็นผู้ที่พระเยซูทรงรักมาก พระเยซูไม่เพียงแต่เรียกยอห์นว่า “สาวก” เท่านั้น แต่พระองค์ทรงเลี้ยงดูยอห์นในฝ่ายวิญญาณด้วยเพื่อท่านจะปรนนิบัติพระอาจารย์ของท่านได้อย่างใกล้ชิด ยอห์นเคยเป็นคนที่อารมณ์ร้อนมากจนท่านเคยได้สมญานามว่า “ลูกฟ้าร้อง” แต่ท่านกลายเป็นอัครทูตแห่งความรักหลังจากได้รับการเปลี่ยนแปลงด้วยฤทธิ์อำนาจของพระเจ้า ยอห์นติดตามพระเยซูซึ่งเป็นการแสวงหาสง่าราศีในสวรรค์ ท่านเป็นสาวกเพียงคนเดียวที่ได้ยินคำตรัสสุดท้ายเจ็ดคำของพระเยซูบนกางเขน ยอห์นสัตย์ซื่อต่อหน้าที่ของท่านในฐานะอัครทูตและกล

ายเป็นบุคคลสำคัญในสวรรค์

ผลจากการข่มเหงคริสต์ศาสนาโดยจักรภพโรมทำให้ยอห์นถูกจับโยนลงไปในหม้อต้มน้ำมัน แต่ท่านไม่ตายและถูกเนรเทศไปยังเกาะปัทมอส ทีนัน ท่านได้สือสารกับพระเจ้าอย่างลึกซึ้งและได้เขียนหนังสือวิวรณ์ซึงเต็มไปด้วยความลับเกียวกับสวรรค์

ยอห์นเขียนถึงเรืองราวฝ่ายวิญญาณหลายเรือง เช่น พระทีนังของพระเจ้าและของพระเมษโปดกในสวรรค์ การนมัสการในสวรรค์ เครูบทังสีทีอยู่ล้อมรอบพระทีนังของพระเจ้า เจ็ดปีแห่งความทุกข์เวทนาครังใหญ่และบทบาทของทูตสวรรค์ งานเลียงสมรสของพระเมษโปดกและยุคพันปี การพิพากษา ณ พระทีนังใหญ่สีขาว นรก นครเยรูซาเล็มใหม่ในสวรรค์ และบาดาล เป็นต้น

นันคือเหตุผลทีอัครทูตยอห์นกล่าวไว้ในวิวรณ์ 1:1-3 ว่าหนังสือเล่มนีถูกบันทึกไว้โดยการเปิดเผยและนิมิตขององค์พระผู้เป็นเจ้าและท่านเขียนทุกสิงทุกอย่างลงไปเพราะสิงทีเขียนไว้นันจะบังเกิดขึนในไม่ช้า

“วิวรณ์ของพระเยซูคริสต์ซึงพระเจ้าได้ทรงประทานแก่พระองค์เพือชีแจงให้ผู้รับใช้ทังหลายของพระองค์รู้ว่าอะไรจะต้องอุบัติขึนในไม่ช้า และพระองค์ได้ทรงใช้ทูตสวรรค์ไปสำแดงแก่ยอห์นผู้รับใช้ของพระองค์ ยอห์นเป็นพยานฝ่ายพระวจนะของพระเจ้าและเป็นพยานของพระเยซูคริสต์ ท่านเป็นพยานในเหตุการณ์ทังสินซึงท่านได้พบเห็น ขอความสุขจงมีแก่บรรดาผู้อ่านและผู้ฟังคำพยากรณ์เหล่านีและถือรักษาข้อความทีเขียนไว้ในคำพยากรณ์นี เพราะว่าเวลานันใกล้เข้ามาแล้ว”

วลีทีว่า “เวลานันใกล้เข้ามาแล้ว” มีนัยบ่งบอกว่าเวลาของการเสด็จกลับมาขององค์พระผู้เป็นเจ้าใกล้เข้ามาแล้ว ด้วยเหตุนี จึงเป็นสิงสำคัญทีจะมีคุณสมบัติอย่างครบถ้วนเพือเข้าสู่สวรรค์ด้วยการรอดโดยความเชือ

ถึงแม้ท่านไปโบถส์ทุกอาทิตย์ท่านก็ไม่รอดเว้นแต่ท่านจะมีความเชือทีประกอบด้วยการประพฤติ พระเยซูตรัสกับท่านว่า

“มิใช่ทุกคนที่เรียกเราว่า ‘พระองค์เจ้าข้า พระองค์เจ้าข้า’ จะได้เข้าในแผ่นดินสวรรค์ แต่ผู้ที่ปฏิบัติตามพระทัยพระบิดาของเราผู้ทรงสถิตในสวรรค์จึงจะเข้าได้” (มัทธิว 7:21) ดังนั้น ถ้าท่านไม่ปฏิบัติตามพระคำของพระเจ้าท่านก็ไม่สามารถไปสวรรค์ได้

ด้วยเหตุนี้ อัครทูตยอห์นจึงอธิบายถึงเหตุการณ์และคำพยากรณ์ต่าง ๆ ที่จะเกิดขึ้นและที่จะสำเร็จเป็นจริงในไม่ช้าโดยละเอียดในวิวรณ์บทที่ 4 เป็นต้นไปพร้อมกับสรุปว่าองค์พระผู้เป็นเจ้าจะเสด็จกลับมาและท่านต้องชำระเสื้อผ้าของท่านให้สะอาด

“ดูเถิด เราจะมาในเร็ว ๆ นี้และจะนำบำเหน็จของเรามาด้วยเพื่อตอบแทนการกระทำของทุกคน เราคืออัลฟาและโอเมกา เป็นเบื้องต้นและเป็นเบื้องปลาย เป็นปฐมและเป็นอวสาน คนทั้งหลายที่ชำระเสื้อผ้าของตนก็เป็นสุข เพื่อว่าเขาจะได้มีสิทธิในต้นไม้แห่งชีวิตและเพื่อเขาจะได้เข้าไปในนครนั้นโดยทางประตู” (วิวรณ์ 22:12-14)

ในฝ่ายวิญญาณ “เสื้อผ้า” หมายถึงจิตใจและการกระทำของบุคคล การชำระเสื้อผ้าหมายถึงการกลับใจจากความบาปและพยายามดำเนินชีวิตตามน้ำพระทัยของพระเจ้า

ท่านจะเดินผ่านประตูเข้าไปจนถึงนครเยรูซาเล็มใหม่ซึ่งเป็นสถานที่งดงามที่สุดของสวรรค์ได้ตามขนาดแห่งการดำเนินชีวิตของท่านตามพระคำของพระเจ้า

ในหนังสือเรื่อง “ขนาดแห่งความเชื่อ” ซึ่งจะมีการจัดพิมพ์ในเร็ว ๆ นี้ข้าพเจ้าได้อธิบายไว้ว่าแม้แต่ความเชื่อก็มีขั้นตอนของการเจริญเติบโต ในทำนองเดียวกัน อัครทูตยอห์นได้จำแนกความเชื่อออกเป็นความเชื่อของเด็กทารก ความเชื่อของลูก ความเชื่อของคนหนุ่ม และความเชื่อของบิดา

ด้วยเหตุนี้ ท่านควรตระหนักว่ายิ่งความเชื่อของท่านเติบโตมากขึ้นเท่าใด ท่านก็จะมีที่อยู่ในสวรรค์ที่โอ่อ่ามากยิ่งขึ้นเท่านั้น

ความลับเกี่ยวกับสวรรค์ที่ถูกเปิดเผยในปัจจุบัน

เกือบหนึ่งพันเก้าร้อยกว่าปีผ่านพ้นไปนับตั้งแต่อัครทูตยอห์นเขียนหนังสือวิวรณ์ ในปัจจุบันช่วงเวลาแห่งการเสด็จกลับมาขององค์พระผู้เป็นเจ้ากำลังใกล้เข้ามามากขึ้น นั่นคือสาเหตุที่พระเจ้าทรงเปิดตาฝ่ายวิญญาณของบางคนและทรงอนุญาตให้คนเหล่านี้มองเห็นสวรรค์และนรก พระองค์ทรงอนุญาตให้วิญญาณของบางคนไปเยียมสวรรค์และนรกในช่วงหนึ่งและทรงหนุนใจคนเหล่านั้นให้เผยแพร่สิ่งที่ตนเห็นต่อทั้งคนที่เชื่อและคนที่ไม่เชื่อ

ข้าพเจ้ารู้สึกเสียใจที่ไม่สามารถอธิบายเกี่ยวกับสวรรค์และนรกให้ละเอียดถี่ถ้วนมากกว่านี้เนื่องจากสถานที่เหล่านี้อยู่ในมิติขนาดใหญ่ฝ่ายวิญญาณ บางครั้งผู้คนกล่าวคำเทศนาอย่างไม่ถูกต้อง หรือบางครั้งผู้ฟังก็ไม่เข้าใจคำเทศนานั้น

ข้าพเจ้าปรารถนาอย่างมากที่จะรู้จักสวรรค์ ข้าพเจ้าได้รับคำตอบและรู้ถึงความลับเกี่ยวกับสวรรค์โดยละเอียดหลังจากข้าพเจ้าอธิษฐานและอดอาหารหลายครั้งเป็นเวลาเจ็ดปี ในเดือนพฤษภาคม ปี 1984 ก่อนถึงวันเกิดของข้าพเจ้า พระเจ้าทรงสั่งให้ข้าพเจ้าอดอาหารเป็นเวลาสามวัน ณ สถานที่อธิษฐานซึ่งตั้งอยู่ห่างไกลจากสมาชิกคริสตจักรของข้าพเจ้าและพระองค์ทรงอนุญาตให้ข้าพเจ้าสื่อสารกับพระองค์อย่างลึกซึ้ง ในเวลานั้น พระเจ้าทรงอธิบายถึงสวรรค์โดยละเอียดแก่ข้าพเจ้าและข้าพเจ้าต้องใช้กระดาษจดบันทึกจำนวน 120 หน้าเพื่อเขียนรายละเอียดเหล่านั้นเอาไว้ พระองค์ทรงอธิบายถึงชีวิตในสวรรค์ที่เต็มไปด้วยความสุข ความมหัศจรรย์ และความน่าประหลาดและทรงอธิบายถึงที่อยู่อาศัยและรางวัลต่าง ๆ ที่ผู้คนจะได้รับตามขนาดแห่งความเชื่อของตน ในช่วงหนึ่งของการทำพันธกิจของข้าพเจ้า ข้าพเจ้าเคยเทศนาเกี่ยวกับสวรรค์อยู่เป็นเวลาหลายเดือน

หลังจากนั้น พระเจ้าทรงเปิดเผยความลับเกี่ยวกับสวรรค์แก่ข้าพเจ้าเมื่อพระองค์ทรงอธิบายหนังสือวิวรณ์และพระองค์ทรงอธิบายถึงสิ่งเหล่านั้นลึกซึ้งยิ่งขึ้นอย่างต่อเนื่องจนกระทั่งหลังจากปี 1998 พระเจ้าทรงเปิดเผยถึงหลายสิ่งหลายอย่างที่ถูกปิดซ่อนไว้ตั้งแต่ก่อนปฐ

มกาล และเหมือนดังที่อัครทูตเปาโลกล่าวว่าท่าน "ได้ยินวาจาซึ่งจะพูดเป็นคำไม่ได้" มีหลายสิ่งหลายอย่างที่ข้าพเจ้าไม่สามารถบอกได้

พระเจ้าไม่เพียงแต่ทรงอนุญาตให้ข้าพเจ้ารู้เกี่ยวกับสวรรค์เท่านั้น แต่พระองค์ทรงอนุญาตให้ข้าพเจ้ารู้เกี่ยวกับความลับของมิติฝ่ายวิญญาณเช่นกัน ด้วยเหตุผลบางประการ ประการแรก พระเจ้าทรงต้องการช่วยคนจำนวนมากให้รอดโดยผ่านคำพยานของข้าพเจ้าเกี่ยวกับพระเจ้าผู้ทรงพระชนม์อยู่ตั้งแต่ก่อนปฐมกาลและโดยผ่านการเผยแพร่เรื่องราวของพระเยซูคริสต์พระผู้ช่วยให้รอด ประการที่สอง พระเจ้าผู้ทรงบริสุทธิ์และดีพร้อมทรงปรารถนาที่จะทำให้บุตรทั้งหลายของพระองค์บริสุทธิ์และดีพร้อมและพรั่งพร้อมสำหรับการเสด็จกลับมาขององค์พระผู้เป็นเจ้าในฐานะเจ้าสาวผู้งดงามด้วยการเผยแพร่พระกิตติคุณแห่งความบริสุทธิ์ออกไป

ด้วยเหตุนี้ ท่านควรตระหนักว่าวาระสุดท้ายใกล้เข้ามาแล้วและท่านต้องสามารถเข้าไปสู่นครเยรูซาเล็มใหม่ซึ่งสุกใสและงดงามดุจแก้วด้วยการเผยแพร่พระกิตติคุณและพยายามเตรียมตัวท่านไว้ให้พร้อมในฐานะเจ้าสาวผู้งดงามของพระเยซูคริสต์

2. ความลับเกี่ยวกับสวรรค์ที่ถูกเปิดเผยในช่วงวาระสุดท้าย

ขอให้เราเจาะลึกลงไปในความลับเกี่ยวกับสวรรค์ที่ถูกเปิดเผยและความสำเร็จในวาระสุดท้ายแห่งคำอุปมาของพระเยซูในมัทธิวบทที่ 13

พระองค์จะทรงแยกคนชั่วร้ายออกจากคนชอบธรรม

ในมัทธิว 13:47-50 พระเยซูตรัสว่าแผ่นดินสวรรค์เป็นเหมือนอวนที่ลากอยู่ในทะเลสาบและจับปลาทุกชนิดเอาไว้ คำอุปมานี้หมายถึงอะไร

"อีกประการหนึ่ง แผ่นดินสวรรค์เปรียบเหมือนอวนที่ลากอยู่ในทะเล ติดปลารวมทุกชนิด เมื่อเต็มแล้วเขาก็ลากขึ้นฝั่งนั่งเลือกเอาแต่ที่ดีใส่ตะกร้า แต่ที่ไม่ดีนั้นก็ทิ้งเสีย ในเวลาสิ้นยุคก็จะเป็นอย่างนั้น

พวกทูตสวรรค์จะออกมาแยกคนชั่วออกจากคนชอบธรรมและจะทิ้งลงในเตาไฟอันลุกโพลง ที่นั่นจะมีการร้องไห้ขบเขี้ยวเคี้ยวฟัน"

"ทะเล" ในที่นี้หมายถึงโลก "ปลา" หมายถึงผู้เชื่อ และชาวประมงที่ลากอวนในทะเลและจับปลาทุกชนิดเอาไว้หมายถึงพระเจ้า การที่พระเจ้าทรง "ลากอวนอยู่ในทะเล ติดปลารวมทุกชนิด เมื่อเต็มแล้วเขาก็ลากขึ้นฝั่งนั่งเลือกเอาแต่ที่ดีใส่ตะกร้าแต่ที่ไม่ดีนั้นก็ทิ้งเสีย" หมายถึงอะไร การกระทำเช่นนี้เพื่อให้ท่านรู้ว่าในวาระสุดท้ายทูตสวรรค์จะลงมาและรวบรวมผู้ชอบธรรมไปสู่สวรรค์และจะทิ้งคนชั่วร้ายลงไปในนรก

ในปัจจุบัน ผู้คนจำนวนมากคิดว่าตนจะเข้าสู่แผ่นดินสวรรค์อย่างแน่นอนถ้าเขาต้อนรับเอาพระเยซูคริสต์ แต่พระเยซูตรัสอย่างชัดเจนว่า "พวกทูตสวรรค์จะออกมาแยกคนชั่วออกจากคนชอบธรรมและจะทิ้งลงในเตาไฟอันลุกโพลง" "คนชอบธรรม" ในที่นี้หมายถึงผู้คนที่ถูกเรียกว่า "ผู้ชอบธรรม" โดยการเชื่อในพระเยซูคริสต์ด้วยจิตใจของตนและสำแดงความเชื่อของตนออกมาเป็นการกระทำ ท่านเป็น "คนชอบธรรม" ไม่ใช่เพราะท่านรู้พระคำของพระเจ้า แต่เพราะท่านเชื่อฟังคำสั่งของพระเจ้าและกระทำตามน้ำพระทัยของพระองค์ (มัทธิว 7:21)

ในพระคัมภีร์มีคำว่า "อย่า" "จง" "ให้รักษา" และ "ให้ละทิ้ง" อยู่มากมาย ผู้คนที่ดำเนินชีวิตตามพระคำของพระเจ้าเท่านั้นที่เป็น "คนชอบธรรม" และเป็นคนที่มีความเชื่อฝ่ายวิญญาณที่มีชีวิต มีผู้คนมากมายที่ถูกเรียกว่า "คนชอบธรรม" แต่คนเหล่านี้เป็น "คนชอบธรรม" ในสายตาของมนุษย์หรือในสายพระเนตรของพระเจ้าล่ะ ดังนั้นท่านต้องสามารถแยกแยะความแตกต่างระหว่างความชอบธรรมของมนุษย์และความชอบธรรมของพระเจ้า และท่านต้องเป็นคนชอบธรรมในสายพระเนตรของพระเจ้า

ยกตัวอย่าง ถ้าบุคคลที่เห็นว่าตนเองเป็นคนชอบธรรมลักขโมย ใครเล่าจะยอมรับว่าคนนี้เป็นคนชอบธรรม ถ้าผู้คนที่เรียกตนเองว่า "บุตรของพระเจ้า" แต่ยังทำบาปอย่างต่อเนื่องและไม่ได้ดำเนินชีวิต

ตามพระคำของพระเจ้า เราไม่อาจเรียกคนเหล่านี้ว่า "ผู้ชอบธรรม" ได้ คนประเภทนี้เป็นคนชั่วร้ายที่อยู่ท่ามกลาง "คนชอบธรรม"

ความรุ่งโรจน์ที่ต่างกันของร่างกายแห่งสวรรค์

ถ้าท่านยอมรับเอาพระเยซูคริสต์และดำเนินชีวิตตามพระคำของพระเจ้าท่านจะส่องแสงเจิดจ้าเหมือนดวงอาทิตย์ในสวรรค์ อัครทูตเปาโลเขียนถึงความลับเกี่ยวกับสวรรค์โดยละเอียดใน 1 โครินธ์ 15:40-41 ว่า

"ร่างกายสำหรับสวรรค์ก็มีและร่างกายสำหรับโลกก็มี แต่ว่าศักดิ์ศรีของร่างกายสำหรับสวรรค์ก็อย่างหนึ่งและศักดิ์ศรีของร่างกายสำหรับโลกก็อย่างหนึ่ง ศักดิ์ศรีของดวงอาทิตย์ก็อย่างหนึ่ง ศักดิ์ศรีของดวงจันทร์ก็อย่างหนึ่ง ศักดิ์ศรีของดวงดาวก็อย่างหนึ่ง แท้ที่จริงศักดิ์ศรีของดาวดวงหนึ่งก็ต่างกันกับศักดิ์ศรีของดาวดวงอื่น ๆ"

เนื่องจากบุคคลจะครอบครองสวรรค์ได้ด้วยความเชื่อเท่านั้น ดังนั้น สง่าราศีของสวรรค์จะแตกต่างกันออกไปตามขนาดแห่งความเชื่อของบุคคล นั่นคือเหตุผลที่ว่าศักดิ์ศรี (สง่าราศี) ของดวงอาทิตย์ ของดวงจันทร์ และของดวงดาวก็อย่างหนึ่ง แม้แต่ในท่ามกลางดวงดาวทั้งหลาย ขนาดแห่งความสดใสของดาวเหล่านั้นก็แตกต่างกัน

ขอให้เราพิจารณาความลับอีกอย่างหนึ่งเกี่ยวกับสวรรค์ผ่านคำอุปมาเรื่องเมล็ดพืชในมัทธิว 13:31-32

"พระองค์ยังตรัสคำอุปมาอีกข้อหนึ่งให้เขาฟังว่า 'แผ่นดินสวรรค์เปรียบเหมือนเมล็ดพืชเมล็ดหนึ่งซึ่งคนหนึ่งเอาไปเพาะลงในไร่ของตน เมล็ดนั้นเล็กกว่าเมล็ดทั้งปวง แต่เมื่องอกขึ้นแล้วก็ใหญ่กว่าผักอื่น และจำเริญเป็นต้นไม้จนนกในอากาศมาทำรังอาศัยอยู่ตามกิ่งก้านของต้นนั้นได้'"

เมล็ดพืชเมล็ดหนึ่งมีขนาดเล็กเท่ากับจุดน้ำหมึกจากปลายปากกาลูกลื่น แต่เมล็ดพืชขนาดเล็กนี้จะเติบโตเป็นต้นไม้ใหญ่เพื่อนกใ

นอากาศจะทำรังอาศัยอยู่ตามกิ่งก้านของต้นไม้นั้น พระเยซูต้องการสอนสิ่งใดกับเราผ่านทางคำอุปมาเรื่องนี้ บทเรียนที่พระองค์ต้องการให้เราเรียนรู้ก็คือเราจะครอบครองสวรรค์ได้ด้วยความเชื่อและความเชื่อมีขนาดแตกต่างกัน ดังนั้น แม้เวลานี้ท่านจะมีความเชื่อ "ขนาดเล็ก" แต่ท่านสามารถบำรุงเลี้ยงความเชื่อให้ "ใหญ่โต" ได้

แม้ความเชื่อจะมีขนาดเล็กเท่ากับเมล็ดพืช

พระเยซูตรัสไว้ในมัทธิว 17:20 ว่า "เพราะเหตุพวกท่านมีความเชื่อน้อย ด้วยเราบอกความจริงแก่ท่านทั้งหลายว่า ถ้าท่านมีความเชื่อเท่าเมล็ดพืชเมล็ดหนึ่งท่านจะสั่งภูเขานี้ว่า 'จงเลื่อนจากที่นี่ไปที่โน่น' มันก็จะเลื่อน สิ่งหนึ่งสิ่งใดซึ่งท่านทำไม่ได้จะไม่มีเลย" ในการตอบสนองต่อข้อเรียกร้องของสาวกของพระองค์ที่ว่า "ขอพระองค์โปรดให้ความเชื่อของพวกข้าพเจ้ามากยิ่งขึ้น" พระเยซูตรัสตอบว่า "ถ้าพวกท่านมีความเชื่อเท่าเมล็ดพืชเมล็ดหนึ่ง ท่านก็จะสั่งต้นหม่อนนี้ได้ว่า 'จงถอนขึ้นออกไปปักในทะเล' และมันจะฟังท่าน" (ลูกา 17:5-6)

อะไรคือความหมายฝ่ายวิญญาณของพระคัมภีร์ข้อนี้ พระคัมภีร์ข้อนี้หมายความว่าเมื่อความเชื่อที่มีขนาดเล็กเท่ากับเมล็ดพืชเติบโตขึ้นและกลายเป็นความเชื่อที่ยิ่งใหญ่ ไม่มีสิ่งใดจะเป็นไปไม่ได้ เมื่อบุคคลหนึ่งต้อนรับเอาพระเยซูคริสต์ บุคคลนั้นก็ได้รับความเชื่อที่มีขนาดเล็กเท่ากับเมล็ดพืช เมื่อบุคคลนั้นหว่านเมล็ดพืชนี้ในจิตใจของตน เมล็ดนี้ก็จะแตกหน่อ เมื่อเมล็ดพืชนี้เติบโตเป็นต้นไม้ขนาดใหญ่ซึ่งเป็นที่อยู่อาศัยและที่ทำรังของนกในอากาศ บุคคลนั้นจะมีประสบการณ์กับการทำงานแห่งฤทธิ์อำนาจของพระเจ้าที่พระเยซูเคยกระทำ เช่น การทำให้คนตาบอดมองเห็น คนหูหนวกได้ยิน คนใบ้พูดได้ และคนตายเป็นขึ้นมาใหม่

ถ้าท่านคิดว่าท่านมีความเชื่อแต่ท่านไม่สามารถแสดงถึงการทำงานแห่งฤทธิ์อำนาจของพระเจ้าและยังมีปัญหาในครอบครัวหรือธุรกิจของท่าน ที่เป็นเช่นนี้ก็เพราะว่าความเชื่อของท่านที่มีขนาดเล็กเท่ากับเมล็ดพืชยังไม่เติบโตเป็นต้นไม้ขนาดใหญ่

ขั้นตอนการเจริญเติบโตของความเชื่อฝ่ายวิญญาณ

ใน 1 ยอห์น 2:12-14 อัครทูตอธิบายถึงการเจริญเติบโตของความเชื่อฝ่ายวิญญาณโดยสรุปว่า

"ลูกทั้งหลายเอ๋ย ข้าพเจ้าเขียนจดหมายถึงท่านเพราะว่าได้ทรงยกบาปของท่านแล้วด้วยเห็นแก่พระนามของพระองค์ ท่านทั้งหลายที่เป็นบิดา ข้าพเจ้าเขียนจดหมายถึงท่านเพราะท่านทั้งหลายได้คุ้นกับพระองค์ผู้ทรงดำรงอยู่ตั้งแต่ปฐมกาล ท่านทั้งหลายที่เป็นคนหนุ่ม ๆ ข้าพเจ้าเขียนจดหมายถึงท่านเพราะท่านทั้งหลายได้ชนะมารร้ายนั้น ท่านทั้งหลายผู้เป็นลูก ข้าพเจ้าเขียนจดหมายถึงท่านเพราะท่านทั้งหลายได้คุ้นกับพระบิดา ท่านทั้งหลายที่เป็นบิดา ข้าพเจ้าเขียนจดหมายถึงท่านเพราะท่านทั้งหลายได้คุ้นกับพระองค์ผู้ทรงดำรงอยู่ตั้งแต่ปฐมกาล ท่านทั้งหลายที่ที่เป็นคนหนุ่ม ๆ ข้าพเจ้าเขียนจดหมายถึงท่านเพราะท่านทั้งหลายมีกำลังมากและพระวจนะของพระเจ้าดำรงอยู่ในท่านทั้งหลายและท่านชนะมารร้ายนั้นแล้ว"

ท่านควรตระหนักว่าการเจริญเติบโตของความเชื่อมีขั้นตอน ท่านต้องพัฒนาความเชื่อของท่านและมีความเชื่อของบิดาซึ่งจะทำให้ท่านสามารถรู้จักพระเจ้าผู้ทรงดำรงอยู่ตั้งแต่ปฐมกาล ท่านไม่ควรพอใจกับระดับความเชื่อของลูกซึ่งทำให้ท่านได้รับการอภัยโทษความผิดบาปอันเนื่องมาจากพระเยซูคริสต์

นอกจากนั้น เหมือนที่พระเยซูตรัสไว้ในมัทธิว 13:33 ว่า "แผ่นดินสวรรค์เปรียบเหมือนเชื้อซึ่งผู้หญิงคนหนึ่งเอามาเจือลงในแป้งสามถังจนแป้งนั้นฟูขึ้นทั้งหมด"

ด้วยเหตุนี้ ท่านต้องเข้าใจว่าความเชื่อที่มีขนาดเล็กเท่ากับเมล็ดพืชที่เติบโตเป็นความเชื่อขนาดใหญ่จะสำเร็จเป็นจริงได้อย่างรวดเร็วเหมือนกับเชื้อที่ทำให้แป้งทั้งหมดฟูขึ้น ดังที่ 1 โครินธ์ 12:9 กล่าวว่าความเชื่อเป็นของประทานฝ่ายวิญญาณซึ่งท่านได้รับจากพระเจ้า

ซื้อสวรรค์ด้วยทุกสิ่งที่ท่านมี

ท่านต้องมีความพยายามอย่างแท้จริงเพื่อจะครอบครองสวรรค์ เนื่องจากสวรรค์เป็นสิ่งที่จะครอบครองเอาไว้ได้ด้วยความเชื่อเท่านั้น และความเชื่อมีขั้นของการเจริญเติบโต แม้แต่ในโลกนี้ท่านต้องพยายามอย่างมากเพื่อให้ได้มาซึ่งชื่อเสียงและเงินทอง ยกตัวอย่าง ท่านต้องมีเงินรายได้อย่างเพียงพอเพื่อจะสามารถซื้อบ้านหลังหนึ่ง ท่านต้องใช้พยายามอย่างมากเพื่อซื้อและดูแลรักษาสิ่งเหล่านี้เอาไว้ ซึ่งเป็นสิ่งที่ท่านไม่สามารถรักษาไว้ได้ตลอดไป ถ้าเช่นนั้น ท่านยิ่งต้องพยายามมากยิ่งขึ้นสักเพียงใดเพื่อจะมีความรุ่งโรจน์และสถานที่อยู่แห่งสวรรค์ซึ่งท่านจะพำนักอยู่ชั่วนิรันดร์

พระเยซูตรัสไว้ในมัทธิว 13:44 ว่า “แผ่นดินสวรรค์เปรียบเหมือนขุมทรัพย์ซ่อนไว้ในทุ่งนา เมื่อมีผู้ได้พบแล้วก็กลับซ่อนเสียอีกและเพราะความปรีดีจึงไปขายสรรพสิ่งซึ่งเขามีอยู่แล้วไปซื้อนานั้น” พระองค์ตรัสต่อไปในมัทธิว 13:45-46 ว่า “อีกประการหนึ่ง แผ่นดินสวรรค์เปรียบเหมือนพ่อค้าที่ไปหาไข่มุกอย่างดี และเมื่อได้พบไข่มุกเม็ดหนึ่งมีค่ามากก็ไปขายสิ่งสารพัดซึ่งเขามีอยู่ไปซื้อไข่มุกนั้น”

ดังนั้น อะไรคือความลับเกี่ยวกับสวรรค์ซึ่งถูกเปิดเผยผ่านทางคำอุปมาเรื่องขุมทรัพย์ที่ซ่อนอยู่ในทุ่งนาและเรื่องไข่มุกที่มีราคา ปกติพระเยซูทรงเล่าคำอุปมาโดยใช้วัตถุสิ่งของที่พบได้ง่ายในชีวิตประจำวัน ตอนนี้ขอให้เราศึกษาคำอุปมาเรื่อง “ขุมทรัพย์ที่ซ่อนอยู่ในทุ่งนา”

มีชาวนายากจนคนหนึ่งซึ่งทำมาหากินด้วยการรับจ้างรายวัน วันหนึ่ง เขาไปทำงานตามคำว่าจ้างของเพื่อนบ้านของตน มีคนบอกชาวนาคนนั้นว่าดินผืนนั้นเป็นดินจืดเนื่องจากดินผืนนั้นถูกทิ้งร้างมาเป็นเวลานาน แต่เพื่อนบ้านของเขาต้องการปลูกผลไม้บางชนิดเพื่อไม่ให้เสียผืนดินไปโดยเปล่าประโยชน์ ชาวนาตกลงทำงานนั้น วันหนึ่งในขณะที่เขากำลังขุดดินอยู่นั้นจอบของกระแทกเข้ากับของแข็งบางอย่าง เขาจึงขุดไปดูและพบว่ามีทรัพย์สมบัติฝังอยู่ภายใต้ผืนดิน ชาวนาที่ค้นพบทรัพย์สมบัตินั้นเริ่มคิดถึงวิธีการที่จะครอบครองทรัพย์สมบัตินั้นเอาไว้ เขาจึงตัดสินใจซื้อที่ดินผืนนั้นซึ่งมีทรัพย์สมบัติซ่อนอยู่ เนื่องจากดินผืนนั้นเป็นดินจืดและเกือบใช้ประโยชน์ไม่

ได้ ชาวนาจึงคิดว่าเจ้าของที่ดินคงไม่คิดราคาที่ดินผืนนั้นแพงมากนัก

ชาวนาเดินทางกลับมายังบ้านของตน รวบรวมทุกสิ่งที่มีอยู่ และเริ่มขายทรัพย์สินเหล่านั้นออกไป ชาวนาไม่รู้สึกเสียใจที่ต้องขายสิ่งสารพัดที่ตนมีเพราะเขาได้ค้นพบทรัพย์สมบัติซึ่งมีค่ามากกว่าทุกสิ่งที่เขามีอยู่

คำอุปมาเรื่องทรัพย์สมบัติที่ซ่อนอยู่ในทุ่งนา

มีอะไรบ้างที่ท่านต้องเรียนรู้ผ่านทางคำอุปมาเรื่องทรัพย์สมบัติที่อยู่ในทุ่งนา ข้าพเจ้าหวังว่าท่านจะเข้าใจถึงความลับเกี่ยวกับสวรรค์ด้วยการมองเห็นความหมายฝ่ายวิญญาณของคำอุปมาเรื่องนี้ครบทั้งสี่ด้าน

ด้านแรก ทุ่งนาหมายถึงจิตใจของท่านและทรัพย์สมบัติหมายถึงสวรรค์ เรื่องนี้บอกเป็นนัยว่าสวรรค์ถูกซ่อนไว้ในจิตใจของท่านเหมือนทรัพย์สมบัติ

พระเจ้าทรงสร้างมนุษย์ให้มีวิญญาณ จิตใจ และร่างกาย วิญญาณถูกสร้างให้เป็นเจ้านายของมนุษย์เพื่อสื่อสารกับพระเจ้า จิตใจถูกสร้างให้เชื่อฟังคำสั่งของวิญญาณ และร่างกายถูกสร้างให้เป็นที่อาศัยของวิญญาณและจิตใจ ด้วยเหตุนี้ มนุษย์จึงเป็นวิญญาณที่มีชีวิตตามที่กล่าวไว้ในปฐมกาล 2:7

อย่างไรก็ตาม นับตั้งแต่อาดัมทำบาปด้วยการไม่เชื่อฟัง วิญญาณซึ่งเป็นเจ้านายของมนุษย์ก็ตายลงและจิตใจเริ่มมีบทบาทเป็นเจ้านายควบคุมมนุษย์ จากนั้นมนุษย์จึงถลำลึกลงไปในความบาปมากขึ้นและมุ่งไปสู่หนทางแห่งความตายเพราะมนุษย์ไม่สามารถสื่อสารกับพระเจ้าได้อีก บัดนี้มนุษย์จึงกลายเป็น "จิตบุคคล" ซึ่งตกอยู่ภายใต้การควบคุมของผีมารซาตาน

เพราะเหตุนี้ พระเจ้าแห่งความรักจึงทรงส่งพระเยซูพระบุตรองค์เดียวของพระองค์เข้ามาในโลกนี้และทรงอนุญาตให้พระองค์ถูกตรึงและหลั่งพระโลหิตเพื่อเป็นเครื่องบูชาไถ่ถอนมนุษย์ทั้งปวงให้พ้นจากบาปของตน ด้วยเหตุนี้ หนทางแห่งควา

มรอดจึงถูกเปิดออกเพื่อให้ท่านกลายเป็นบุตรของพระเจ้าผู้บริสุทธิ์และเพื่อให้ท่านสื่อสารกับพระองค์ได้อีกครั้งหนึ่ง

เพราะฉะนั้น ผู้ใดก็ตามที่ต้อนรับเอาพระเยซูคริสต์เป็นพระผู้ช่วยให้รอดส่วนตัวของตนก็จะได้รับพระวิญญาณบริสุทธิ์และวิญญาณของเขาจะรับการรื้อฟื้นขึ้นใหม่ นอกจากนั้น เขายังได้รับสิทธิให้เป็นบุตรของพระเจ้าและความชื่นชมยินดีจะเติมเต็มในจิตใจของเขาอีกด้วย

สิ่งนี้หมายความว่าวิญญาณของมนุษย์สามารถสื่อสารกับพระเจ้าและควบคุมจิตใจและร่างกายไว้อีกครั้งหนึ่งในฐานะเจ้านายของมนุษย์ และยังหมายความว่ามนุษย์เริ่มยำเกรงพระเจ้าและเชื่อฟังพระคำของพระองค์พร้อมกับทำหน้าที่ของมนุษย์ที่ได้รับมอบหมายต่อไป

ด้วยเหตุนี้ การรื้อฟื้นวิญญาณขึ้นมาใหม่จึงเป็นเหมือนการค้นพบทรัพย์ที่ซ่อนอยู่ในทุ่งนา สวรรค์เป็นเหมือนทรัพย์สมบัติที่ซ่อนอยู่ในทุ่งนาเพราะเวลานี้สวรรค์อยู่ในจิตใจของท่าน

ด้านที่สอง การที่คนหนึ่งค้นพบทรัพย์สมบัติที่ซ่อนอยู่ในทุ่งนาและเกิดความยินดีบอกเป็นนัยว่าถ้าบุคคลต้อนรับเอาพระเยซูคริสต์และได้รับพระวิญญาณบริสุทธิ์ วิญญาณที่ตายไปแล้วก็จะฟื้นขึ้นมาใหม่ และเขาจะรู้ว่าสวรรค์อยู่ในจิตใจของเขาและเกิดความยินดี

พระเยซูตรัสไว้ในมัทธิว 11:12 ว่า “และตั้งแต่สมัยยอห์นผู้ให้รับบัพติศมาถึงทุกวันนี้ แผ่นดินสวรรค์ก็เป็นสิ่งที่คนได้แสวงหาด้วยใจร้อนรนและผู้ที่ใจร้อนรนก็เป็นผู้ที่ชิงเอาได้” อัครทูตยอห์นเขียนไว้ในวิวรณ์ 22:14 เช่นกันว่า “คนทั้งหลายที่ชำระเสื้อผ้าของตนก็เป็นสุขเพื่อว่าเขาจะได้มีสิทธิในต้นไม้แห่งชีวิตและเพื่อเขาจะได้เข้าไปในนครนั้นโดยทางประตู”

สิ่งที่ท่านสามารถเรียนรู้จากเรื่องนี้ก็คือไม่ใช่ทุกคนที่ต้อนรับเอาพระเยซูคริสต์จะได้เข้าไปอยู่ในที่แห่งเดียวกันในแผ่นดินสวรรค์ ท่านจะได้รับมรดกที่อยู่อันงดงามแห่งสวรรค์ตามขนาดของการเป็นเหมือนองค์พระผู้เป็นเจ้าและการดำรงอยู่ในความจริงของท่าน

ด้วยเหตุนี้ ผู้คนที่รักพระเจ้าและมีความหวังสำหรับสวรรค์จะประพฤติตามพระคำของพระเจ้าในทุกเรื่องและจะเป็นเหมือนองค์พระ

ผู้เป็นเจ้าด้วยการละทิ้งความชั่วร้ายทุกชนิดของตน

ท่านจะครอบครองแผ่นดินสวรรค์ซึ่งมีแต่ความดีงามและความจริงเท่านั้นได้มากเท่ากับการที่ท่านเติมเต็มจิตใจของตนด้วยสวรรค์ แม้แต่ในโลกนี้ เมื่อท่านเริ่มรู้ว่ามีสวรรค์อยู่ในจิตใจของท่าน ท่านก็จะชื่นชมยินดี

นี่คือความชื่นชมยินดีที่ท่านได้รับเมื่อท่านพบพระเยซูคริสต์ครั้งแรก ถ้าบุคคลหนึ่งซึ่งมุ่งหน้าไปสู่หนทางแห่งความตายแต่คนนี้ได้รับชีวิตที่แท้จริงและไปสู่สวรรค์นิรันดร์โดยทางพระเยซูคริสต์ บุคคลนี้จะชื่นชมยินดีมากสักเพียงใด เขายังรู้สึกขอบพระคุณด้วยเช่นกันเพราะเขาสามารถเชื่อในเรื่องแผ่นดินสวรรค์ในจิตใจของตน ด้วยเหตุนี้ ความชื่นชมยินดีของชายคนนั้นที่ค้นพบขุมทรัพย์ที่ซ่อนอยู่ในทุ่งนาจึงหมายถึงความชื่นชมยินดีของการต้อนรับเอาพระเยซูคริสต์และการมีแผ่นดินสวรรค์ในจิตใจของตน

ด้านที่สาม การซ่อนขุมทรัพย์อีกครั้งหลังจากที่ค้นพบบอกเป็นนัยว่าวิญญาณที่ตายไปของบุคคลได้รับการรื้อฟื้นขึ้นใหม่และเขาต้องการดำเนินชีวิตตามน้ำพระทัยของพระเจ้า แต่เขาไม่สามารถทำตามความมุ่งมั่นของตนได้อย่างแท้จริงเนื่องเขายังไม่ได้รับฤทธิ์อำนาจที่จะดำเนินชีวิตตามพระคำของพระเจ้า

ชาวนาไม่สามารถขุดเอาทรัพย์สมบัติขึ้นมาในทันทีที่เขาพบ อันดับแรก เขาต้องขายสิ่งสารพัดที่ตนมีอยู่ออกไปและนำเงินที่ได้มาซื้อทุ่งนา ในทำนองเดียวกัน ท่านรู้ว่ามีสวรรค์และมีนรกและรู้ถึงวิธีการไปสวรรค์เมื่อท่านต้อนรับเอาพระเยซูคริสต์ แต่ท่านไม่สามารถสำแดงการประพฤติออกมาได้ทันทีที่ท่านเริ่มต้นรับฟังพระคำของพระเจ้า

เนื่องจากท่านเคยดำเนินชีวิตที่ไม่ชอบธรรมซึ่งเป็นการขัดขืนต่อพระคำของพระเจ้าก่อนที่ท่านต้อนรับเอาพระเยซูคริสต์ ดังนั้นในจิตใจของท่านยังคงมีความอธรรมอยู่อย่างมาก แต่กระนั้น ถ้าท่านไม่ขับไล่ความเท็จทั้งสิ้นที่อยู่ในจิตใจของท่านออกไปเมื่อท่านประกาศถึงความเชื่อของตนในพระเจ้า ผีมารซาตานจะนำท่านไปสู่ความมืดอย่างต่อเนื่องเพื่อท่านจะไม่สามารถดำเนินชีวิตตามพระคำของพ

ระเจ้าได้ ชาวนาซื้อทุ่งนาหลังจากเขาขายสิ่งสารพัดที่ตนมีอยู่ฉันใด เช่นเดียวกัน ท่านจะมีขุมทรัพย์ในจิตใจของท่านได้ก็ต่อเมื่อท่านต้องพยายามกำจัดจิตใจแห่งความเท็จออกไปและมีจิตใจแห่งความจริงที่พระเจ้าทรงต้องการเท่านั้น

ดังนั้น ท่านต้องดำเนินตามความจริงซึ่งได้แก่พระคำของพระเจ้าด้วยการพึ่งพิงพระองค์และการอธิษฐานอย่างร้อนรน เมื่อท่านกระทำเช่นนี้แล้ว ความเท็จก็จะถูกกำจัดออกไปและท่านจะได้รับพลังอำนาจที่จะประพฤติและดำเนินชีวิตตามพระคำของพระเจ้า ท่านควรจำไว้ว่าสวรรค์มีไว้สำหรับคนประเภทนี้เท่านั้น

ด้านที่สี การขายสิ่งสารพัดที่เขามีอยู่บอกเป็นนัยว่าเพื่อให้วิญญาณที่ตายไปมีชีวิตขึ้นมาใหม่และกลายเป็นเจ้านายของมนุษย์ ท่านต้องทำลายความเท็จทั้งสิ้นในจิตใจของท่าน

เมื่อวิญญาณที่ตายไปได้รับการรื้อฟื้นขึ้นมาใหม่ท่านจะรู้ว่าสวรรค์มีอยู่จริง ท่านจะเข้าสู่สวรรค์ได้ด้วยการทำลายความคิดที่เป็นเท็จทั้งสิ้นซึ่งเป็นของจิตใจที่อยู่ภายใต้การปกครองของผีมารซาตานและด้วยการมีความเชื่อที่ประกอบด้วยการประพฤติ นี่เป็นหลักการเดียวกันกับการที่ลูกไก่ต้องกระเทาะเปลือกไข่ให้แตกก่อนเพื่อลูกไก่จะออกมาสู่โลกภายนอกได้

ด้วยเหตุนี้ ท่านต้องละทิ้งการงานและความต้องการฝ่ายเนื้อหนังทั้งสิ้นเพื่อจะครอบครองสวรรค์เอาไว้อย่างสมบูรณ์ ยิ่งกว่านั้น ท่านควรเป็นบุคคลฝ่ายวิญญาณที่มีลักษณะขององค์พระผู้เป็นเจ้าอย่างครบถ้วน (1 เธสะโลนิกา 5:23)

การงานของเนื้อหนังเป็นผลของความชั่วที่อยู่ในจิตใจซึ่งเป็นเกิดจากการกระทำ ความต้องการฝ่ายเนื้อหนังหมายถึงธรรมชาติบาปทุกชนิดที่อยู่ในจิตใจซึ่งสามารถส่งผลออกมาเป็นการกระทำได้ทุกเวลาแม้เวลานี้ธรรมชาติดังกล่าวยังไม่ส่งผลออกมาเป็นการกระทำก็ตาม ยกตัวอย่าง ถ้าท่านมีความเกลียดชังอยู่ในจิตใจ ความเกลียดชังเป็นความต้องการของเนื้อหนังและถ้าความเกลียดชังดังกล่าวส่งผลออกมาเป็นการกระทำด้วยการตบตีคนอื่น การกระทำที่แสดงออกมาจึงเป็นการงานของเนื้อหนัง

กาลาเทีย 5:19-21 ระบุไว้อย่างชัดเจนว่า "การงานของเนื้อหนังนั้นเห็นได้ชัด คือการล่วงประเวณี การโสโครก การลามก การนับถือรูปเคารพ การถือวิทยาคม การเป็นศัตรูกัน การวิวาทกัน การริษยากัน การโกรธกัน การใฝ่สูง การทุ่มเถียงกัน การแตกก๊กกัน การอิจฉากัน การเมาเหล้า การเล่นเป็นพาลเกเร และการอื่น ๆ ในทำนองนี้อีกเหมือนที่ข้าพเจ้าได้เตือนท่านมาก่อน บัดนี้ข้าพเจ้าขอเตือนท่านเหมือนกับที่เคยเตือนมาแล้วว่าคนที่ประพฤติเช่นนั้นจะไม่มีส่วนในแผ่นดินของพระเจ้า"

นอกจากนั้น โรม 13:13-14 ยังบอกเราว่า "เราจงประพฤติตัวให้เหมาะสมกับเวลากลางวัน มิใช่เลี้ยงเสพสุราเมามาย มิใช่หยาบโลนลามก มิใช่วิวาทริษยากัน แต่ท่านจงประดับกายด้วยพระเยซูคริสตเจ้า และอย่าจัดเตรียมอะไรไว้บำรุงบำเรอตัณหาของเนื้อหนัง" และโรม 8:5 กล่าวว่า "เพราะว่าคนทั้งหลายที่อยู่ฝ่ายเนื้อหนังก็ปักใจในสิ่งซึ่งเป็นของเนื้อหนัง แต่ท่านทั้งหลายที่อยู่ฝ่ายพระวิญญาณก็สนใจในสิ่งที่ซึ่งเป็นของพระวิญญาณ"

ด้วยเหตุนี้ การขายสิ่งสารพัดที่ท่านมีอยู่จึงหมายถึงการทำลายความเท็จทั้งสิ้นที่ต่อสู้กับน้ำพระทัยของพระเจ้าที่อยู่ในจิตใจของท่านและการกำจัดการงานและความต้องการของเนื้อหนังซึ่งไม่ถูกต้องตามพระคำของพระเจ้าและทุกสิ่งที่ท่านรักมากกว่ารักพระเจ้าให้หมดไป

ถ้าท่านกำจัดความบาปและความชั่วของท่านด้วยวิธีการนี้อย่างต่อเนื่อง วิญญาณของท่านจะได้รับการรื้อฟื้นมากขึ้นและท่านจะสามารถดำเนินชีวิตตามพระคำของพระเจ้าซึ่งเป็นการทำตามความปรารถนาของพระวิญญาณบริสุทธิ์ ในที่สุด ท่านก็จะกลายเป็นบุคคลฝ่ายวิญญาณและมีลักษณะเหมือนองค์พระผู้เป็นเจ้า (ฟีลิปปี 2:5-8)

ครอบครองสวรรค์ด้วยจิตใจ

บุคคลที่ครอบครองสวรรค์ด้วยความเชื่อคือผู้ที่ขายสิ่งสารพัดที่ตนมีอยู่ด้วยการกำจัดความชั่วร้ายทั้งสิ้นออกไปและการมีสวรรค์อยู่ในจิตใจของตน อีกไม่นานเมื่อองค์พระผู้เป็นเจ้าเสด็จกลับมา สวรรค์ซึ่งเป็นเหมือนเงาก็จะกลายเป็นความจริงและบุคคลนั้นจะครอบค

รองสวรรค์นิรันดร์ ผู้ที่ครอบครองสวรรค์เป็นบุคคลที่ร่ำรวยที่สุดแม้เขาได้ละทิ้งสิ่งสารพัดในโลกนี้ไปแล้วก็ตาม แต่ผู้ที่ไม่ได้ครอบครองสวรรค์เป็นบุคคลที่ยากจนที่สุดซึ่งในความเป็นจริงเขาไม่มีสิ่งใดเลยแม้เขาจะมีสิ่งสารพัดในโลกนี้ ที่เป็นเช่นนี้ก็เพราะทุกสิ่งที่ท่านต้องการมีอยู่ในพระเยซูคริสต์และทุกสิ่งที่อยู่นอกพระเยซูคริสต์ล้วนเป็นสิ่งไร้ค่าเพราะหลังจากความตายมีเพียงการพิพากษานิรันดร์เท่านั้นที่รอคอยเราอยู่

นั่นคือเหตุผลที่มัทธิวยอมละทิ้งอาชีพการงานของตนเพื่อติดตามพระเยซู นั่นคือเหตุผลที่เปโตรละทิ้งเรือและอวนของตนเพื่อติดตามพระเยซู แม้แต่อัครทูตเปาโลก็ถือว่าสิ่งสารพัดเป็นเพียงหยากเยื่อหลังจากที่ท่านต้อนรับเอาพระเยซูคริสต์ เหตุผลที่อัครทูตเหล่านี้สามารถกระทำเช่นนี้ได้ก็เพราะท่านเหล่านี้ต้องการค้นพบทรัพย์สมบัติซึ่งมีค่ามากกว่าสิ่งใดในโลกนี้และขุดเอาทรัพย์สมบัตินั้นขึ้นมา

ในทำนองเดียวกัน ท่านต้องสำแดงถึงความเชื่อของท่านด้วยการประพฤติโดยเชื่อฟังพระคำแห่งความจริงและละทิ้งความเท็จทั้งสิ้นที่ต่อสู้กับพระเจ้า ท่านต้องมีแผ่นดินสวรรค์อยู่ในจิตใจของท่านด้วยการ "ขาย" ความเท็จทั้งสิ้นที่มีอยู่ เช่น ความหยิ่งผยอง ทิฐิมานะ และความยโสโอหังซึ่งท่านถือว่าเป็นทรัพย์สมบัติในจิตใจของท่านออกไป

ด้วยเหตุนี้ ท่านจึงไม่ควรมองหาสิ่งของต่าง ๆ ในโลกนี้ แต่ควรขายสิ่งสารพัดที่ท่านมีอยู่เพื่อจะมีสวรรค์ในจิตใจของท่านและมีส่วนในแผ่นดินสวรรค์ชั่วนิรันดร์

3. ในพระนิเวศของพระบิดาเรามีที่อยู่เป็นอันมาก

จากยอห์น 14:1-3 ท่านจะเห็นได้ว่าในสวรรค์มีที่อยู่มากมายและพระเยซูคริสต์ทรงเสด็จไปเพื่อจัดเตรียมที่อยู่ไว้สำหรับท่านในสวรรค์

"อย่าให้ใจของท่านทั้งหลายวิตกเลย ท่านวางใจในพระเจ้าจงวางใจในเราด้วย ในพระนิเวศของพระบิดาเรามีที่อยู่เป็นอันมาก

ถ้าไม่มีเราคงได้บอกท่านแล้ว เพราะเราไปจัดเตรียมที่ไว้สำหรับท่านทั้งหลาย เมื่อเราไปจัดเตรียมที่ไว้สำหรับท่านแล้ว เราจะกลับมาอีกรับท่านไปอยู่กับเรา เพื่อว่าเราอยู่ที่ไหนท่านทั้งหลายจะได้อยู่ที่นั่นด้วย"

องค์พระผู้เป็นเจ้าทรงเสด็จไปจัดเตรียมที่อยู่ของท่านในสวรรค์

พระเยซูตรัสกับสาวกของพระองค์ถึงสิ่งที่จะเกิดขึ้นก่อนการถูกจับไปตรึงที่กางเขน เมื่อทอดพระเนตรดูสาวกที่กำลังวิตกกังวลหลังจากที่เขาได้ยินเรื่องการทรยศของยูดาส อิสคาริโอท การปฏิเสธของเปโตร และการสิ้นพระชนม์ของพระเยซูที่กำลังจะเกิดขึ้น พระองค์ทรงเล้าโลมเหล่าสาวกด้วยการบอกเขาเกี่ยวกับที่อยู่ในสวรรค์

นั่นคือเหตุผลที่พระองค์ตรัสว่า "ในพระนิเวศของพระบิดาเรามีที่อยู่เป็นอันมาก ถ้าไม่มีเราคงได้บอกท่านแล้ว เพราะเราไปจัดเตรียมที่ไว้สำหรับท่านทั้งหลาย" พระเยซูทรงถูกตรึงและทรงเป็นขึ้นมาอย่างแท้จริงหลังจากสามวันพร้อมกับทรงทำลายอำนาจของความตาย จากนั้น หลังจากสี่สิบวันผ่านไป พระองค์ทรงเสด็จขึ้นสู่สวรรค์ในขณะที่ผู้คนจำนวนมากเฝ้าดูพระองค์เพื่อจะไปจัดเตรียมที่อยู่ในสวรรค์ไว้สำหรับท่าน

ประโยคที่ว่า "เพราะเราไปจัดเตรียมที่ไว้สำหรับท่านทั้งหลาย" หมายถึงอะไร ประโยคนี้หมายความว่าพระเยซูทรงทำลายกำแพงบาปที่ขวางกั้นระหว่างมนุษย์กับพระเจ้าเพื่อว่าทุกคนจะสามารถครอบครองสวรรค์ได้โดยความเชื่อ เหมือนที่บันทึกไว้ใน 1 ยอห์น 2:2 ว่า "และพระองค์ทรงเป็นผู้ลบล้างพระอาชญาที่ตกกับเราทั้งหลายเพราะบาปของเราและไม่ใช่แต่บาปของเราพวกเดียว แต่ของมนุษย์ทั้งปวงในโลกด้วย"

ถ้าปราศจากพระเยซู กำแพงบาปก็ไม่อาจถูกทำลายลงได้ ในพระคัมภีร์เดิม เมื่อคนหนึ่งทำบาป เขาต้องถวายสัตว์เป็นเครื่องบูชาไถ่บาปของตน แต่พระเยซูทรงช่วยให้ท่านสามารถรับการยกโท

ษบาปของท่านได้และทำให้ท่านเป็นคนบริสุทธิ์ด้วยการถวายพระองค์เองเป็นเครื่องบูชาไถ่บาปเพียงครั้งเดียวพอ (ฮีบรู 10:12-14)

กำแพงแห่งความบาประหว่างพระเจ้ากับท่านจะถูกทำลายลงและท่านสามารถรับเอาพระพรของการเข้าสู่แผ่นดินสวรรค์และชื่นชมกับชีวิตนิรันดร์ที่งดงามและมีความสุขได้โดยพระเยซูคริสต์เท่านั้น

ในพระนิเวศของพระบิดาเรามีที่อยู่เป็นอันมาก

พระเยซูตรัสไว้ในยอห์น 14:2 ว่า “ในพระนิเวศของพระบิดาเรามีที่อยู่เป็นอันมาก” พระทัยขององค์พระผู้เป็นเจ้าผู้ทรงปรารถนาให้มนุษย์ทุกคนรอดถูกหลอมละลายอยู่ในพระคัมภีร์ข้อนี้ อะไรคือเหตุผลที่พระเยซูตรัสว่า “ในพระนิเวศของพระบิดาเรา” แทนที่จะตรัสว่า “ในแผ่นดินสวรรค์” ที่ตรัสเช่นนี้ก็เพราะพระเจ้าไม่ทรงต้องการมี “พลเมือง” แต่พระองค์ต้องการมี “บุตร” ที่พระองค์สามารถแบ่งปันความรักให้ตลอดไปในฐานะพระบิดา

พระเจ้าทรงปกครองสวรรค์และสวรรค์มีพื้นที่ใหญ่โตพอที่จะรองรับทุกคนที่รอดโดยความเชื่อ นอกจากนั้น สวรรค์ยังเป็นสถานที่อันงดงามและน่าหลงไหลมากจนโลกนี้ไม่อาจเทียบได้ ในแผ่นดินสวรรค์ซึ่งมีพื้นที่ใหญ่โตมโหฬาร สถานที่อันงดงามและมีสง่าราศีมากที่สุดได้แก่นครเยรูซาเล็มใหม่ซึ่งเป็นที่ตั้งของพระที่นั่งของพระเจ้า พระที่นั่งของพระเจ้าตั้งอยู่ในนครเยรูซาเล็มใหม่ เหมือนที่ทำเนียบสีน้ำเงินตั้งอยู่ในกรุงโซล เมืองหลวงของเกาหลีใต้ และทำเนียบขาวตั้งอยู่ในกรุงวอชิงตัน ดี.ซี. เมืองหลวงของสหรัฐอเมริกาเพื่อให้เป็นที่พำนักของประธานาธิบดีของประเทศ

นครเยรูซาเล็มใหม่ตั้งอยู่ที่ไหน นครนี้ตั้งอยู่กลางสวรรค์และเป็นสถานที่ซึ่งผู้คนแห่งความเชื่อที่พระเจ้าพอพระทัยจะอาศัยอยู่ตลอดไป ในทางตรงกันข้าม ส่วนที่อยู่รอบนอกที่สุดของสวรรค์คือเมืองบรมสุขเกษม ผู้คนที่ต้อนรับพระเยซูคริสต์เพียงอย่างเดียวและไม่ได้ทำสิ่งใดเพื่อแผ่นดินของพระเจ้าจะอาศัยอยู่ที่นี่ โจรคนหนึ่งที่ถูกตรึงอยู่ด้านข้างพระเยซูที่ต้อนรับเอาพระเยซูคริสต์และได้รับความรอดไปอยู่ในสถานที่แห่งนี้

รับเอาสวรรค์ตามขนาดแห่งความเชื่อ

ทำไมพระเจ้าจึงทรงจัดเตรียมที่อยู่มากมายในสวรรค์เพื่อบุตรของพระองค์ พระเจ้าทรงชอบธรรมและทรงอนุญาตให้ท่านเก็บเกี่ยวในสิ่งที่ท่านหว่าน (กาลาเทีย 6:7) และทรงตอบแทนให้กับแต่ละคนตามสิ่งที่เขาได้กระทำ (มัทธิว 16:27; วิวรณ์ 2:23) นั่นคือสาเหตุที่พระเจ้าทรงจัดเตรียมที่อยู่มากมายตามขนาดแห่งความเชื่อ

โรม 12:3 กล่าวว่า "ข้าพเจ้าขอกล่าวแก่ท่านทั้งหลายทุกคนโดยพระคุณซึ่งทรงประทานแก่ข้าพเจ้าแล้วว่า อย่าคิดถือตัวเกินที่ตนควรจะคิดนั้น แต่จงคิดให้ถ่อมสุขุมสมกับขนาดความเชื่อที่พระเจ้าได้ทรงโปรดประทานแก่ท่าน"

ด้วยเหตุนี้ ท่านควรตระหนักว่าที่อยู่และสง่าราศีของแต่ละคนในสวรรค์จะแตกต่างกันตามขนาดแห่งความเชื่อของตน

การกำหนดที่อยู่ของท่านในสวรรค์จะขึ้นอยู่กับเงื่อนไขที่ว่าท่านมีจิตใจเหมือนพระทัยของพระเจ้าของพระเจ้าเพียงใด ที่อยู่ในสวรรค์นิรันดร์จะถูกตัดสินตามขนาดของการมีสวรรค์ในจิตใจของท่านซึ่งเป็นบุคคลฝ่ายวิญญาณ

ยกตัวอย่าง สมมุติว่าเด็กกับผู้ใหญ่กำลังแข่งขันกีฬาบางชนิดหรือกำลังโต้วาทีกัน โลกของเด็กและโลกของผู้ใหญ่แตกต่างกันมากจนในไม่ช้าเด็กจะพบว่าการอยู่กับผู้ใหญ่เป็นสิ่งที่น่าเบื่อหน่ายมากสำหรับเด็ก วิธีการคิด การใช้ภาษา และการกระทำจะแตกต่างจากวิธีการของผู้ใหญ่ ดังนั้นการให้เด็กเล่นกับเด็ก วัยรุ่นเล่นกับวัยรุ่น และผู้ใหญ่เล่นกับผู้ใหญ่ด้วยกันจะเป็นสิ่งที่สนุกสนานกว่า

ในฝ่ายวิญญาณก็เช่นเดียวกัน เนื่องจากวิญญาณของแต่ละคนแตกต่างกัน พระเจ้าแห่งความรักและความชอบธรรมจึงทรงแบ่งสรรที่อยู่ในสวรรค์ตามขนาดแห่งความเชื่อของแต่ละคนเพื่อบุตรของพระเจ้าจะอาศัยอยู่อย่างมีความสุข

องค์พระผู้เป็นเจ้าจะเสด็จมาหลังจากจัดเตรียมที่อยู่ในสวรรค์

ในยอห์น 14:3 องค์พระผู้เป็นเจ้าทรงสัญญาว่าพระองค์จะเสด็จกลับมาและจะทรงรับเราไปอยู่สวรรค์หลังจากพระองค์ทรงเสร็จสิ้นการจัดเตรียมที่อยู่ที่นั่น

สมมุติว่ามีชายคนหนึ่งที่เคยได้รับพระคุณของพระเจ้าและมีบำเหน็จมากมายในสวรรค์เพราะเขาสัตย์ซื่อ แต่ถ้าชายคนนี้หันกลับไปสู่หนทางของโลกเขาก็จะหลงหายไปจากความรอดและจบลงในบึงไฟนรก บำเหน็จในสวรรค์จำนวนมากของเขาจะกลายเป็นสิ่งไร้ค่า ถึงแม้ชายคนนี้ไม่ตกนรกแต่บำเหน็จของเขาก็ยังไร้คุณค่า

บางครั้งบุคคลนี้อาจทำให้พระเจ้าเสียพระทัยด้วยการหลู่พระเกียรติของพระองค์แม้ครั้งหนึ่งเขาเคยสัตย์ซื่อ หรือถ้าเขาถอยหลังกลับไปอีกระดับหนึ่งหรืออยู่ในระดับเดิมในชีวิตคริสเตียนของตนแม้ในความเป็นจริงเข้าควรก้าวหน้า บำเหน็จของเขาจะเสื่อมสูญไป

แต่กระนั้น องค์พระผู้เป็นเจ้าจะทรงจดจำทุกสิ่งที่ท่านได้กระทำเพื่อแผ่นดินของพระเจ้าอย่างสัตย์ซื่อ นอกจากนั้น ถ้าท่านชำระจิตใจของท่านให้บริสุทธิ์ด้วยการเข้าสุหนัตในจิตใจในพระวิญญาณบริสุทธิ์ ท่านจะได้อยู่กับองค์พระผู้เป็นเจ้าเมื่อพระองค์เสด็จกลับมาและท่านจะได้รับพระพรของการพำนักอยู่ในสถานที่อันสว่างเจิดจ้าเหมือนดวงอาทิตย์ในสวรรค์ เนื่องจากองค์พระผู้เป็นเจ้าทรงต้องการให้บุตรทุกคนของพระองค์เป็นคนดีพร้อม พระองค์จึงตรัสว่า "เมื่อเราไปจัดเตรียมที่ไว้สำหรับท่านแล้ว เราจะกลับมาอีกรับท่านไปอยู่กับเรา เพื่อว่าเราอยู่ที่ไหนท่านทั้งหลายจะได้อยู่ที่นั่นด้วย" พระเยซูทรงต้องการให้ท่านชำระตนเองให้สะอาดบริสุทธิ์เหมือนที่องค์พระผู้เป็นเจ้าทรงบริสุทธิ์ด้วยการยึดมั่นในถ้อยคำแห่งความหวัง

เมื่อพระเยซูทรงทำให้น้ำพระทัยของพระเจ้าสำเร็จอย่างสมบูรณ์และทรงถวายพระเกียรติอันยิ่งใหญ่แด่พระองค์ พระเจ้าจึงทรงยกย่องพระเยซูขึ้นและทรงประทานพระนาม "กษัตริย์เหนือกษัตริย์ทั้งหลาย และองค์พระผู้เป็นเจ้าเหนือเจ้าทั้งหลาย" ซึ่งเป็นพระนามใหม่ให้แก่พระองค์ ในทำนองเดียวกัน ยิ่งท่านถวายเกียรติแด่พระเจ้าในโลกนี้มากเท่าใด พระองค์ก็จะทรงนำท่านไปสู่เกียรติยศมากขึ้นเท่านั้น ยิ่งท่านเป็นเหมือนพระเจ้าและเป็นที่รักของพระองค์มากเท่าใด ท่านก็จะได้อยู่ใกล้ชิดกับพระที่นั่งของพระองค์ในสวรรค์มากขึ้นเท่านั้น

ที่อยู่ในสวรรค์กำลังรอคอยเจ้าของที่อยู่เหล่านั้นซึ่งได้แก่บุตร

ทั้งหลายของพระเจ้าเหมือนอย่างเจ้าสาวกำลังเตรียมตัวต้อนรับเจ้าบ่าวของตน ดังนั้น อัครทูตยอห์นจึงเขียนไว้ในวิวรณ์ 21:2 ว่า "ข้าพเจ้าได้เห็นวิสุทธินคร คือนครเยรูซาเล็มใหม่เลื่อนลอยลงมาจากสวรรค์และจากพระเจ้าเหมือนอย่างเจ้าสาวแต่งตัวไว้สำหรับสามี"

แม้การปรนนิบัติที่ยอดเยี่ยมที่สุดของเจ้าสาวของโลกนี้ก็ไม่อาจนำไปเปรียบกับการเล้าโลมและความสุขที่อยู่ในสวรรค์ได้ บ้านเรือนในสวรรค์มีทุกสิ่งทุกอย่างเพียบพร้อมและผู้จัดเตรียมสิ่งเหล่าทรงอ่านความคิดของเจ้าของบ้านได้เพราะพระองค์ทรงต้องการให้เจ้าของบ้านอาศัยอยู่ที่นั่นอย่างมีความสุขตลอดไป

สุภาษิต 17:3 ระบุว่า "เบ้ามีไว้สำหรับเงินและเตาถลุงมีไว้สำหรับทองคำ และพระเจ้าทรงทดลองใจ" ด้วยเหตุนี้ ข้าพเจ้าจึงอธิษฐานในพระนามของพระเยซูคริสต์องค์พระผู้เป็นเจ้าเพื่อท่านจะรู้ว่าพระเจ้าทรงถลุงมนุษย์เพื่อทำให้เขาเป็นบุตรที่แท้จริงของพระองค์ จงชำระตัวท่านให้บริสุทธิ์ด้วยความหวังสำหรับนครเยรูซาเล็มใหม่และมุ่งหน้าสู่สวรรค์ด้วยใจร้อนรนด้วยการสัตย์ซื่อต่อทุกสิ่งในชุมชนของพระเจ้า

บทที่ 5

เราจะดำเนินชีวิตในสวรรค์อย่างไร

ภาพรวมของวิถีการดำเนินชีวิตในสวรรค์

เครื่องนุ่งห่มในสวรรค์

อาหารในสวรรค์

การขนส่งในสวรรค์

ความบันเทิงในสวรรค์

การนมัสการ การศึกษา และวัฒนธรรมในสวรรค์

ร่างกายสำหรับสวรรค์ก็มีและร่างกายสำหรับโลกก็มี
แต่ว่าศักดิ์ศรีของร่างกาย
สำหรับสวรรค์ก็อย่างหนึ่งและศักดิ์ศรีของร่างกายสำ
หรับโลกก็อย่างหนึ่ง ศักดิ์ศรี
ของดวงอาทิตย์ก็อย่างหนึ่ง ศักดิ์ศรีของดวงจันทร์ก็
อย่างหนึ่ง ศักดิ์ศรีของดวงดาว
ก็อย่างหนึ่ง แท้ทีจริงศักดิ์ศรีของดาวดวงหนึ่งก็ต่างกั
นกับศักดิ์ศรีของดาวดวงอื่น ๆ

- 1 โครินธ์ 15:40-41 -

สิ่งที่ดีที่สุดและน่าปลาบปลื้มที่สุดในโลกนี้ก็ไม่อาจนำมาเทียบกับความสุขในสวรรค์ได้ ถึงแม้ท่านจะมีความสุขอยู่กับคนที่ท่านรักบนชายหาดซึ่งมีภาพทิวทัศน์ของขอบฟ้าอันสวยงาม ความสุขชนิดนี้ก็เป็นเพียงสิ่งชั่วคราวและไม่เที่ยงแท้ ในมุมหนึ่งแห่งความคิดของท่านยังมีความวิตกกังวลถึงสิ่งต่าง ๆ ที่ท่านจะเผชิญหลังจากกลับมาสู่ชีวิตประจำวัน ถ้าท่านมีชีวิตเช่นนี้อยู่สักเดือนหรือสองเดือนหรือหนึ่งปี ไม่นานท่านจะรู้สึกเบื่อหน่ายและเริ่มมองหาสิ่งใหม่ ๆ

แต่ชีวิตในสวรรค์ (ซึ่งทุกสิ่งทุกอย่างสดใสและงดงามดุจแก้ว) คือความสุขเพราะทุกอย่างเป็นสิ่งที่แปลกใหม่ ลึกลับ ชื่นชมยินดี และเป็นความสุขอย่างต่อเนื่อง ท่านสามารถมีช่วงเวลาแห่งความสุขกับพระเจ้าพระบิดาและองค์พระผู้เป็นเจ้า หรือท่านจะสนุกสนานกับงานอดิเรกของท่าน เกมกีฬาที่ท่านชื่นชอบ และสิ่งที่น่าสนใจอื่น ๆ เท่าที่ท่านต้องการ ขอให้เรามาดูว่าบุตรของพระเจ้าจะดำเนินชีวิตอย่างไรเมื่อคนเหล่านั้นไปอยู่สวรรค์

1. ภาพรวมของวิถีทางการดำเนินชีวิตในสวรรค์

เมื่อกายที่เป็นเนื้อหนังของท่านเปลี่ยนเป็นร่างกายฝ่ายวิญญาณซึ่งประกอบด้วยวิญญาณ จิตใจ และร่างกายในสวรรค์ ท่านจะจำภรรยา สามี ลูก และพ่อแม่บนโลกนี้ของท่านได้ ท่านจะจำผู้เลี้ยงหรือลูกแกะของท่านบนโลกนี้ได้เช่นกันและจำได้เช่นกันว่าในโลกนี้ท่านลืมสิ่งใดไปบ้าง ท่านจะเป็นคนที่ฉลาดมากเพราะท่านสามารถแยกแยะและเข้าใจน้ำพระทัยของพระเจ้า

บางคนอาจสงสัยว่า "ความบาปทั้งสิ้นของเราจะถูกเปิดโปงในสวรรค์หรือไม่" สิ่งนี้จะไม่เกิดขึ้น ถ้าท่านกลับใจใหม่ พระเจ้าจะไม่ทรงจดจำความบาปของท่าน ตะวันออกไกลจากตะวันตกเท่าใด พระองค์ทรงปลดการละเมิดของเราจากเราไปไกลเท่านั้น (สดุดี 103:12) แต่พระองค์จะจดจำเฉพาะสิ่งที่ดีงามเพราะความบาปทั้งสิ้นของท่านได้รับการยกโทษแล้วเมื่อท่านอยู่ในสวรรค์

เมื่อท่านไปถึงสวรรค์ท่านจะเปลี่ยนแปลงและดำเนินชีวิตอย่างไร

ร่างกายแห่งสวรรค์
มนุษย์และสัตว์ในโลกนี้มีร่างกายของตนเพื่อให้รู้ว่าสิ่งมีชีวิตแต่ละชนิดเป็นช้าง สิงโต นกอินทรีย์ หรือเป็นมนุษย์

ร่างกายที่อยู่ในโลกสามมิติใบนี้มีรูปร่างของตนฉันใด ร่างกายในสวรรค์ซึ่งเป็นโลกสี่มิติก็มีรูปร่างเฉพาะของตนด้วยฉันนั้น สิ่งนี้เรียกว่าร่างกายแห่งสวรรค์ ในสวรรค์ท่านจะจดจำคนอื่นได้ด้วยกายนี้ ร่างกายแห่งสวรรค์มีลักษณะอย่างไร

เมื่อองค์พระผู้เป็นเจ้าเสด็จกลับมาในฟ้าอากาศ ท่านแต่ละคนจะเปลี่ยนไปสู่ร่างกายที่เป็นขึ้นมาใหม่ซึ่งได้แก่ร่างกายฝ่ายวิญญาณ หลังจากการพิพากษาครั้งใหญ่ ร่างกายที่เป็นขึ้นมานี้จะถูกเปลี่ยนเป็นร่างกายแห่งสวรรค์ซึ่งเป็นร่างกายที่มีระดับสูงกว่า แสงของสง่าราศีที่ฉายส่องออกมาจากร่างกายแห่งสวรรค์นี้จะแตกต่างกันไปตามบำเหน็จของแต่ละคน

ร่างกายแห่งสวรรค์มีเนื้อและกระดูกเหมือนพระกายของพระเยซูหลังจากการเป็นขึ้นมาจากความตาย (ยอห์น 20:27) แต่กายนี้เป็นร่างกายใหม่ที่ประกอบด้วยวิญญาณ จิตใจ และร่างกายซึ่งไม่มีวันเสื่อมสูญ ร่างกายที่เสื่อมสูญของเราจะเปลี่ยนไปเป็นกายใหม่ด้วยพระคำและฤทธิ์อำนาจของพระเจ้า

ร่างกายแห่งสวรรค์ประกอบด้วยเนื้อและกระดูกที่ไม่เสื่อมสูญซึ่งจะส่องแสงเจิดจ้าเพราะกายนี้เป็นร่างกายที่สดใสและสะอาดบริสุทธิ์ แม้เวลานี้บางคนอาจไม่มีแขนหรือขาหรือเป็นคนพิการด้านอื่น ๆ แต่ร่างกายแห่งสวรรค์จะเป็นกายที่สมบูรณ์แบบซึ่งได้รับการรื้อฟื้นขึ้นใหม่

ร่างกายแห่งสวรรค์ไม่ได้เลือนลางเหมือนเงาแต่มีรูปร่างที่ชัดเจนและไม่ถูกจำกัดด้วยเวลาและสถานที่ นั่นคือเหตุผลที่ว่าเมื่อพระเยซูทรงปรากฏตัวต่อหน้าพวกสาวกหลังการเป็นขึ้นมาของพระองค์

ค์ พระเยซูจึงสามารถเสด็จผ่านกำแพงไปได้อย่างง่ายดาย (ยอห์น 20:26)

ร่างกายบนโลกนี้จะมีรอยเหี่ยวย่นและรอยขรุขระเมื่อแก่ตัวขึ้น แต่ร่างกายแห่งสวรรค์จะเป็นกายที่สดใสและไม่เสื่อมสูญเพื่อรักษาความหนุ่มแน่นเต่งตึงเอาไว้เสมอพร้อมทั้งส่องแสงเจิดจ้าเหมือนดวงอาทิตย์

อายุ 33 ปี

หลายคนสงสัยว่าร่างกายแห่งสวรรค์มีขนาดเท่ากับร่างกายของผู้ใหญ่หรือร่างกายของเด็ก ในสวรรค์ทุกคนจะมีอายุ 33 ปีเท่ากันซึ่งจะอยู่ในวัยเดียวกันกับพระเยซูเมื่อพระองค์ทรงถูกตรึงบนโลกนี้ไม่ว่าบุคคลนั้นเสียชีวิตในวัยหนุ่มหรือในตอนสูงวัยก็ตาม

ทำไมพระเจ้าจึงทรงอนุญาตให้ท่านมีชีวิตอยู่ในวัย 33 ปีตลอดไปในสวรรค์ ดวงอาทิตย์จะมีแสงสว่างสดใสที่สุดในช่วงเทียงวันฉันใด คนจะมีชีวิตที่สดใสที่สุดในช่วงอายุ 33 ปี (ซึ่งเป็นช่วงวัยกลางคน) ด้วยฉันนั้น

ผู้คนที่มีอายุน้อยกว่า 30 ปีอาจไม่มีประสบการณ์และขาดวุฒิภาวะ และผู้คนที่มีอายุมากกว่า 40 ปีอาจสูญเสียพลังงานของตนไปเพราะการมีอายุเพิ่มมากขึ้น แต่คนที่อยู่ในวัย 33 ปีถือเป็นผู้ที่มีวุฒิภาวะและมีความพรั่งพร้อมในทุกด้าน นอกจากนั้นคนในวัยนี้ส่วนใหญ่จะแต่งงาน ให้กำเนิดลูก และอบรมเลี้ยงดูลูก ซึ่งในระดับหนึ่งทำให้คนเหล่านี้เข้าใจถึงพระทัยของพระเจ้าผู้ทรงฝัดร่อนมนุษย์บนโลกนี้

ด้วยวิธีการนี้ พระเจ้าจะทรงเปลี่ยนท่านไปสู่ร่างกายแห่งสวรรค์เพื่อท่านจะมีวัยหนุ่มของคนอายุ 33 ปี (ซึ่งถือเป็นวัยที่พรั่งพร้อมที่สุดของมนุษย์) ตลอดไปในสวรรค์

ไม่มีความสัมพันธ์ทางสายเลือด

จะเป็นเรื่องน่าขบขันเพียงใดถ้าท่านอยู่ในสวรรค์ด้วยร่างกายเดียวกันกับที่เคยมีเมื่อท่านจากโลกนี้ไป สมมุติว่าชายคนหนึ่งเสียชีวิ

ตเมื่ออายุ 40 ปีและไปอยู่สวรรค์ ลูกชายของเขาไปสวรรค์เมื่ออายุ 50 ปี และหลานชายของเขาเสียชีวิตและไปสู่สวรรค์เมื่ออายุ 90 ปี เมื่อคนเหล่านี้อยู่ด้วยกันในสวรรค์ หลานชายก็จะเป็นผู้ที่อายุมากที่สุดและปู่จะเป็นคนที่อายุน้อยที่สุด

ด้วยเหตุนี้ ในสวรรค์ที่พระเจ้าทรงปกครองด้วยความชอบธรรมและความรัก ทุกคนจะมีอายุ 33 ปีเท่ากันและความสัมพันธ์ทางสายเลือดหรือทางด้านร่างกายของโลกนี้ใช้ไม่ได้ในสวรรค์

ไม่มีใครจะเรียกใครว่า “พ่อ” “แม่” “ลูกชาย” หรือ “ลูกสาว” ในสวรรค์แม้คนเหล่านั้นเคยเป็นพ่อแม่ลูกกันในโลกนี้ ทุกคนจะเป็นพี่น้องชายหญิงต่อกันและกันในฐานะบุตรของพระเจ้า เนื่องจากคนเหล่านี้เคยเป็นพ่อแม่และลูกในโลกนี้และรักกันและกันอย่างมาก เขาจึงมีความรักที่พิเศษมากขึ้นให้แก่กันและกัน

แต่ถ้าคุณแม่ไปอยู่สวรรค์ชั้นที่สองและลูกชายของเธอไปอยู่ในนครเยรูซาเล็มใหม่ล่ะ แน่นอน ในโลกนี้ลูกชายต้องปรนนิบัติแม่ของตน แต่ในสวรรค์คุณแม่จะให้ความเคารพลูกชายของตนเพราะเขามีความคล้ายคลึงกับพระเจ้าพระบิดามากขึ้นและความสว่างที่ส่องออกมาจากร่างกายแห่งสวรรค์ของเขาจะเจิดจ้ามากกว่าความสว่างของเธอ

ด้วยเหตุนี้ ท่านจะไม่เรียกคนอื่นตามชื่อและตำแหน่งของคนเหล่านั้นที่ท่านเคยใช้เรียกในโลกนี้ แต่พระเจ้าจะประทานชื่อใหม่ที่เหมาะสมซึ่งมีความหมายฝ่ายวิญญาณให้กับแต่ละคน ในโลกนี้พระเจ้าก็ทรงเปลี่ยนชื่อของอับรามเป็นอับราฮัม ซารายเป็นซาราห์ และยาโคบเป็นอิสราเอล(ซึ่งมีความหมายว่าท่านได้ปล้ำสู้กับพระเจ้าและชนะ)

ความแตกต่างระหว่างผู้ชายกับผู้หญิงในสวรรค์

ในสวรรค์ไม่มีการสมรส แต่ยังมีความแตกต่างอย่างชัดเจนระหว่างผู้ชายกับผู้หญิง อันดับแรก ผู้ชายจะมีความสูง 6 ฟุตถึง 6 ฟุต 2 นิ้วและผู้หญิงจะเตี้ยกว่าผู้ชายประมาณ 4 นิ้ว

บางคนกังวลว่าตนจะสูงเกินไปหรือเตี้ยเกินไป แต่ในสวรรค์ไม่มีความจำเป็นที่ต้องกังวลในเรื่องนี้ นอกจากนั้น ในสวรรค์ไม่ต้องกังวลในเรื่องน้ำหนักเพราะทุกคนจะรูปร่างที่เหมาะสมและงดงามที่สุด

ร่างกายแห่งสวรรค์ไม่มีน้ำหนักแม้จะดูเหมือนว่ากายนี้มีน้ำหนัก ดังนั้นแม้คนหนึ่งเดินอยู่บนดอกไม้ ดอกไม้เหล่านั้นจะไม่เสียหายเพราะถูกเหยียบย่ำหรือถูกทับ ร่างกายแห่งสวรรค์ไม่อาจชั่งน้ำหนักได้ แต่ไม่ได้หมายความว่ากายนี้จะเบาหวิวจนถูกลมพัดพาไปได้เพราะกายนี้เป็นร่างกายที่มั่นคง การที่ร่างกายมีน้ำหนักแม้ท่านไม่รู้สึกถึงน้ำหนักของกายนี้แสดงว่าร่างกายดังกล่าวมีรูปร่างและลักษณะท่าทาง สิ่งนี้เป็นเหมือนเวลาที่ท่านยกกระดาษแผ่นหนึ่งขึ้น ท่านไม่รู้สึกถึงน้ำหนักของกระดาษแผ่นนั้น แต่ท่านรู้ว่ากระดาษแผ่นนั้นมีน้ำหนัก

เส้นผมของคนที่อยู่ในสวรรค์เป็นสีทองและมีลักษณะเป็นลอนเล็กน้อย เส้นผมของผู้ชายยาวลงมาถึงคอ แต่ความยาวของเส้นผมผู้หญิงจะต่างกัน การที่ผู้หญิงมีผมยาวหมายความว่าเธอได้รับบำเหน็จอันยิ่งใหญ่และผมที่ยาวที่สุดจะหย่อนลงมาถึงบั้นเอว ด้วยเหตุนี้ ผมยาวสำหรับผู้หญิงจึงถือเป็นสง่าราศีและความภาคภูมิใจอย่างมาก (1 โครินธ์ 11:5)

ในโลกนี้ ผู้หญิงส่วนใหญ่หวังและพยายามที่จะให้ตนมีผิวสีขาวอันอ่อนละมุน หลายคนใช้เครื่องสำอางเพื่อรักษาผิวพรรณให้เต่งตึงและอ่อนนุ่มโดยไม่มีรอยย่น ในสวรรค์ ทุกคนจะมีผิวสีขาว สดใสและสะอาดไร้จุดด่างพร้อยที่เจิดจ้าไปด้วยแสงแห่งสง่าราศี

ยิ่งกว่านั้น เนื่องจากไม่มีความชั่วในสวรรค์ จึงไม่มีความจำเป็นในการแต่งหน้าหรือวิตกกังวลเกี่ยวกับรูปร่างหน้าตาภายนอกเพราะที่นั่นทุกสิ่งล้วนงดงาม แสงแห่งสง่าราศีที่ออกมาจากร่างกายแห่งสวรรค์จะสดใสและเจิดจ้ามากขึ้นตามขนาดของการชำระให้บริสุทธิ์และการมีจิตใจเหมือนพระทัยขององค์พระผู้เป็นเจ้าของแต่ละบุคคล นอกจากนั้น การกำหนดและรักษาลำดับชั้นในสวรรค์

ก็ใช้หลักการเดียวกัน

จิตใจของผู้คนในสวรรค์

ผู้คนที่มีร่างกายแห่งสวรรค์มีจิตใจที่ประกอบด้วยวิญญาณซึ่งอยู่ในธรรมชาติของพระเจ้าและไม่มีความชั่วร้าย จิตใจของผู้คนที่มีร่างกายแห่งสวรรค์ต้องการสัมผัส มองดู และจับต้องความงามของคนอื่นด้วยความยินดีเช่นเดียวกับที่ผู้คนในโลกนี้ที่ต้องการได้รับและจับต้องสิ่งที่ดีและงดงามในโลก แต่จิตใจของผู้คนแห่งสวรรค์ไม่มีความโลภหรือความอิจฉาริษยา

นอกจากนั้น ผู้คนมักเปลี่ยนแปลงไปตามผลประโยชน์ของตนในโลกนี้และรู้สึกเบื่อหน่ายกับสิ่งต่าง ๆ แม้ว่าสิ่งเหล่านั้นจะเป็นสิ่งที่ดีและงดงามก็ตาม จิตใจของผู้คนที่มีร่างกายแห่งสวรรค์ปราศจากเล่ห์เหลี่ยมและไม่เคยเปลี่ยนแปลง

ยกตัวอย่าง ถ้าคนในโลกนี้เป็นคนยากจนเขาก็จะกินอาหารราคาถูกและคุณภาพต่ำด้วยความอร่เอดอร่อย แต่ถ้าเขาร่ำรวยขึ้นมาระดับหนึ่ง เขาจะไม่พอใจกับสิ่งที่เคยอร่เอดอร่อยก่อนหน้านี้และจะมองหาอาหารที่ดีกว่า ถ้าท่านซื้อของเล่นใหม่ให้กับลูก ในตอนแรกเด็กก็จะดีใจ แต่หลังจากหลายวันผ่านไปเด็กจะรู้สึกเบื่อของเล่นนั้นและมองหาของเล่นใหม่ แต่ในสวรรค์ไม่มีความคิดเช่นนี้ ในสวรรค์เมื่อท่านเคยชอบสิ่งใดท่านก็จะชอบสิ่งนั้นตลอดไป

2. เครื่องนุ่งห่มในสวรรค์

บางคนอาจคิดว่าเครื่องนุ่งห่มในสวรรค์จะเป็นแบบเดียวกัน แต่ความจริงไม่ได้เป็นเช่นนั้น พระเจ้าคือพระผู้สร้างและผู้พิพากษาที่ชอบธรรมผู้ทรงตอบแทนท่านตามการกระทำของท่าน ด้วยเหตุนี้ รางวัลในสวรรค์แตกต่างกันฉันใด เครื่องนุ่งห่มในสวรรค์ก็แตกต่างกันด้วยฉันนั้นตามสิ่งที่ได้กระทำไว้ในโลกนี้ (วิวรณ์

22:12) ในสวรรค์ท่านจะสวมใส่เครื่องนุ่งห่มชนิดใดและท่านจะตกแต่งเครื่องนุ่งห่มเหล่านั้นอย่างไร

เครื่องนุ่งห่มในสวรรค์มีสีสันและรูปแบบแตกต่างกัน
โดยทั่วไปทุกคนในสวรรค์จะสวมใส่เสื้อผ้าสีขาว สดใส และเจิดจ้า เสื้อผ้าเหล่านั้นนุ่มนวลเหมือนเส้นไหมและมีน้ำหนักเบา ซึ่งปลิวไสวไปมาอย่างงดงาม

ความสว่างและความสดใสที่ออกมาจากเสื้อผ้าจะแตกต่างกันออกไปตามขนาดของการชำระให้บริสุทธิ์ของแต่ละคน ยิ่งบุคคลมีหัวใจเหมือนพระทัยอันบริสุทธิ์ของพระเจ้ามากเท่าใด เสื้อผ้าของเขาก็จะส่องแสงสดใสและเจิดจ้ามากขึ้นเท่านั้น

นอกจากนั้น ท่านจะได้รับเสื้อผ้าที่มีรูปแบบและวัสดุที่แตกต่างกันตามขนาดของสิ่งที่ท่านทำเพื่อแผ่นดินของพระเจ้าและถวายเกียรติแด่พระองค์

ในโลกนี้ ผู้คนสวมใส่เสื้อผ้าหลากหลายชนิดตามสถานภาพทางสังคมและเศรษฐกิจของตน ในสวรรค์ก็เช่นเดียวกัน ท่านจะสวมใส่เสื้อผ้าที่มีสีสันและรูปแบบมากขึ้นเมื่อท่านมีตำแหน่งสูงขึ้นในสวรรค์ นอกจากนั้น ทรงผมและเครื่องประดับก็แตกต่างกันด้วย

ยิ่งกว่านั้น ในสมัยโบราณผู้คนรู้จักชนชั้นทางสังคมของกันและกันด้วยการมองดูสีสันของเสื้อผ้าของคนเหล่านั้น ในทำนองเดียวกัน ผู้คนในสวรรค์สามารถรู้จักตำแหน่งและขนาดของรางวัลที่แต่ละคนได้รับผ่านทางสีสันของเสื้อผ้าที่คนนั้นสวมใส่ การสวมใส่เสื้อผ้าที่มีสีสันและรูปแบบเฉพาะแตกต่างกันไปนั้นบ่งชี้ว่าบุคคลนั้นได้รับสง่าราศีที่ยิ่งใหญ่กว่า

ด้วยเหตุนี้ ผู้คนที่เข้าไปสู่นครเยรูซาเล็มใหม่หรือมีส่วนอย่างมากในแผ่นดินของพระเจ้าจะได้รับเสื้อผ้าที่มีสีสัน งดงาม และสุกใสที่สุด

ในด้านหนึ่ง ถ้าท่านยังไม่ได้ทำการเพื่อแผ่นดินของพระเจ้ามากนัก ท่านก็จะได้รับเสื้อผ้าเพียงไม่กี่ชุดในสวรรค์ ในอีกด้านหนึ่ง ถ้า

ท่านกระทำการเพื่อแผ่นดินของพระเจ้าอย่างมากด้วยความเชื่อและความรัก ท่านก็จะได้รับเสื้อผ้าหลากสีสันและรูปแบบจำนวนนับไม่ถ้วน

เสื้อผ้าแห่งสวรรค์ที่มีเครื่องประดับนานาชนิด

พระเจ้าจะทรงประทานเสื้อผ้าที่มีเครื่องประดับนานาชนิดเพื่อแสดงถึงสง่าราศีของแต่ละคน เชื้อพระวงศ์ของพระราชาในอดีตแสดงถึงตำแหน่งของตนด้วยเครื่องประดับบนเสื้อผ้า เสื้อผ้าในสวรรค์ซึ่งมีเครื่องประดับชนิดต่าง ๆ จะแสดงให้เห็นถึงตำแหน่งและสง่าราศีแห่งสวรรค์ของบุคคล

มีเครื่องประดับแห่งการขอบพระคุณ การสรรเสริญ ความยินดี สง่าราศี และอื่น ๆ ที่ถูกเย็บติดกับเสื้อผ้าในสวรรค์ เมื่อท่านร้องเพลงสรรเสริญในชีวิตนี้ด้วยใจแห่งการขอบพระคุณสำหรับความรักและพระคุณของพระเจ้าพระบิดาและองค์พระผู้เป็นเจ้า หรือเมื่อท่านร้องเพลงเพื่อถวายเกียรติแด่พระเจ้า พระองค์จะทรงรับจิตใจของท่านไว้ในฐานะกลิ่นหอมและจะทรงใส่เครื่องประดับแห่งการสรรเสริญไว้บนเสื้อผ้าของท่านในสวรรค์

เครื่องประดับแห่งความยินดีและการขอบพระคุณจะถูกนำไปตกแต่งไว้อย่างงดงามให้กับผู้คนที่มีความชื่นชมยินดีและขอบพระคุณในจิตใจของตนอย่างแท้จริงด้วยการระลึกถึงพระคุณของพระเจ้าพระบิดาผู้ทรงประทานชีวิตนิรันดร์และแผ่นดินสวรรค์แม้จะอยู่ในช่วงของความโศกเศร้าและการทดลองบนโลกนี้

เครื่องประดับแห่งการอธิษฐานจะถูกนำไปตกแต่งให้กับผู้คนที่อธิษฐานเพื่อแผ่นดินของพระเจ้าด้วยชีวิตของตน แต่ในท่ามกลางเครื่องประดับเหล่านี้ เครื่องประดับที่งดงามที่สุดได้แก่เครื่องประดับแห่งสง่าราศีซึ่งเป็นเครื่องประดับที่ได้มายากลำบากที่สุด เครื่องประดับนี้จะมอบให้กับผู้คนที่กระทำทุกสิ่งทุกอย่างเพื่อสง่าราศีของพระเจ้าจากจิตใจของตนอย่างแท้จริงเท่านั้น กษัตริย์หรือประธานาธิบดีมอบเหรียญพิเศษหรือเหรียญประกาศเกียรติคุณเป็นรางวัลให้กับท

หารทีทำหน้าทีอย่างยอดเยียมฉันใด พระเจ้าจะทรงมอบเครืองประดับแห่งสง่าราศีแก่ผู้คนทีทำงานอย่างมากและเอาจริงเอาจังเพือแผ่นดินของพระเจ้าและถวายเกียรติแด่พระองค์ด้วยฉันนัน ด้วยเหตุนีบุคคลทีสวมใส่เสือผ้าทีมีเครืองประดับแห่งสง่าราศีจึงเป็นบุคคลทีมีเกียรติมากทีสุดในแผ่นดินสวรรค์

รางวัลทีเป็นมงกุฎและเพชรพลอย

ในสวรรค์มีเพชรพลอยจำนวนนับไม่ถ้วน เพชรพลอยบางส่วนมีไว้เป็นรางวัลและบางส่วนมีไว้เพือประดับเสือผ้า ในหนังสือวิวรณ์ท่านอ่านพบว่าองค์พระผู้เป็นเจ้าทรงสวมมงกุฎทองคำและสายสะพายทองคำรอบพระทรวงของพระองค์ สิงเหล่านีเป็นรางวัลทีพระเจ้าทรงประทานแก่องค์พระผู้เป็นเจ้า

พระคัมภีร์กล่าวถึงมงกุฎหลายชนิด มาตรฐานทีใช้ในการรับเอามงกุฎเหล่านีและคุณค่าของมงกุฎเหล่านีแตกต่างกันเพราะมงกุฎเหล่านีมีไว้เป็นรางวัล

มีมงกุฎหลายชนิดทีพระเจ้าทรงประทานแก่แต่ละคนตามการงานของบุคคลนัน เช่น มงกุฎทีไม่ร่วงโรยเป็นของผู้คนทีวิงแข่งขัน (1 โครินธ์ 9:25) มงกุฎแห่งศักดีศรีเป็นของผู้คนทีถวายเกียรติแด่พระเจ้า (1 เปโตร 5:4) มงกุฎแห่งชีวิตเป็นของผู้คนทีสัตย์ซือไปจนถึงวันตาย (ยากอบ 1:12; วิวรณ์ 2:10) มงกุฎทองคำทีผู้อาวุโสยีสิบสีคนซึงอยู่รอบพระทีนังของพระเจ้าสวมใส่ (วิวรณ์ 4:4; 14:14) และมงกุฎแห่งความชอบธรรมทีอัครทูตเปาโลใฝ่ฝันทีจะได้รับ (2 ทิโมธี 4:8)

นอกจากนัน ยังมีมงกุฎหลากหลายรูปแบบทีประดับด้วยเพชรพลอย เช่น มงกุฎทีประดับด้วยทองคำ มงกุฎดอกไม้ มงกุฎไข่มุกและมงกุฎชนิดอืน ๆ อีกมากมาย ท่านสามารถบอกถึงความบริสุทธิ์และรางวัลของบุคคลจากชนิดของมงกุฎทีเขาได้รับ

ในโลกนีใครก็สามารถซือเพชรพลอยได้ถ้าเขามีเงิน แต่ในสวรรค์ท่านจะมีเพชรพลอยได้ก็ต่อเมือท่านได้รับสิงนีเป็นรางวัลเท่านัน

องค์ประกอบต่าง ๆ เช่น จำนวนคนที่ท่านนำมาถึงความรอด จำนวนเงินที่ท่านถวายด้วยจิตใจที่แท้จริง และขนาดแห่งความสัตย์ซื่อของท่านคือตัวกำหนดชนิดของรางวัลที่ท่านจะได้รับ ด้วยเหตุนี้ เพชรพลอยและมงกุฎต้องแตกต่างกันเพราะสิ่งเหล่านี้มีไว้เพื่อเป็นรางวัลตามการงานของแต่ละคน นอกจากนั้น ความสว่าง ความงดงาม ความรุ่งโรจน์ และจำนวนของเพชรพลอยและมงกุฎจะแตกต่างกันออกไปเช่นกัน

บ้านเรือนและที่อยู่ในสวรรค์ก็เหมือนกัน ที่อยู่จะแตกต่างกันออกไปตามความเชื่อของบุคคล ขนาด ความงาม ความสดใสของทองคำและเพชรพลอยที่ใช้สำหรับบ้านเรือนส่วนตัวล้วนแตกต่างกัน ท่านจะมองเห็นสิ่งต่าง ๆ เกี่ยวกับที่อยู่ในสวรรค์ชัดเจนยิ่งขึ้นจากบทที่ 6 เป็นต้นไป

3. อาหารในสวรรค์

เมื่ออาดัมและเอวาอาศัยอยู่ในสวนเอเดน ทั้งสองคนกินผลไม้ที่มีเมล็ดในผลของมันเป็นอาหาร (ปฐมกาล 1:29) แต่เมื่ออาดัมถูกขับไล่ออกจากสวนเอเดนเพราะความไม่เชื่อฟัง ทั้งสองคนจึงกินพืชพันธุ์แห่งท้องทุ่งเป็นอาหาร หลังจากเหตุการณ์น้ำท่วมโลก มนุษย์ได้รับอนุญาตให้กินเนื้อ ด้วยวิธีการนี้มนุษย์จึงมีความชั่วร้ายมากขึ้น ชนิดของอาหารที่มนุษย์กินก็เปลี่ยนไปเช่นกัน

ถ้าเช่นนั้น ท่านจะกินสิ่งใดเป็นอาหารในสวรรค์ซึ่งไม่มีความชั่วร้าย บางคนอาจสงสัยเช่นกันว่าร่างกายแห่งสวรรค์จำเป็นต้องการกินอาหารหรือไม่ ในสวรรค์ ท่านสามารถดื่มน้ำแห่งชีวิตและกินหรือสูดดมผลไม้หลายชนิดเพื่อรับเอาความชื่นชมยินดี

การหายใจของร่างกายแห่งสวรรค์

ร่างกายแห่งสวรรค์หายใจในสวรรค์เหมือนที่มนุษย์เราหายใจบนโลกนี้ แน่นอน ร่างกายแห่งสวรรค์ไม่จำเป็นต้องหายใจก็ได้ แต่ร่

างกายนี้สามารถพักผ่อนในขณะที่หายใจเหมือนที่ท่านหายใจบนโลกนี้ ดังนั้น ร่างกายแห่งสวรรค์ไม่เพียงแต่จะหายใจด้วยจมูกและปากเท่านั้น แต่ยังสามารถหายใจด้วยดวงตาหรือเซลล์ทุกส่วนของร่างกายหรือด้วยจิตใจเช่นกัน

พระเจ้าทรงหายใจเป็นเครื่องหอมแห่งจิตใจของเราเพราะพระองค์ทรงเป็นพระวิญญาณ พระองค์ทรงพอพระทัยกับเครื่องบูชาของคนชอบธรรมและทรงสูดดมกลิ่นหอมจากจิตใจของคนเหล่านั้นในสมัยพระคัมภีร์เดิม (ปฐมกาล 8:21) ในสมัยพระคัมภีร์ใหม่ พระเยซู (ผู้ทรงปราศจากมลทินด่างพร้อย) ทรงถวายพระองค์เองเพื่อเราให้เป็นเครื่องถวายและเครื่องบูชาอันเป็นที่โปรดปรานของพระเจ้า (เอเฟซัส 5:2)

ด้วยเหตุนี้ พระเจ้าจึงทรงรับเอากลิ่นหอมแห่งจิตใจของท่านเมื่อท่านนมัสการ อธิษฐาน หรือร้องเพลงสรรเสริญด้วยจิตใจอย่างแท้จริง ท่านจะสามารถกระจายกลิ่นหอมของพระคริสต์ออกไปและกลิ่นหอมนี้จะกลายเป็นเครื่องบูชาที่มีคุณค่าแด่พระเจ้าได้เท่ากับขนาดของการเป็นเหมือนองค์พระผู้เป็นเจ้าและขนาดแห่งความชอบธรรมของท่าน พระเจ้าจะทรงรับเอาคำสรรเสริญและคำอธิษฐานของท่านด้วยความโปรดปรานผ่านการหายใจ

ในมัทธิว 26:29 ท่านจะเห็นว่าองค์พระผู้เป็นเจ้าทรงอธิษฐานเผื่อท่านนับตั้งแต่พระองค์เสด็จขึ้นสู่สวรรค์โดยไม่เสวยสิ่งใดเลยตลอดสองพันปีที่ผ่านมา เช่นเดียวกัน ร่างกายแห่งสวรรค์สามารถดำรงอยู่ได้ในสวรรค์โดยไม่ต้องกินอาหารหรือหายใจ ท่านเองจะดำรงอยู่ชั่วนิรันดร์เมื่อท่านเข้าไปสู่สวรรค์เพราะท่านจะเปลี่ยนเป็นร่างกายฝ่ายวิญญาณที่ไม่มีวันเสื่อมสูญ

แต่เมื่อร่างกายแห่งสวรรค์หายใจ ร่างกายนี้จะสัมผัสถึงความยินดีและความสุขมากขึ้นและวิญญาณจะกระปี้กระเปาและถูกสร้างขึ้นใหม่ ร่างกายแห่งสวรรค์จะชื่นชมกับการหายใจเอากลิ่นหอมในสวรรค์เข้าไปเหมือนที่ผู้คนดูแลความสมดุลของอาหารเพื่อรักษาสุขภา

พของตน

ดังนั้น เมื่อดอกไม้และผลไม้หลายชนิดส่งกลิ่นหอมของตนออกไป ร่างกายแห่งสวรรค์ก็จะหายใจเอากลิ่นหอมเหล่านั้นเข้าไป แม้ดอกไม้จะส่งกลิ่นหอมเดิมของตนซ้ำแล้วซ้ำอีก กลิ่นหอมนั้นก็จะทำให้มีความสุขและความพอใจเสมอ

ยิ่งกว่านั้น เมื่อร่างกายแห่งสวรรค์รับเอากลิ่นหอมของดอกไม้และผลไม้ กลิ่นหอมนั้นก็แทรกซึมเข้าไปในร่างกายเหมือนน้ำหอม ร่างกายจะส่งกลิ่นหอมนั้นออกไปจนกระทั่งกลิ่นนั้นจางหายไป ท่านรู้สึกสดชื่นเมื่อท่านใช้น้ำหอมบนโลกนี้ ร่างกายแห่งสวรรค์ก็รู้สึกมีความสุขยิ่งขึ้นเมื่อกายนี้สูดดมเอากลิ่นอันหอมหวลเอาไว้

ขับถ่ายผ่านทางลมหายใจ

ผู้คนกินอาหารและดำรงชีวิตอยู่ต่อไปอย่างไรในสวรรค์ ในพระคัมภีร์เราเห็นว่าองค์พระผู้เป็นเจ้าทรงปรากฏพระองค์ต่อหน้าสาวกหลังการเป็นขึ้นมาของพระองค์ และพระองค์ทรงระบายลมหายใจ (ยอห์น 20:22) หรือรับประทานอาหาร (ยอห์น 21:12-15) เหตุผลที่องค์พระผู้เป็นเจ้าที่เป็นขึ้นมาทรงรับประทานอาหารไม่ใช่เพราะพระองค์หิว แต่เพื่อแบ่งปันความชื่นชมยินดีกับพวกสาวกและเพื่อให้ท่านรู้ว่าร่างกายแห่งสวรรค์ของท่านจะรับประทานอาหารในสวรรค์ด้วยเช่นกัน นั่นคือเหตุผลที่พระคัมภีร์บันทึกว่าพระเยซูคริสต์ทรงรับประทานอาหารเช้าด้วยขนมปังและปลาหลังจากการเป็นขึ้นมาของพระองค์

ทำไมพระคัมภีร์จึงบอกท่านว่าองค์พระผู้เป็นเจ้าทรงระบายลมหายใจหลังจากพระองค์เป็นขึ้นมา เมื่อท่านกินอาหารในสวรรค์ อาหารที่กินเข้าไปจะหลอมละลายทันทีและจะถูกขับถ่ายออกมาผ่านทางลมหายใจ ในสวรรค์ อาหารจะสลายตัวเป็นอนุภาคในทันทีและออกจากร่างกายผ่านลมหายใจ ดังนั้น จึงไม่มีความจำเป็นสำหรับการถ่ายอุจจาระหรือการใช้ห้องส้วม การที่อาหารซึ่งเรากินเข้าไปออกจากร่างกายผ่านลมหายใจในรูปของกลิ่นหอมและหลอมละลายไปช่างเ

เป็นสิ่งที่สบายใจและอัศจรรย์ใจอย่างยิ่งทีเดียว

4. การขนส่งในสวรรค์

ตลอดประวัติศาสตร์ของมนุษย์ เมื่อมีความก้าวหน้าทางอารยธรรมและวิทยาศาสตร์ มนุษย์ได้ประดิษฐ์คิดค้นวิธีการขนส่งที่สะดวกรวดเร็วยิ่งขึ้น เช่น เกวียน รถม้า รถยนต์ เรือ รถไฟ เครื่องบิน และวิธีการอย่างอื่นอีกมากมาย

ในสวรรค์ก็มีวิธีการขนส่งอยู่หลายชนิดด้วยเช่นกัน ในสวรรค์มีระบบขนส่งสาธารณะ อย่างรถไฟสวรรค์และยานพาหนะส่วนตัวอย่างรถในเมฆและรถม้าทองคำ

ในสวรรค์ ร่างกายแห่งสวรรค์สามารถเดินทางอย่างรวดเร็วหรือแม้กระทั่งบินไปได้เพราะร่างกายแห่งสวรรค์ไม่อาจถูกจำกัดด้วยเวลาและสถานที่ แต่การใช้ระบบขนส่งที่เราได้รับเป็นรางวัลถือเป็นสิ่งที่สนุกสนานและน่ายินดีมากกว่า

การเดินทางและการขนส่งในสวรรค์

จะเป็นสิ่งที่มีความสุขและน่ายินดีสักเพียงใดถ้าท่านสามารถเดินทางท่องเที่ยวไปดูรอบสวรรค์และมองเห็นสิ่งสวยงามและอัศจรรย์ที่พระเจ้าทรงสร้างไว้

ทุกมุมของสวรรค์มีความงามที่เป็นเอกลักษณ์และท่านสามารถชื่นชมกับทุกส่วนของสวรรค์ แต่เพราะจิตใจของร่างกายแห่งสวรรค์ไม่เปลี่ยนแปลง ท่านจะไม่รู้สึกเบื่อหน่ายหรือเหน็ดเหนื่อยกับการเยี่ยมเยียนสถานที่เดิมซ้ำแล้วซ้ำอีก ดังนั้น การเดินทางในสวรรค์จึงเป็นสิ่งที่สนุกสนานและน่าสนใจ

ที่จริงร่างกายแห่งสวรรค์ไม่จำเป็นต้องใช้ระบบขนส่งประเภทใดเนื่องจากร่างกายนี้ไม่มีวันหมดเรี่ยวแรงและสามารถบินได้ แต่การใช้ยานพาหนะประเภทต่าง ๆ จะทำให้เกิดความรู้สึกสะดวกสบายมากยิ่งขึ้น เหมือนกับการนั่งรถบัสจะสะดวกสบายกว่าการเดิน

และการนั่งแท็กซีหรือการขับรถยนต์จะสะดวกสบายกว่าการนั่งรถบัสหรือนั่งรถไฟใต้ดินในโลกนี้

ดังนั้น ถ้าท่านนั่งรถไฟสวรรค์ซึ่งประดับประดาไปด้วยเพชรพลอยหลากหลายสีสัน ท่านสามารถไปถึงจุดหมายปลายทางแม้ไม่มีรางรถไฟและรถไฟนี้สามารถเคลื่อนที่ไปทางซ้ายและขวา หรือเคลื่อนที่ขึ้นบนและลงล่างได้อย่างอิสระ

เมื่อผู้คนที่อยู่ในเมืองบรมสุขเกษมเดินทางไปยังนครเยรูซาเล็มใหม่คนเหล่านั้นจะนั่งรถไฟสวรรค์เพราะสถานที่ทั้งสองแห่งค่อนข้างอยู่ห่างไกลจากกัน นี่เป็นความตื่นเต้นอย่างมากสำหรับผู้โดยสารเมื่อรถไฟเหาะผ่านแสงสว่างอันสดใสคนเหล่านี้จะมองเห็นทิวทัศน์ที่สวยงามของสวรรค์ผ่านหน้าต่างรถไฟ เมื่อคิดถึงการมองเห็นพระเจ้าพระบิดาคนเหล่านี้จะรู้สึกมีความสุขมากยิ่งขึ้น

ในบรรดาระบบการขนส่งในสวรรค์ มีรถม้าทองคำซึ่งเป็นยานพาหนะที่บุคคลพิเศษในนครเยรูซาเล็มใหม่ใช้เมื่อเขาเดินทางไปตามที่ต่าง ๆ ในสวรรค์ รถม้าคันนี้มีปีกสีขาวและมีปุ่มอยู่ด้านใน ปุ่มนี้จะทำให้รถม้าเคลื่อนที่ไปโดยอัตโนมัติและรถม้าคันนี้สามารถวิ่งหรือบินไปตามที่เจ้าของต้องการ

รถในเมฆ

เมฆในสวรรค์เป็นเหมือนเครื่องประดับเพื่อเพิ่มความงามให้กับสวรรค์ ดังนั้นเมื่อร่างกายแห่งสวรรค์เดินทางไปยังที่ต่าง ๆ โดยมีเมฆห่อหุ้มกายนั้น ร่างกายจะส่องแสงเจิดจ้ามากกว่าการเดินทางโดยไม่มีเมฆล้อมรอบ สิ่งนี้ยังทำให้คนอื่นรู้สึกเคารพยำเกรงในศักดิ์ศรี สง่าราศี และสิทธิอำนาจของร่างกายที่ถูกห่อหุ้มด้วยเมฆอีกด้วย

พระคัมภีร์กล่าวว่าองค์พระผู้เป็นเจ้าจะเสด็จมาพร้อมด้วยหมู่เมฆ (1 เธสะโลนิกา 4:16-17) ที่เป็นเช่นนี้ก็เพราะการเสด็จมาพร้อมกับหมู่เมฆแห่งสง่าราศีมีความน่าเกรงขาม ศักดิ์ศรี และงดงามยิ่งกว่าการเสด็จมาในฟ้าอากาศโดยไม่มีสิ่งใดห่อหุ้ม ในทำนองเดียวกั

นเมฆในสวรรค์จะเพิ่มเติมสง่าราศีให้กับบุตรของพระเจ้า

ถ้าท่านมีคุณสมบัติเข้าสู่นครเยรูซาเล็มใหม่ ท่านก็สามารถเป็นเจ้าของรถในเมฆที่อัศจรรย์คันนี้ง่ายขึ้น รถในเมฆคันนี้ไม่ใช่เป็นการรวมตัวกันของกลุ่มหมอกควันเหมือนที่มีอยู่ในโลก แต่ประกอบไปด้วยเมฆแห่งสง่าราศีในสวรรค์

รถในเมฆแสดงถึงสง่าราศี ศักดิ์ศรี และสิทธิอำนาจของเจ้าของ แต่ไม่ใช่ทุกคนสามารถครอบครองรถในเมฆนี้ได้เพราะพระเจ้าทรงประทานยานพาหนะพิเศษนี้แก่ผู้คนที่มีคุณสมบัติเข้าสู่นครเยรูซาเล็มใหม่โดยเขาได้รับการชำระให้บริสุทธิ์อย่างสมบูรณ์และมีความสัตย์ซื่อต่อทุกสิ่งในชุมชนของพระเจ้า

ผู้คนที่เข้าสู่นครเยรูซาเล็มใหม่สามารถเดินทางไปที่ใดก็ได้กับองค์พระผู้เป็นเจ้าด้วยการนั่งบนรถในเมฆคันนี้ ในช่วงที่นั่งอยู่บนรถในเมฆ เหล่าทูตสวรรค์จะเข้ามาห้อมล้อมและปรนนิบัติคนเหล่านี้ ซึ่งคล้ายคลึงกับการที่มีข้าราชการชั้นผู้ใหญ่คอยให้การปรนนิบัติกษัตริย์หรือเจ้าชายในขณะที่พระองค์เสด็จราชดำเนิน ด้วยเหตุนี้ การเข้ามาห้อมล้อมและปรนนิบัติของเหล่าทูตสวรรค์จึงแสดงให้เห็นถึงสิทธิอำนาจและสง่าราศีของเจ้าของรถมากยิ่งขึ้น

ปกติทูตสวรรค์จะเป็นพนักงานขับรถในเมฆ รถในเมฆมีทั้งแบบที่นั่งเดียวสำหรับเป็นรถส่วนตัวและแบบหลายที่นั่งซึ่งหลายคนสามารถนั่งไปด้วยกัน เมื่อคนที่อยู่ในนครเยรูซาเล็มใหม่เล่นกอล์ฟและต้องการเดินทางจากจุดหนึ่งไปยังอีกจุดหนึ่งของสนามกอล์ฟ รถในเมฆจะเคลื่อนตัวเข้ามาและหยุดอยู่ที่เท้าของเจ้าของ เมื่อเจ้าของขึ้นนั่งบนรถ รถคันนั้นจะเคลื่อนที่ไปยังจุดหมายที่ลูกกอล์ฟตกอยู่ทันทีอย่างนุ่มนวล

ลองจินตนาการว่าท่านกำลังบินไปในท้องฟ้าด้วยรถในเมฆพร้อมกับมีทูตสวรรค์ในนครเยรูซาเล็มใหม่ห้อมล้อมท่านเอาไว้ นอกจากนั้น ลองจินตนาการว่าท่านกำลังนั่งอยู่บนรถในเมฆพร้อมกับองค์พระผู้เป็นเจ้า หรือท่านกำลังเดินทางโดยรถไฟสวรรค์ขนาด

ใหญ่พร้อมกับคนที่ท่านรัก ท่านคงรู้สึกเปียมล้นไปด้วยความชื่นชมยินดี

5. ความบันเทิงในสวรรค์

บางคนอาจคิดว่าการมีชีวิตอยู่ในร่างกายแห่งสวรรค์เป็นสิ่งที่ไม่สนุกเพลิดเพลินมากนัก แต่ความจริงไม่ได้เป็นเช่นนั้น ท่านอาจรู้สึกเหน็ดเหนื่อยหรือไม่อิ่มใจอย่างเต็มที่กับการอยู่ในโลกกายภาพใบนี้ แต่ในโลกฝ่ายวิญญาณ "ความสนุกเพลิดเพลิน" มักเป็นสิ่งที่สดใหม่และทำให้รู้สึกกระปี้กระเปาอยู่เสมอ

ดังนั้น แม้แต่ในโลกนี้ ยิ่งท่านเข้าถึงความเป็นบุคคลฝ่ายวิญญาณมากขึ้นเท่าใด ท่านก็ยิ่งจะสัมผัสถึงความรักที่ลึกซึ้งมากขึ้นเท่านั้น และท่านจะมีความสุขยิ่งขึ้น ในสวรรค์ ท่านสามารถสนุกสนานกับงานอดิเรกและความบันเทิงชนิดต่าง ๆ ของท่านซึ่งเป็นสิ่งที่น่าชื่นชมมากกว่าความบันเทิงรูปแบบใด ๆ ในโลกนี้

สนุกสนานกับงานอดิเรกและเกมกีฬาชนิดต่าง ๆ

ผู้คนในโลกนี้พัฒนาตะลันต์และทำให้ชีวิตสมบูรณ์ยิ่งขึ้นผ่านงานอดิเรกของตนฉันใด ท่านก็สามารถมีและสนุกสนานกับงานอดิเรกในสวรรค์ได้ด้วยฉันนั้น ท่านไม่เพียงแต่จะได้รื่นเริงกับสิ่งที่ท่านชอบในโลกนี้เท่านั้น แต่ท่านสามารถชื่นชมกับสิ่งต่าง ๆ ที่ท่านเคยงดเว้นเพื่อเห็นแก่การทำงานให้กับพระเจ้าเท่าที่ท่านต้องการด้วยเช่นกัน ที่นั่นท่านจะได้เรียนรู้สิ่งใหม่ ๆ

ผู้คนที่สนใจในเครื่องดนตรีสามารถสรรเสริญพระเจ้าด้วยการเล่นพิณใหญ่ หรือท่านสามารถเรียนรู้วิธีการเล่นเปียโน ขลุ่ย และเครื่องดนตรีชนิดอื่น ๆ และท่านจะเรียนรู้ได้อย่างรวดเร็วเพราะทุกคนมีความเฉลียวฉลาดมากขึ้นในสวรรค์

ท่านสามารถสนทนากับธรรมชาติและสัตว์ชนิดต่าง ๆ ในสวรรค์เพื่อเพิ่มเติมความยินดีให้กับท่านด้วยเช่นกัน แม้แต่พืชพันธุ์และสัต

ว์ก็ให้เกียรติบุตรของพระเจ้า ให้การต้อนรับ และแสดงความรักและความเคารพนับถือกับคนเหล่านั้น

ยิ่งกว่านั้น ท่านสามารถสนุกสนานกับกีฬาชนิดต่าง ๆ เช่น เทนนิส บาสเก็ตบอล โบลิ่ง กอล์ฟ และการเล่นเครื่องร่อนอีกด้วย แต่ที่นั่นไม่มีกีฬาที่สร้างความเสียให้กับคนอื่น เช่น กีฬามวยปล้ำหรือการชกมวย เป็นต้น สถานที่และอุปกรณ์กีฬามีความปลอดภัยเพราะสิ่งเหล่านี้ถูกสร้างขึ้นจากวัสดุที่อัศจรรย์และประดับประดาด้วยทองคำและเพชรพลอยเพื่อให้ความสุขและความเพลิดเพลินมากขึ้นในการเล่นกีฬา

นอกจากนั้น อุปกรณ์กีฬาจะรู้ใจผู้เล่นอุปกรณ์เหล่านั้นและให้ความสนุกเพลิดเพลินมากยิ่งขึ้นด้วย ยกตัวอย่าง ถ้าท่านชอบเล่นโบลิ่ง ลูกโบลิ่งและตัวพินจะเปลี่ยนสี จัดวางตำแหน่งและระยะของตนตามที่ท่านต้องการ ตัวพินจะล้มลงด้วยแสงสีอันงดงามและด้วยน้ำเสียงอันไพเราะ ถ้าท่านต้องการแพ้ให้กับคู่ของท่าน ตัวพินก็จะเคลื่อนไหวไปตามที่ท่านต้องการเพื่อทำให้ท่านมีความสุขมากยิ่งขึ้น

ในสวรรค์ไม่มีความชั่วร้ายที่อยากเอาชนะหรือทำให้คนอื่นพ่ายแพ้ การทำให้คนอื่นมีความเพลิดเพลินและได้รับประโยชน์คือชัยชนะในการเล่นเกมกีฬา บางคนอาจตั้งคำถามถึงความหมายของเกมกีฬาที่ไม่มีทั้งผู้แพ้และผู้ชนะ แต่ในสวรรค์ท่านจะไม่มีความสุขกับการเอาชนะคนอื่น การได้เล่นเกมกีฬาคือความชื่นชมยินดี

แน่นอน มีเกมกีฬาบางชนิดที่ทำให้ท่านมีความสุขด้วยการแข่งขันอย่างยุติธรรมและขาวสะอาด ยกตัวอย่าง มีเกมกีฬาชนิดหนึ่งที่กำหนดชัยชนะจากจำนวนของกลิ่นหอมจากดอกไม้ที่สูดดมเข้าไป ชัยชนะอยู่ที่ว่าท่านจะผสมผสานและส่งกลิ่นหอมเหล่านั้นออกมาได้ดีเพียงใด เป็นต้น

ความบันเทิงประเภทต่าง ๆ
บางคนที่ชื่นชอบเกมกีฬาอาจถามว่าในสวรรค์มีศูนย์กีฬาหรือไม่ แน่นอนในสวรรค์มีกีฬาหลายอย่างที่ให้ความสนุกสนานมากกว่า

การเล่นกีฬาในโลกนี้

กีฬาในสวรรค์จะไม่ทำให้ท่านรู้สึกเหน็ดเหนื่อยหรือทำให้สายตาของท่านแย่ลงเหมือนการเล่นกีฬาในโลกนี้ ท่านจะไม่รู้สึกเบื่อหน่ายกับเกมเหล่านั้น ตรงกันข้าม เกมกีฬาเหล่านั้นจะทำให้ท่านรู้สึกกระปี้กระเปาและมีสันติสุขหลังจากการเล่น เมื่อท่านชนะหรือได้คะแนนสูงสุด ท่านจะสัมผัสถึงความสุขมากที่สุดและความสนใจของท่านจะคงอยู่ตลอดไป

ผู้คนในสวรรค์อยู่ในร่างกายแห่งสวรรค์ คนเหล่านี้จึงไม่รู้สึกกลัวกับการตกลงมาจากการนั่งบนเครื่องเล่นในสวนสนุกอย่างเช่นรถไฟตีลังกา ผู้คนจะสัมผัสถึงความตื่นเต้นและความเพลิดเพลินเพียงอย่างเดียว แม้ในหมู่คนที่เคยมีโรคกลัวความสูงเมื่ออยู่ในโลกนี้คนเหล่านี้ก็ยังสามารถสนุกเพลิดเพลินกับสิ่งต่าง ๆ ในสวรรค์ได้ตามที่เขาต้องการ

แม้ท่านตกลงมาจากรถไฟตีลังกา ท่านก็จะไม่ได้รับบาดเจ็บเพราะร่างกายของท่านเป็นกายแห่งสวรรค์ เท้าของท่านจะแตะลงบนพื้นอย่างปลอดภัยเฉกเช่นปรมาจารย์ผู้เชียวชาญในศิลปะการต่อสู้คนหนึ่ง หรือไม่เช่นนั้นทูตสวรรค์จะปกป้องคุ้มครองท่านไว้ ดังนั้น ลองจินตนาการถึงช่วงเวลาที่ท่านนั่งอยู่บนรถไฟตีลังกา (พร้อมกับเปล่งเสียงหวีดร้องโดยมีองค์พระผู้เป็นเจ้าและทุกคนที่ท่านรักนั่งอยู่เคียงข้างท่าน) ดูซิว่าจะเป็นช่วงเวลาที่ชื่นชมยินดีและมีความสุขสักเพียงใด

6. การนมัสการ การศึกษา และวัฒนธรรมในสวรรค์

ในสวรรค์ไม่มีความจำเป็นของการทำงานเพื่อแลกกับอาหาร เครื่องนุ่งห่ม และที่อยู่อาศัย ดังนั้นบางคนจึงสงสัยว่า “เราจะทำอะไรกันในนิรันดรกาลนั้น เราจะอยู่เฉย ๆ เหมือนคนที่ช่วยตนเองไม่ได้เลยกระนั้นหรือ” แต่เราไม่จำเป็นต้องวิตกกังวลในเรื่องนี้

ในสวรรค์มีหลายสิ่งที่ท่านสามารถชื่นชมได้อย่างมีความสุข มีกิจกรรมที่น่าตื่นเต้นและน่าสนใจอยู่หลายชนิดตลอดจนรายการอื่น ๆ เช่น เกมกีฬา การศึกษา การนมัสการ งานสังสรรค์ เทศกาล การเดินทางท่องเที่ยว และการเล่นกีฬา เป็นต้น

ท่านจะไม่ถูกบังคับให้เข้าร่วมในกิจกรรมเหล่านี้ ทุกคนทำทุกสิ่งโดยสมัครใจและความชื่นชมยินดีเพราะทุกสิ่งที่ท่านทำจะก่อให้เกิดความสุขอย่างมากแก่ท่าน

นมัสการด้วยความยินดีต่อพระพักตร์พระเจ้าพระผู้สร้าง

ในโลกนี้ท่านเข้าร่วมนมัสการพระเจ้าในบางช่วงเวลาโดยเฉพาะฉันใด ในสวรรค์ท่านก็จะนมัสการพระเจ้าในบางช่วงเวลาโดยเฉพาะด้วยฉันนั้น แน่นอน พระเจ้าทรงเทศนาพระคำและจากพระคำของพระองค์ท่านสามารถเรียนรู้เกี่ยวกับที่มาของพระเจ้าและมิติฝ่ายวิญญาณซึ่งไม่มีทั้งจุดเริ่มต้นและจุดสิ้นสุด

โดยทั่วไป นักศึกษาที่เรียนเก่งมักรอคอยช่วงเวลาที่จะได้กลับไปสู่ห้องเรียนและพบปะกับอาจารย์ของตน ในชีวิตแห่งความเชื่อ ผู้คนที่รักพระเจ้าและนมัสการพระองค์ด้วยจิตวิญญาณและความจริงจะเฝ้ารอคอยให้การนมัสการมาถึงเพื่อเขาจะได้รับฟังเสียงของผู้เลี้ยงที่เทศนาพระคำแห่งชีวิต

เมื่อท่านไปสวรรค์ ท่านจะมีความชื่นชมยินดีและความสุขในการนมัสการพระเจ้าและเฝ้ารอคอยช่วงเวลาที่จะได้ฟังพระคำของพระองค์ ท่านสามารถรับฟังพระคำของพระเจ้าผ่านการนมัสการ ท่านจะมีเวลาพูดคุยกับพระเจ้า หรือรับฟังถ้อยคำขององค์พระผู้เป็นเจ้า นอกจากนั้น ท่านยังมีเวลาสำหรับการอธิษฐานเช่นกัน เมื่ออธิษฐานท่านจะไม่คุกเข่าหรือหลับตาเหมือนที่ท่านทำในโลกนี้ นี่เป็นช่วงเวลาของการพูดคุยกับพระเจ้า การอธิษฐานในสวรรค์เป็นการสนทนากับพระเจ้าพระบิดา กับองค์พระผู้เป็นเจ้า และกับพระวิญญาณบริสุทธิ์ ช่วงเวลานี้จะเป็นช่วงเวลาที่มีความสุขและความยินดีมากที่สุด

ท่านสามารถสรรเสริญพระเจ้าเหมือนที่ท่านทำในโลกนี้ด้วยเช่นกัน แต่ไม่ใช่ด้วยภาษาของโลกนี้ แต่ท่านจะสรรเสริญพระเจ้าด้วยเพลงบทใหม่ ผู้คนที่เคยผ่านการทดลองมาด้วยกันหรือผู้คนที่มาจากคริสตจักรเดียวกันบนโลกนี้จะอยู่ร่วมกันกับผู้เลี้ยงของตนเพื่อการนมัสการและเพื่อการสามัคคีธรรม

ผู้คนจะนมัสการร่วมกันในสวรรค์อย่างไรในเมื่อคนเหล่านั้นอาศัยอยู่ในสถานที่ต่าง ๆ ของสวรรค์ที่ห่างไกลกัน เนื่องจากแสงสว่างของร่างกายแห่งสวรรค์ที่อาศัยอยู่ในแต่ละสถานที่จะแตกต่างกัน ดังนั้นเมื่อคนเหล่านี้จะเดินทางไปยังสถานที่ซึ่งอยู่ในระดับที่สูงกว่าเขาจึงขอยืมเสื้อผ้าที่เหมาะสมกับสถานที่แห่งนั้นจากคนอื่น ด้วยเหตุนี้เพื่อเข้าร่วมนมัสการในนครเยรูซาเล็มใหม่ซึ่งปกคลุมไปด้วยความสว่างแห่งสง่าราศี คนที่เดินทางมาจากสถานที่อื่นต้องยืมเสื้อผ้าที่เหมาะสมสำหรับตน

ในโลกนี้ท่านสามารถชมรายการนมัสการผ่านดาวเทียมที่ส่งออกไปทั่วโลกในเวลาเดียวกันได้ฉันใด ในสวรรค์ท่านก็สามารถทำสิ่งเดียวกันด้วยฉันนั้น ท่านสามารถร่วมนมัสการและชมรายการนมัสการที่จัดขึ้นในนครเยรูซาเล็มใหม่จากสถานที่แห่งอื่นของสวรรค์ แต่จอภาพในสวรรค์มีความเป็นธรรมชาติมากจนทำให้ท่านรู้สึกว่าตัวท่านเองอยู่ในการนมัสการดังกล่าวด้วย

นอกจากนั้น ท่านสามารถเชิญชวนบรรพบุรุษแห่งความเชื่ออย่างโมเสสและอัครทูตเปาโลและนมัสการร่วมกับท่านเหล่านั้นได้ด้วยเช่นกัน แต่ท่านต้องมีสิทธิอำนาจฝ่ายวิญญาณที่เหมาะสมเพื่อจะเชิญชวนบุคคลที่มีชื่อเสียงเหล่านั้น

เรียนรู้เกี่ยวกับความลับใหม่ฝ่ายวิญญาณที่ลึกซึ้ง

บุตรของพระเจ้าเรียนรู้เกี่ยวกับเรื่องราวต่าง ๆ ฝ่ายวิญญาณในขณะที่คนเหล่านี้กำลังถูกฝึดร่อนอยู่บนโลกนี้ แต่สิ่งที่คนเหล่านี้เรียนรู้ในโลกเป็นเพียงขั้นตอนหนึ่งของสิ่งที่เขาต้องรู้เพื่อจะไปสู่สวรรค์ หลังจากเข้าสู่สวรรค์คนเหล่านี้จะเริ่มต้นเรียนรู้เกี่ยวกับโลกใหม่

ยกตัวอย่าง เมื่อผู้เชื่อในพระเยซูคริสต์เสียชีวิตลง คนเหล่านี้จะพำนักอยู่ในพื้นที่ซึ่งตั้งอยู่ริมเขตเมืองบรมสุขเกษม (ยกเว้นบางคนที่กำลังเข้าไปสู่นครเยรูซาเล็มใหม่) และที่นั่นคนเหล่านี้จะเริ่มเรียนรู้มรรยาทและกฎระเบียบของสวรรค์จากเหล่าทูตสวรรค์

ผู้คนในโลกนี้ต้องรับการศึกษาเพื่อให้สามารถปรับตัวเข้ากับสังคมที่ตนเติบโตขึ้นฉันใด ท่านต้องรับการสั่งสอนโดยละเอียดเกี่ยวกับวิธีปฏิบัติตนในสวรรค์ด้วยฉันนั้น (เพื่อท่านจะอาศัยอยู่ในโลกใหม่ของมิติฝ่ายวิญญาณ)

บางคนอาจสงสัยว่าทำไมตนจึงยังต้องศึกษาเรียนรู้ในสวรรค์ในเมื่อเขาเรียนหลายสิ่งหลายอย่างมาแล้วในโลกนี้ การเรียนรู้ในโลกนี้เป็นเพียงขั้นตอนการฝึกฝนฝ่ายวิญญาณขั้นหนึ่งและการเรียนรู้ที่แท้จริงจะเริ่มต้นหลังจากท่านเข้าสู่สวรรค์แล้วเท่านั้น

ในทำนองเดียวกัน การเรียนรู้ไม่มีวันสิ้นสุดเนื่องจากแผ่นดินของพระเจ้าไม่มีข้อจำกัดและดำรงอยู่ชั่วนิรันดร์ ไม่ว่าท่านจะเรียนรู้มากเพียงใดก็ตาม ท่านไม่อาจเรียนรู้อย่างครบถ้วนเกี่ยวกับพระเจ้าผู้ทรงดำรงอยู่ก่อนปฐมกาลได้ ท่านไม่สามารถรู้ถึงความล้ำลึกทั้งสิ้นของพระเจ้าผู้ทรงเป็นอยู่ในสวรรค์นับตั้งแต่นิรันดรกาล ผู้ทรงควบคุมจักรวาลทั้งสิ้นและทุกสิ่งที่อยู่ในนั้นเอาไว้ และผู้ทรงดำรงอยู่ชั่วนิจนิรันดร์

ด้วยเหตุนี้ ท่านจึงรู้ว่าจะมีสิ่งที่ท่านต้องเรียนรู้นับไม่ถ้วนถ้าท่านเข้าไปสู่มิติฝ่ายวิญญาณที่ไม่จำกัด การเรียนรู้ฝ่ายวิญญาณเป็นสิ่งที่น่าสนใจและสนุกสนานมาก ซึ่งแตกต่างจากการศึกษาในโลกนี้

ยิ่งกว่านั้น การเรียนรู้ฝ่ายวิญญาณไม่ใช่หลักสูตรภาคบังคับและไม่มีการทดสอบ ท่านจะไม่มีวันลืมในสิ่งที่ท่านเรียน ดังนั้นการเรียนรู้จึงไม่ยากหรือทำให้เกิดความเหน็ดเหนื่อยเมื่อยหล้า ท่านจะไม่มีวันเบื่อหน่ายหรืออยู่แบบซังกะตายในสวรรค์ ท่านจะมีความสุขกับการเรียนรู้สิ่งอัศจรรย์ใหม่ ๆ อยู่เสมอ

งานสังสรรค์ งานเลี้ยง และการแสดง

ในสวรรค์มีงานเลี้ยงและการแสดงอยู่หลายประเภทเช่นกัน งานเลี้ยงเหล่านี้เป็นจุดสุดยอดของความสนุกเพลิดเพลินในสวรรค์ ในงานเลี้ยงนี้ท่านจะพบกับความสุขและความชื่นชมยินดีจากการเฝ้าชำเลืองดูความมั่งคั่ง ความอิสระ ความงดงาม และสง่าราศีของสวรรค์

ท่านสามารถร่วมงานเลี้ยงสังสรรค์กับผู้คนที่ประดับตนอย่างงดงามที่สุดในสวรรค์เหมือนที่ผู้คนบนโลกนี้ประดับตนอย่างงดงามที่สุดเพื่อเข้าร่วมงานเลี้ยงที่หรูหรา ท่านจะกิน ดื่ม และชื่นชมกับสิ่งที่ดีที่สุด งานเลี้ยงเหล่านี้จะเต็มไปด้วยการเต้นรำที่งดงาม บทเพลงที่ไพเราะ และเสียงหัวเราะแห่งความสุข

นอกจากนั้น ยังมีสถานที่ต่าง ๆ ซึ่งมีลักษณะคล้ายกับโรงละครคาร์เนจีในเมืองนิวยอร์ก หรือโรงละครโอเปร่าในเมืองซิดนีย์ประเทศออสเตรเลียที่ท่านจะได้เพลิดเพลินกับการแสดงอันหลากหลาย การแสดงในสวรรค์ไม่ใช่เพื่อโอ้อวดตนเอง แต่เพื่อถวายเกียรติแด่พระเจ้า และเพื่อถวายความชื่นชมยินดีและความสุขแด่องค์พระผู้เป็นเจ้า รวมทั้งแบ่งปันสิ่งเหล่านี้กับผู้อื่น

นักแสดงส่วนใหญ่ได้แก่ผู้คนที่เคยถวายเกียรติแด่พระเจ้าอย่างมากด้วยคำสรรเสริญ การเต้นรำ การเล่นดนตรี และการแสดงบนโลกนี้ หรือผู้คนที่เคยต้องการทำสิ่งเหล่านี้ในโลก แต่ไม่สามารถทำได้เนื่องจากสถานการณ์ไม่เอื้ออำนวย คนเหล่านี้สามารถยกย่องสรรเสริญพระเจ้าด้วยเพลงบทใหม่และการเต้นรูปแบบใหม่ในสวรรค์

นอกจากนั้น ยังมีโรงภาพยนตร์ที่ท่านสามารถเข้าชมภาพยนตร์ได้ด้วยเช่นกัน ปกติผู้คนในสวรรค์ชั้นที่หนึ่งหรือชั้นที่สองจะชมภาพยนตร์ในโรงภาพยนตร์สาธารณะ ในสวรรค์ชั้นที่สามและในนครเยรูซาเล็มใหม่บ้านเรือนแต่ละหลังจะมีห้องชมภาพยนตร์ภายในบ้านเป็นของตนเอง ผู้คนสามารถชมภาพยนตร์ของตนหรือเชิญชวนคนที่ตนรักมาดูภาพยนตร์พร้อมกับรับประทานอาหารว่างก็ได้

ในพระคัมภีร์ อัครทูตเปาโลเคยขึ้นไปยังสวรรค์ชั้นที่สาม แต่ท่า

นไม่สามารถเปิดเผยถึงสวรรค์ชั้นนี้กับคนอื่นได้ (2 โครินธ์ 12:4) การทำให้คนอื่นเข้าใจสวรรค์จึงเป็นสิ่งที่ยากลำบากเพราะสวรรค์ไม่ใช่สิ่งที่ผู้คนในโลกนี้รู้จักหรือเข้าใจ ตรงกันข้าม ผู้คนในโลกนี้มีโอกาสมากที่จะเข้าใจผิดในเรื่องสวรรค์

สวรรค์อยู่ในมิติฝ่ายวิญญาณ มีหลายสิ่งหลายอย่างที่ท่านไม่สามารถเข้าใจหรือจินตนาการได้ในสวรรค์ซึ่งเต็มไปด้วยความสุขและความชื่นชมยินดีที่ท่านไม่เคยพบเห็นมาก่อนบนโลกใบนี้

พระเจ้าได้ทรงจัดเตรียมสถานที่อันงดงามเช่นนี้ไว้ในสวรรค์เพื่อให้ท่านอยู่อาศัยและพระองค์ทรงหนุนใจท่านโดยผ่านพระคำของพระองค์เพื่อให้ท่านมีคุณสมบัติพร้อมที่จะเข้าไปสู่สถานที่แห่งนี้

ด้วยเหตุนี้ ข้าพเจ้าจึงอธิษฐานในพระนามขององค์พระผู้เป็นเจ้าเพื่อท่านจะสามารถต้อนรับองค์พระผู้เป็นเจ้าด้วยความชื่นชมยินดี และมีคุณสมบัติที่จำเป็นต่อการเตรียมตัวท่านให้พร้อมในฐานะเจ้าสาวที่งดงามของพระคริสต์เมื่อพระองค์เสด็จกลับมาอีกครั้ง

บทที่ 6

เมืองบรมสุขเกษม

ความงดงามและความสุขของเมืองบรมสุขเกษม

คนประเภทใดจะเข้าไปอยู่ในเมืองบรมสุขเกษม

ฝ่ายพระเยซูทรงตอบเขาว่า
"เราบอกความจริงแก่เจ้าว่า
วันนี้เจ้าจะอยู่กับเราในเมืองบรมสุขเกษม"

- ลูกา 23:43 -

ทุกคนที่เชื่อว่าพระเยซูคริสต์เป็นพระผู้ช่วยให้รอดของตนและมีชื่ออยู่ในหนังสือแห่งชีวิตสามารถชื่นชมกับชีวิตนิรันดร์ในสวรรค์ แต่ข้าพเจ้าอธิบายไปแล้วว่าการเจริญเติบโตของความเชื่อมีอยู่หลายขั้นตอน สถานที่อยู่ มงกุฎ และรางวัลที่เราจะได้รับในสวรรค์ขึ้นอยู่กับขนาดแห่งความเชื่อของแต่ละคน

ผู้คนที่มีจิตใจเหมือนพระทัยของพระเจ้าจะอยู่ใกล้ชิดกับพระที่นั่งของพระเจ้ามากขึ้น คนที่อยู่ห่างไกลจากพระที่นั่งของพระเจ้ามากเท่าใด จิตใจของคนเหล่านี้จะเป็นเหมือนพระเจ้าน้อยลงเท่านั้น

เมืองบรมสุขเกษมคือสถานที่ซึ่งอยู่ห่างไกลจากพระที่นั่งของพระเจ้ามากที่สุดและมีแสงแห่งพระสิริของพระเจ้าน้อยที่สุด สถานที่แห่งนี้เป็นส่วนที่ต่ำที่สุดของสวรรค์ แต่สถานที่แห่งนี้ก็งดงามยิ่งกว่าโลกและสวนเอเดน

เมืองบรมสุขเกษมเป็นสถานที่ชนิดใดและผู้คนประเภทใดจะไปอยู่ที่นี่

1. ความงดงามและความสุขของเมืองบรมสุขเกษม

พื้นที่ซึ่งตั้งอยู่ริมเขตเมืองบรมสุขเกษมถูกใช้เป็นสถานที่รอคอยจนกว่าจะถึงวันพิพากษาแห่งพระที่นั่งใหญ่สีขาว (วิวรณ์ 20:11-12) ทุกคนที่รอดนับตั้งแต่สมัยปฐมกาลกำลังรอคอยอยู่ ณ พื้นที่ริมเขตเมืองบรมสุขเกษม ยกเว้นผู้คนที่เข้าไปสู่นครเยรูซาเล็มใหม่หลังจากที่คนเหล่านี้ทำตามพระทัยของพระเจ้าจนสำเร็จและกำลังช่วยทำงานให้กับพระเจ้า

ดังนั้น เมืองบรมสุขเกษมจึงเป็นสถานที่กว้างใหญ่ไพศาลมากจนพื้นที่รอบริมเขตของเมืองบรมสุขเกษมถูกใช้เป็นสถานที่รอคอยสำหรับผู้คนจำนวนมาก แม้เมืองบรมสุขเกษมเป็นส่วนที่ต่ำที่สุดของสวรรค์ก็ตาม แต่สถานที่แห่งนี้ก็งดงามและมีความสุขยิ่งกว่าโลกนี้ซึ่งถูกพระเจ้าแช่งสาป

ยิ่งกว่านั้น เนื่องจากเมืองบรมสุขเกษมเป็นสถานที่ซึ่งผู้คนที่ถูกฝัดร่อนในโลกนี้จะเข้าไปอยู่ สถานที่แห่งนี้จึงมีความชื่นชมยินดีและความสุขมากยิ่งกว่าสวนเอเดนซึ่งอาดัมเคยอาศัยอยู่

ตอนนี้ขอให้เรามองดูความงดงามและความสุขของเมืองบรมสุขเกษมซึ่งพระเจ้าได้ทรงเปิดเผยและทรงทำให้เป็นที่รู้จัก

ทุ่งหญ้ากว้างใหญ่ที่เต็มไปด้วยสัตว์และพืชนานาชนิด

เมืองบรมสุขเกษมเป็นเหมือนทุ่งหญ้าอันกว้างใหญ่ซึ่งมีการจัดแต่งไว้อย่างเป็นระเบียบและเป็นสวนที่งดงาม ทูตสวรรค์จำนวนมากดูแลรักษาสถานที่เหล่านี้ เสียงร้องขับขานของนกนานาชนิดมีความสดใสและชัดเจนมากจนเสียงเหล่านี้สะท้อนไปทั่วเมืองบรมสุขเกษม นกเหล่านั้นมีลักษณะเหมือนนกในโลกนี้แต่มีขนาดใหญ่กว่าและมีขนที่สวยงามกว่า

ต้นไม้และดอกไม้ในสวนเขียวสดและงดงามมาก ต้นไม้และดอกไม้ของโลกนี้เหี่ยวแห้งไปตามกาลเวลา แต่ในเมืองบรมสุขเกษมต้นไม้จะเขียวสดอยู่เสมอและดอกไม้จะไม่มีวันเหี่ยวแห้ง เมื่อผู้คนเข้าใกล้ดอกไม้เหล่านี้ ดอกไม้นานาพันธุ์จะส่งยิ้มให้กับเขาและบางครั้งจะส่งกลิ่นหอมอันเป็นเอกลักษณ์ของตนออกไปไกล

ต้นไม้เขียวสดออกผลหลายชนิด ผลเหล่านั้นมีขนาดใหญ่กว่าผลไม้ของโลกนี้เล็กน้อย ผิวของผลไม้ดูเปล่งปลั่งและน่ากิน ท่านไม่จำเป็นต้องปอกเปลือกผลไม้เหล่านี้ออกเพราะที่นั่นไม่มีฝุ่นละอองหรือตัวหนอน ภาพของผู้คนที่นั่งสนทนาพูดคุยกันอยู่บนทุ่งหญ้าอันงดงามพร้อมกับมีตะกร้าที่เต็มไปด้วยผลไม้ที่น่ากินช่างเป็นภาพที่งดงามและมีความสุขมากทีเดียว

นอกจากนั้น ยังมีสัตว์นานาชนิดอยู่บนทุ่งหญ้าอันกว้างใหญ่นั้นด้วย ในบรรดาสัตว์เหล่านั้นมีสิงโตซึ่งกินหญ้าเป็นอาหารอาศัยอยู่อย่างสันติ สิงโตเหล่านั้นมีขนาดใหญ่กว่าสิงโตของโลกนี้มาก แต่ไม่ดุร้าย สิงโตเหล่านั้นเป็นสัตว์ที่น่ารักเพราะมีลักษณะอ่อนโยน

และมีขนที่สะอาดเป็นเงางาม

แม่น้ำที่มีน้ำแห่งชีวิตไหลอยู่อย่างเงียบสงบ
แม่น้ำที่มีน้ำแห่งชีวิตไหลอยู่ทั่วไปในสวรรค์ซึ่งไหลออกมาจากนครเยรูซาเล็มใหม่ไปจนถึงเมืองบรมสุขเกษมและแม่น้ำนี้ไม่เคยเหือดแห้งหรือเน่าเสีย น้ำในแม่น้ำแห่งนี้มีแหล่งกำเนิดมาจากพระที่นั่งของพระเจ้าและให้ความสดชื่นกับทุกสิ่งซึ่งสะท้อนให้เห็นถึงพระทัยของพระเจ้า พระทัยของพระเจ้าเป็นสิ่งที่ใสสะอาดและงดงามปราศจากมลทินด่างพร้อย และสดใสแวววาวโดยไม่มีความมืดแอบแฝง พระทัยของพระเจ้าดีพร้อมและครบถ้วนบริบูรณ์ในทุกสิ่ง

แม่น้ำที่มีน้ำแห่งชีวิตไหลอยู่อย่างเงียบสงบเป็นเหมือนน้ำทะเลที่ส่องแสงระยิบระยับในวันที่มีแสงแดดสดใสซึ่งสะท้อนแสงอาทิตย์ออกมา น้ำในแม่น้ำนี้สะอาดสุกใสดังกระจกจนไม่มีน้ำชนิดใดในโลกนี้จะเทียบทานได้ ถ้ามองดูจากที่ไกลน้ำในแม่น้ำนี้จะมีสีน้ำครามและเป็นเหมือนสีครามของน้ำในทะเลเมดิเตอร์เรเนียนหรือในมหาสมุทรแอตแลนติก

มีม้านั่งสวยงามตั้งอยู่ริมถนนสองฟากฝั่งแม่น้ำที่มีน้ำแห่งชีวิตสายนี้ รอบม้านั่งเหล่านั้นมีต้นไม้แห่งชีวิตซึ่งออกผลทุกเดือน ผลจากต้นไม้แห่งชีวิตมีขนาดใหญ่กว่าผลจากต้นไม้ของโลกนี้และผลเหล่านี้มีกลิ่นหอมและรสชาติอร่อยซึ่งอยู่เหนือคำบรรยาย ผลไม้เหล่านี้หลอมละลายไปเหมือนขนมปุยฝ้ายเมื่อท่านบริโภคผลไม้นี้เข้าไป

ในเมืองบรมสุขเกษมไม่มีสมบัติส่วนตัว
ในสวรรค์เส้นผมของผู้ชายจะยาวลงมาถึงบ่า แต่ผมของผู้หญิงสะท้อนถึงจำนวนของรางวัลที่เธอได้รับ ผมที่ยาวที่สุดของผู้หญิงอาจยาวลงมาถึงบั้นเอว แต่ผู้คนในเมืองบรมสุขเกษมไม่ได้รับรางวัล ดังนั้นผมของผู้หญิงที่อยู่ในสถานที่แห่งนี้จะยาวกว่าผมของผู้ชายเพียงเล็กน้อย

ผู้คนสวมใส่เสื้อผ้าสีขาวที่เย็บเป็นชิ้นเดียว แต่เสื้อผ้านี้ไม่มีเครื่องประดับ อย่างเช่น เข็มกลัดหรือมงกุฎหรือปิ่นปักผม ที่เป็นเช่นนี้ก็เพราะผู้คนที่อาศัยอยู่ที่นี่ยังไม่ได้ทำสิ่งใดเพื่อแผ่นดินของพระเจ้าเมื่อเขาอยู่ในโลกนี้

ในทำนองเดียวกัน เนื่องจากทุกคนที่อยู่ในเมืองบรมสุขเกษมไม่มีรางวัล คนเหล่านี้จึงไม่มีบ้าน มงกุฎ เครื่องประดับ หรือทูตสวรรค์ส่วนตัวซึ่งได้รับมอบหมายให้ปรนนิบัติคนเหล่านั้น ที่นั่นมีเพียงที่อยู่ของเหล่าวิญญาณที่พักอาศัยอยู่ในเมืองบรมสุขเกษม คนเหล่านี้อยู่ด้วยการรับใช้ซึ่งกันและกัน

สถานที่แห่งนี้คล้ายคลึงกับสวนเอเดนซึ่งไม่มีบ้านส่วนตัวสำหรับผู้อาศัยแต่ละคน แต่ขนาดของความสุขที่มีอยู่ในสถานที่ทั้งสองแห่งแตกต่างกันอย่างมาก ผู้คนที่อยู่ในเมืองบรมสุขเกษมสามารถเรียกพระเจ้าว่า "อับบา พระบิดา" เพราะคนเหล่านี้ต้อนรับเอาพระเยซูคริสต์และได้รับพระวิญญาณบริสุทธิ์ ดังนั้นคนเหล่านี้จึงมีความสุขซึ่งเป็นความสุขที่ยิ่งใหญ่กว่าความสุขของสวนเอเดน

ด้วยเหตุนี้ การที่ท่านเกิดมาในโลกนี้ มีประสบการณ์กับสิ่งที่ดีและสิ่งที่ชั่ว กลายเป็นบุตรที่แท้จริงของพระเจ้า และมีความเชื่อจึงเป็นพระพรและสิ่งที่มีคุณค่าอย่างยิ่ง

เมืองบรมสุขเกษมเต็มไปด้วยความสุขและความยินดี

แม้แต่ชีวิตในเมืองบรมสุขเกษมก็เต็มไปด้วยความสุขและความชื่นชมยินดีในความจริงเพราะที่นั่นไม่มีความชั่วร้ายและทุกคนล้วนอยู่เพื่อประโยชน์ของคนอื่น ไม่มีใครทำอันตรายต่อผู้อื่นแต่คนเหล่านี้รับใช้ซึ่งกันและกันด้วยความรัก ช่างเป็นชีวิตที่น่าชื่นชมยินดีมากทีเดียว

ยิ่งกว่านั้น การที่คนเหล่านั้นไม่จำเป็นต้องกังวลในเรื่องบ้าน เสื้อผ้า และอาหาร และจากข้อเท็จจริงที่ว่าที่นั่นไม่มีน้ำตา ความโศกเศร้า โรคภัยไข้เจ็บ ความเจ็บปวด หรือความตายถือเป็น

ความสุขอันยิ่งใหญ่อยู่แล้ว

"พระเจ้าจะทรงเช็ดน้ำทุก ๆ หยดจากตาของเขา ความตายจะไม่มีอีกต่อไป การคร่ำครวญ การร้องไห้ และการเจ็บปวดจะไม่มีอีกต่อไป เพราะยุคเดิมนั้นได้ผ่านพ้นไปแล้ว" (วิวรณ์ 21:4)

ในหมู่ทูตสวรรค์มีหัวหน้าของตนฉันใด ในท่ามกลางผู้คนที่อยู่ในเมืองบรมสุขเกษมก็มีระดับการปกครอง (เช่นตัวแทนและผู้เลือกตัวแทน) ด้วยฉันนั้น เนื่องจากการแสดงออกถึงความเชื่อของแต่ละคนแตกต่างกัน ผู้คนที่มีความเชื่อมากกว่าจะได้รับแต่งตั้งให้เป็นตัวแทนเพื่อดูแลสถานที่หรือกลุ่มบุคคล

คนเหล่านี้แต่งตัวด้วยเสื้อผ้าที่แตกต่างจากคนทั่วไปที่อยู่ในเมืองบรมสุขเกษมและมีสิทธิพิเศษในทุกสิ่ง นี่ไม่ใช่ความอยุติธรรม แต่เป็นความยุติธรรมของพระเจ้าเพื่อจะตอบแทนแก่ทุกคนตามการกระทำของเขา

เนื่องจากในสวรรค์ไม่มีความอิจฉาริษยา ผู้คนจึงไม่รู้สึกเกลียดชังหรือขุ่นเคืองเมื่อคนอื่นได้รับสิ่งที่ดีกว่าตน ตรงกันข้าม คนเหล่านั้นมีความสุขและความยินดีที่เห็นคนอื่นได้รับสิ่งที่ดี

ท่านต้องรู้ว่าเมืองบรมสุขเกษมเป็นสถานที่อันงดงามและมีความสุขยิ่งกว่าโลกนี้

2. คนประเภทใดจะเข้าไปอยู่ในเมืองบรมสุขเกษม

เมืองบรมสุขเกษมเป็นสถานที่งดงามที่พระเจ้าทรงสร้างขึ้นด้วยความรักและความเมตตาอันยิ่งใหญ่ของพระองค์ สถานที่แห่งนี้มีไว้สำหรับผู้คนที่ไม่มีคุณสมบัติเพียงพอที่จะเป็นบุตรที่แท้จริงของพระเจ้า แต่คนเหล่านี้รู้จักพระเจ้าและเชื่อในพระเยซูคริสต์ ดังนั้นคนเหล่านี้จึงไม่ตกนรก ผู้คนประเภทใดกันแน่ที่ไปอยู่ในเมืองบรม

สุขเกษม

คนที่กลับใจได้ไม่นานก่อนเสียชีวิต

ประการแรก เมืองบรมสุขเกษมเป็นสถานที่สำหรับผู้คนที่กลับใจได้ไม่นานก่อนเสียชีวิตและต้อนรับเอาพระเยซูคริสต์เพื่อจะรอด เหมือนโจรคนหนึ่งที่ถูกตรึงอยู่ข้างพระเยซู ถ้าท่านอ่านพระกิตติคุณลูกา 23:29 เป็นต้นไปท่านจะพบว่ามีโจรสองคนถูกตรึงอยู่ข้างพระเยซู โจรคนหนึ่งกล่าวคำหยาบช้าต่อพระองค์ แต่โจรอีกคนหนึ่งตำหนิโจรคนแรกพร้อมกับกลับใจใหม่และต้อนรับเอาพระเยซูเป็นพระผู้ช่วยให้รอดของตน จากนั้น พระเยซูตรัสกับโจรคนที่สองที่กลับใจว่าเขารอดแล้วโดยตรัสว่า "เราบอกความจริงแก่เจ้าว่าวันนี้เจ้าจะอยู่กับเราในเมืองบรมสุขเกษม" โจรคนนี้เพิ่งต้อนรับเอาพระเยซูเป็นพระผู้ช่วยให้รอดของตน เขาไม่เคยละทิ้งความผิดบาปของตนหรือดำเนินชีวิตตามพระคำของพระเจ้า เนื่องจากเขาต้อนรับเอาองค์พระผู้เป็นเจ้าไม่นานก่อนเสียชีวิต โจรคนนี้จึงไม่มีโอกาสเรียนรู้เกี่ยวกับพระคำของพระเจ้าและประพฤติตามพระคำนั้น

ท่านต้องรู้ว่าเมืองบรมสุขเกษมเป็นสถานที่สำหรับผู้คนที่ต้อนรับเอาพระเยซูคริสต์แต่ยังไม่ได้ทำสิ่งใดเพื่อแผ่นดินของพระเจ้า เหมือนกับโจรคนนี้ที่บรรยายไว้ในลูกา 23

แต่ถ้าท่านคิดว่า "ถ้าเช่นนั้น เราจะต้อนรับเอาองค์พระผู้เป็นเจ้าก่อนที่เราเสียชีวิตเพื่อเราจะได้ไปอยู่ในเมืองบรมสุขเกษมซึ่งเป็นสถานที่งดงามและมีความสุขกว่าโลกนี้" นี่เป็นแนวคิดที่ผิด พระเจ้าทรงอนุญาตให้โจรที่อยู่ข้างพระเยซูรอดเพราะพระองค์ทรงทราบว่าโจรคนนั้นมีจิตใจที่ดีงามที่จะรักพระเจ้าจนกระทั่งวาระสุดท้ายและคงไม่ละทิ้งองค์พระผู้เป็นเจ้าถ้าหากเขามีเวลาดำเนินชีวิตมากกว่าที่เป็นอยู่

แต่ไม่ใช่ทุกคนสามารถต้อนรับเอาองค์พระผู้เป็นเจ้าก่อนเสียชีวิ

ตของตนได้และเราไม่อาจรับเอาความเชื่อได้ในทันที ด้วยเหตุนี้ ท่านต้องรู้ว่ากรณีของโจรที่ถูกตรึงข้างพระเยซูได้รับความรอดก่อนเสียชีวิตไม่นานเป็นสิ่งที่เกิดขึ้นน้อยมาก (ซึ่งเกือบเป็นกรณียกเว้น)

นอกจากนั้น ผู้คนที่ได้รับความรอดอันน่าอับอายยังคงมีความชั่วร้ายอยู่มากมายในจิตใจของเขาแม้คนเหล่านี้รอดแล้วก็ตามเพราะเขาดำเนินชีวิตตามที่ตนเห็นชอบ

คนเหล่านี้จะซาบซึ้งในพระคุณของพระเจ้าตลอดไปเพราะการที่เขาได้อยู่ในเมืองบรมสุขเกษมและมีชีวิตนิรันดร์ในสวรรค์ด้วยการต้อนรับเอาพระเยซูคริสต์เป็นพระผู้ช่วยให้รอดของตนแม้เขายังไม่ได้กระทำสิ่งใดด้วยความเชื่อบนโลกนี้

เมืองบรมสุขเกษมแตกต่างจากนครเยรูซาเล็มใหม่ซึ่งเป็นที่ตั้งของพระที่นั่งของพระเจ้าอย่างมาก แต่จากข้อเท็จจริงที่ว่าคนเหล่านี้ไม่ตกนรกและได้รับความรอดก็เป็นสิ่งที่ทำให้เขามีความสุขและความชื่นชมยินดีอย่างท่วมท้น

คนที่ไม่เจริญเติบโตในความเชื่อฝ่ายวิญญาณ

ประการที่สอง แม้ผู้คนต้อนรับเอาพระเยซูคริสต์และมีความเชื่อคนเหล่านี้จะได้รับความรอดที่น่าอับอายและเข้าสู่เมืองบรมสุขเกษมถ้าความเชื่อของเขาไม่เจริญเติบโต ไม่เพียงแต่ผู้เชื่อใหม่เท่านั้นที่จะอยู่ในเมืองบรมสุขเกษม แต่ผู้คนที่เชื่อมาเป็นเวลานานก็จะไปอยู่ในสถานที่แห่งนี้เช่นกันถ้าความเชื่อของเขายังอยู่ในระดับที่หนึ่งตลอดเวลา

ครั้งหนึ่ง พระเจ้าทรงอนุญาตให้ข้าพเจ้าได้ยินคำพูดของผู้เชื่อคนหนึ่งที่มีความเชื่อมาเป็นเวลานานและในเวลานี้พำนักอยู่ในสถานที่รอคอยในสวรรค์ซึ่งตั้งอยู่ที่ริมเขตเมืองบรมสุขเกษม

เขาเกิดในครอบครัวที่ไม่รู้จักพระเจ้าและกราบไหว้รูปเคารพ เขาเริ่มต้นชีวิตคริสเตียนในช่วงหลังของชีวิต แต่เขาไม่ได้มีความเชื่อที่แท้จริง เขายังคงดำเนินชีวิตอยู่ภายในความบาปและ

เสียดวงตาของตนไปข้างหนึ่ง ชายผู้นี้เริ่มรู้ถึงความหมายของความเชื่อที่แท้จริงหลังจากเขาอ่านหนังสือคำพยานของข้าพเจ้าเรื่อง "ลิ้มรสชีวิตนิรันดร์ก่อนตาย" เขาสมัครเป็นสมาชิกในคริสตจักรของข้าพเจ้า และต่อมาเขาเสียชีวิตในขณะที่ดำเนินชีวิตคริสเตียนในคริสตจักรแห่งนี้

ข้าพเจ้าได้ยินคำพูดของชายผู้นี้ซึ่งเต็มไปด้วยความชื่นชมยินดีของการได้รับความรอดเพราะเขาได้เข้าไปอยู่ในเมืองบรมสุขเกษมหลังจากทนทุกข์อยู่กับความโศกเศร้า ความเจ็บปวด และโรคภัยไข้เจ็บในของตนบนโลกนี้

"ผมรู้สึกเป็นอิสระและมีความสุขมากที่ขึ้นมาอยู่ที่นี่หลังจากได้ละทิ้งเนื้อหนังของผมไป ผมไม่รู้ว่าทำไมผมจึงพยายามยึดติดอยู่กับสิ่งของฝ่ายเนื้อหนัง สิ่งเหล่านั้นไร้ความหมาย นับตั้งแต่ผมมาอยู่ที่นี่หลังจากละทิ้งเนื้อหนังผมเห็นว่าการยึดติดกับสิ่งของฝ่ายเนื้อหนังเป็นสิ่งที่ไร้ประโยชน์"

"ชีวิตของผมเมื่ออยู่ในโลกมีทั้งช่วงเวลาของความยินดีและการขอบพระคุณ ความผิดหวังและความสิ้นหวัง ที่นี่ เมื่อผมมองดูตนเองที่อยู่ในความสะดวกสบายและความสุขทำให้ผมระลึกถึงช่วงเวลาที่ผมพยายามยึดติดอยู่กับชีวิตที่ไร้ความหมายและรักษาตนเองไว้ในชีวิตนั้น แต่บัดนี้เมื่อผมมาอยู่ในสถานที่อันสะดวกสบายแห่งนี้วิญญาณจิตของผมไม่ขาดแคลนสิ่งใดเลย ผมยินดีมากที่ได้มาอยู่ในสถานที่แห่งความรอดแห่งนี้"

"ผมมีความสะดวกสบายมากในสถานที่แห่งนี้เพราะผมได้ละทิ้งเนื้อหนังของตนและรับเอาความชื่นชมยินดีจากการที่ผมได้มาอยู่ในสถานที่อันสงบสุขแห่งนี้หลังจากสิ้นชีวิตบนโลก ผมไม่รู้ว่าการละทิ้งเนื้อหนังทำให้มีความสุขมากเพียงนี้ แต่ผมมีความสงบสุขและความยินดีมากที่ได้ละทิ้งเนื้อหนังและมาอยู่ในสถานที่แห่งนี้"

"การที่ผมมองไม่เห็น เดินไม่ได้ และทำหลายสิ่งหลายอย่างไม่ได้ในเวลานั้นถือเป็นสิ่งที่ท้าทายกับร่างกายของผมมาก แต่บัดนี้ผมรู้สึ

ก็ดีใจและขอบพระคุณที่ผมได้รับชีวิตนิรันดร์และมาอยู่ที่นี่เพราะการที่ผมสามารถมาอยู่ในสถานที่อันยิ่งใหญ่แห่งนี้ได้ก็เพราะความจำกัดเหล่านั้น"

"สถานที่ที่ผมอยู่ในเวลานี้ไม่ใช่สวรรค์ชั้นที่หนึ่ง ชั้นที่สอง ชั้นที่สาม หรือนครเยรูซาเล็มใหม่ แต่ผมอยู่ในเมืองบรมสุขเกษม ผมรู้สึกขอบพระคุณและชื่นชมยินดีที่ได้มาอยู่ในเมืองบรมสุขเกษม...

วิญญาณจิตของผมพอใจกับสิ่งนี้
วิญญาณจิตของผมยกย่องสรรเสริญด้วยสิ่งนี้
วิญญาณจิตของผมมีความสุขกับสิ่งนี้
วิญญาณจิตของผมขอบพระคุณเพราะสิ่งนี้"

"ผมชื่นชมยินดีและขอบพระคุณเพราะชีวิตที่สิ้นหวังและน่าเวทนาของผมได้สิ้นสุดลงและผมได้ชื่นชมกับชีวิตที่สะดวกสบายเช่นนี้"

คนที่ถดถอยในความเชื่อเนื่องจากการทดลอง

ประการสุดท้าย มีบางคนที่เคยสัตย์ซื่อ แต่ต่อมาความเชื่อของคนเหล่านี้เริ่มอุ่นลงด้วยสาเหตุหลายอย่าง และคนเหล่านี้ได้รับความรอดอย่างหวุดหวิด

ชายคนหนึ่งเป็นผู้ปกครองในคริสตจักรของข้าพเจ้าเคยทำงานคริสตจักรหลายด้านด้วยความสัตย์ซื่อ ดูจากภายนอกความเชื่อของเขาค่อนข้างเข้มแข็ง แต่วันหนึ่งเขาล้มป่วยลงอย่างหนัก ชายคนนี้พูดไม่ได้และเดินทางมารับเอาคำอธิษฐานของข้าพเจ้า แทนที่จะอธิษฐานเผื่อการรักษาโรคของเขาข้าพเจ้าได้อธิษฐานเผื่อความรอดของเขา ในเวลานั้น จิตใจของเขาเป็นทุกข์หนักเนื่องจากความกลัวเกี่ยวกับการต่อสู้ระหว่างทูตสวรรค์ที่พยายามนำเขาไปสู่สวรรค์กับวิญญาณชั่วที่พยายามชักนำเขาไปสู่นรก ถ้าชายคนนี้มีความเชื่อมากพอที่จะได้รับความรอดวิญญาณชั่วก็คงไม่พยายามชักนำ

ขาไปนรก ดังนั้น ข้าพเจ้าจึงอธิษฐานขับไล่วิญญาณชั่วออกไปทันที และข้าพเจ้าอธิษฐานต่อพระเจ้าเพื่อพระองค์จะทรงรับชายคนนี้เอาไว้ หลังจากคำอธิษฐาน ชายคนนี้ได้รับการเล้าโลมใจและหลั่งน้ำตาร้องไห้ เขากลับใจก่อนเสียชีวิตได้ไม่นานและรอดอย่างหวุดหวิด

เช่นเดียวกัน ถ้าท่านได้รับพระวิญญาณบริสุทธิ์และรับการแต่งตั้งให้เป็นมัคนายกหรือผู้ปกครอง คงเป็นสิ่งที่น่าอับอายในสายพระเนตรของพระเจ้าถ้าท่านยังคงดำเนินชีวิตในความบาป ถ้าท่านไม่หันกลับจากชีวิตฝ่ายวิญญาณแบบอุ่น ๆ เช่นนี้ ในไม่ช้าพระวิญญาณบริสุทธิ์ก็จะค่อย ๆ จางหายไปและท่านจะไม่รอด

“เรารู้จักแนวการกระทำของเจ้า เจ้าไม่เย็นไม่ร้อน เราใคร่ให้เจ้าเย็นหรือร้อน เพราะเหตุที่เจ้าเป็นแต่อุ่น ๆ ไม่เย็นและไม่ร้อน เราจะคายเจ้าออกจากปากของเรา” (วิวรณ์ 3:15-16)

ด้วยเหตุนี้ ท่านต้องรู้ว่าการไปอยู่เมืองบรมสุขเกษมถือเป็นความรอดที่น่าอับอายและท่านต้องกระตือรือร้นและเอาจริงเอาจังมากขึ้นในการทำให้ความเชื่อของท่านเติบโตขึ้น

ครั้งหนึ่ง ชายคนนี้เคยมีสุขภาพแข็งแรงหลังจากรับเอาคำอธิษฐานของข้าพเจ้าและภรรยาของเขาเคยฟื้นขึ้นมาจากความตายโดยคำอธิษฐานของข้าพเจ้า จากการรับฟังพระคำแห่งชีวิต ครอบครัวของเขาที่เคยมีปัญหามากมายกลายเป็นครอบครัวที่มีสุข ตั้งแต่เวลานั้นเป็นต้นมาเขาได้เติบโตเป็นคนงานของพระเจ้าที่สัตย์ซื่อด้วยการทำงานอย่างทุ่มเทของเขาและเขามีความสัตย์ซื่อต่อหน้าที่ของตน

แต่เมื่อคริสตจักรเผชิญกับการทดลอง ชายคนนี้กลับไม่พยายามปกป้องรักษาคริสตจักร แต่เขายอมให้ผีมารซาตานควบคุมความคิดของตน คำพูดที่ออกมาจากปากของเขากลายเป็นกำแพงบาปขนาดใหญ่ที่ขวางกั้นระหว่างเขากับพระเจ้า ไม่นานเขาก็ไม่สามารถอยู่ภายใต้การคุ้มครองของพระเจ้าอีกต่อไปและถูกคุกคามด้วยโรคร้

าย

ในฐานะคนงานของพระเจ้า เขาไม่ควรดูหรือรับฟังสิ่งที่ต่อสู้กับความจริงและน้ำพระทัยของพระเจ้า ตรงกันข้าม เขากลับอยากฟังสิ่งเหล่านี้และแพร่กระจายสิ่งเหล่านี้ออกไป พระเจ้าจึงต้องหันพระพักตร์ของพระเจ้าไปจากเขาเพราะเขาหันหลังให้กับพระคุณอันยิ่งใหญ่ของพระองค์ (อย่างเช่น การที่พระเจ้าทรงรักษาเขาให้หายจากโรคร้ายของตน เป็นต้น)

ด้วยเหตุนี้ รางวัลของเขาจึงพังทลายลงและเขาไม่มีเรี่ยวแรงมากพอที่จะอธิษฐาน ความเชื่อของเขาถดถอยไปและในที่สุดเขาได้ก้าวถึงจุดที่ไม่มีความแน่ใจในความรอดของตน ขอบคุณพระเจ้าที่พระองค์ยังทรงระลึกถึงงานรับใช้ของเขาที่ได้ทำให้กับคริสตจักรในอดีต ชายคนนั้นจึงได้รับความรอดที่น่าอับอายเนื่องจากพระเจ้าทรงประทานพระคุณแห่งการกลับใจจากสิ่งที่เขาได้กระทำก่อนหน้านี้

เต็มด้วยการขอบพระคุณที่ได้รับความรอด

ชายคนนี้จะกล่าวคำพูดแบบใดหลังจากเขาได้รับความรอดและเข้าไปอยู่ในเมืองบรมสุขเกษม เนื่องจากเขาได้รับความรอดอย่างหวุดหวิด ข้าพเจ้าจึงได้ยินเขาพูดออกมาด้วยความสงบสุขอย่างแท้จริงว่า

"การที่ผมรอดในลักษณะนี้ แม้จะอยู่ในเมืองบรมสุขเกษม แต่ผมก็พอใจเพราะผมเป็นอิสระจากความกลัวและความยากลำบากทั้งสิ้น วิญญาณของผม (ซึ่งน่าจะลงไปอยู่ในความมืด) ได้เข้ามาสู่ความสว่างที่งดงามและสะดวกสบายเช่นนี้"

ชายคนนี้จะชื่นชมยินดีมากสักเพียงใดหลังจากเขาเป็นอิสระจากความกลัวเรื่องนรก แต่เนื่องจากเขารอดอย่างน่าอับอายในฐานะที่เคยเป็นผู้ปกครองของคริสตจักร พระเจ้าจึงอนุญาตให้ข้าพเจ้าได้ยินคำอธิษฐานแห่งการกลับใจของเขาในขณะที่เขาอาศัยอยู่ในอุโมงค์ชั้นบนก่อนเดินทางไปสู่สถานที่รอคอยในเมืองบรมสุขเกษม ที่นั่นเ

ขาได้กลับใจจากบาปของตนด้วยเช่นกัน และเขาขอบคุณข้าพเจ้าที อธิษฐานเผื่อเขา ชายคนนี้ยังปฏิญาณตนกับพระเจ้าว่าเขาจะอธิษฐา นเผื่อคริสตจักรและเผื่อข้าพเจ้าซึ่งเป็นคนที่เขาเคยรับใช้มาโดยตล อดจนกว่าเขาจะได้รับใช้ข้าพเจ้าอีกในสวรรค์

นับจากช่วงเวลาที่พระเจ้าทรงเริ่มต้นฝึดร่อนมนุษย์บนโลกนี้เป็น ต้นมา จำนวนของผู้คนที่มีคุณสมบัติเข้าไปอยู่ในเมืองบรมสุขเกษม มีกว่ามากกว่าจำนวนของผู้คนที่เข้าไปอยู่สวรรค์ชั้นอื่นรวมกันเสีย อีก

ผู้คนที่รอดอย่างหวุดหวิดและเข้าไปสู่เมืองบรมสุขเกษมจะรู้สึก ขอบพระคุณและปีติยินดีที่เขาสามารถพบกับความสะดวกสบายแล ะพระพรของเมืองบรมสุขเกษมเพราะคนเหล่านี้ไม่ได้ไปอยู่ในบึงไ ฟนรกแม้เขาไม่ได้ดำเนินชีวิตคริสเตียนอย่างเหมาะสมในโลกนี้ก็ต าม

แต่ความสุขในเมืองบรมสุขเกษมไม่อาจนำมาเทียบกับความสุข ในนครเยรูซาเล็มใหม่ได้และเป็นความสุขที่แตกต่างจากความสุขข องสวรรค์ชั้นที่หนึ่งซึ่งอยู่สูงขึ้นไปอีกระดับหนึ่ง เพราะฉะนั้น ท่านต้ องรู้ว่าสิ่งที่สำคัญสำหรับพระเจ้าไม่ใช่จำนวนปีของความเชื่อของท่ าน แต่เป็นท่าทีภายในจิตใจของท่านที่มีต่อพระเจ้าและการประพฤ ติตามน้ำพระทัยของพระเจ้า

ในปัจจุบัน ผู้คนจำนวนมากปล่อยตัวตามความปรารถนาของต นและดำเนินชีวิตตามเนื้อหนังในขณะที่คนเหล่านี้กล่าวอ้างว่าตนไ ด้รับพระวิญญาณบริสุทธิ์ คนเหล่านี้จะได้รับความรอดที่น่าอายอย่า งหวุดหวิดและเข้าไปอยู่ในเมืองบรมสุขเกษม หรือในไม่ช้าเขาอาจ จะลงไปสู่ความตายในบึงไฟนรกเพราะพระวิญญาณบริสุทธิ์ที่อยู่ใน คนเหล่านี้จะจางหายไป

หรืออาจมีผู้เชื่อเพียงในนามบางคนเกิดความหยิ่งผยองว่าตนได้ ยินและเรียนรู้พระคำของพระเจ้ามามากมายทั้งยังพิพากษาตัดสินแ

ละกล่าวร้ายผู้เชื่อคนอื่นแม้คนเหล่านี้จะดำเนินชีวิตคริสเตียนมาเป็นเวลานานแล้วก็ตาม ไม่ว่าคนเหล่านี้จะร้อนรนและสัตย์ซื่อต่อพันธกิจของพระเจ้ามากเพียงใดก็ตาม สิ่งเหล่านี้จะไร้ประโยชน์ถ้าเขาไม่รู้ถึงความชั่วร้ายที่อยู่ในจิตใจและละทิ้งความผิดบาปของตนเสีย

ด้วยเหตุนี้ ข้าพเจ้าจึงอธิษฐานในพระนามขององค์พระผู้เป็นเจ้า เพื่อว่าท่านซึ่งเป็นบุตรของพระเจ้าผู้ได้รับพระวิญญาณบริสุทธิ์จะละทิ้งความผิดบาปและความชั่วร้ายทุกชนิดของท่านและพยายามประพฤติตนตามพระคำของพระเจ้าเพียงอย่างเดียว

บทที่ 7

สวรรค์ชั้นที่หนึ่ง

ความงามและความสุขที่เหนือกว่าเมืองบรมสุขเกษม
คนประเภทใดจะเข้าไปอยู่ในสวรรค์ชั้นที่หนึ่ง

ฝ่ายนักกีฬาทุกคนก็เคร่งครัดในระเบียบ เขากระทำ
อย่างนั้นเพื่อจะได้มงกุฎใบไม้ซึ่งร่วงโรยได้ แต่เรา
กระทำเพื่อจะได้มงกุฎที่ไม่มีวันร่วงโรยเลย

- 1 โครินธ์ 9:25 -

ถ้าเมืองบรมสุขเกษมเป็นสถานที่สำหรับผู้คนที่ต้อนรับเอาพระเยซูคริสต์แต่ไม่ได้กระทำสิ่งใดกับความเชื่อที่ตนมี และถ้าเมืองบรมสุขเกษมเป็นสถานที่งดงามและมีความสุขมากกว่าโลกนี้ สวรรค์ชั้นที่หนึ่ง (ซึ่งเป็นสถานที่สำหรับผู้คนที่พยายามดำเนินชีวิตตามพระคำของพระเจ้า) จะงดงามยิ่งกว่านั้นสักเท่าใด

สวรรค์ชั้นที่หนึ่งจะอยู่ใกล้กับพระที่นั่งของพระเจ้ากว่าเมืองบรมสุขเกษม แต่ในสวรรค์มีสถานที่อื่น ๆ ที่ดีกว่า ถึงกระนั้น ผู้คนที่เข้าไปสู่สวรรค์ชั้นที่หนึ่งก็จะพึงพอใจกับสิ่งที่ตนได้รับและมีความสุขเหมือนกับปลาเงินปลาทองที่พึงพอใจกับการอยู่ในตู้ปลาโดยไม่ต้องการสิ่งใดอีก

ต่อไปนี้ท่านจะศึกษารายละเอียดมากขึ้นว่าสวรรค์ชั้นที่หนึ่ง (ซึ่งสูงกว่าเมืองบรมสุขเกษมขึ้นมาอีกระดับหนึ่ง) เป็นสถานที่ชนิดใดและคนประเภทใดจะเข้าไปอยู่ในสวรรค์ชั้นที่หนึ่ง

1. ความงามและความสุขที่เหนือกว่าเมืองบรมสุขเกษม

เนื่องจากเมืองบรมสุขเกษมมีไว้สำหรับผู้คนที่ไม่ได้กระทำสิ่งใดกับความเชื่อของตน ผู้คนที่อาศัยอยู่ที่นี่จึงไม่มีรางวัลเป็นสมบัติส่วนตัว แต่ผู้คนที่อยู่ในสวรรค์ชั้นที่หนึ่งขึ้นไปจะมีรางวัลเป็นสมบัติส่วนตัว อย่างเช่น บ้านเรือนและมงกุฎ เป็นต้น

ในสวรรค์ชั้นที่หนึ่ง บุคคลจะอาศัยอยู่ในบ้านเรือนของตนและได้รับมงกุฎที่ยั่งยืนชั่วนิรันดร์ การมีบ้านเรือนเป็นของตนในสวรรค์ถือเป็นสง่าราศีอันยิ่งใหญ่ ดังนั้นแต่ละคนที่อยู่ในสวรรค์ชั้นที่หนึ่งจึงสัมผัสกับความสุขที่เหนือกว่าความสุขของเมืองบรมสุขเกษม

บ้านเรือนส่วนตัวที่ประดับประดาอย่างงดงาม

บ้านเรือนส่วนตัวในสวรรค์ชั้นที่หนึ่งไม่ใช่บ้านเดียวแต่มีลักษณ

ะคล้ายกับอพาร์ตเมนท์หรือแฟลตของโลกนี้ แต่บ้านเรือนเหล่านี้ไม่ได้ถูกสร้างขึ้นด้วยซีเมนต์หรือก้อนอิฐ แต่สร้างขึ้นด้วยวัสดุแห่งสวรรค์อย่างทองคำและเพชรพลอย

บ้านเรือนเหล่านี้ไม่มีบันได มีแต่ลิฟท์ที่สวยงาม ในโลกนี้ท่านต้องกดปุ่มเพื่อให้ลิฟท์ทำงาน แต่ในสวรรค์ลิฟท์จะทำงานโดยอัตโนมัติเพื่อไปยังชั้นที่ท่านต้องการ

ในหมู่คนที่เคยไปสวรรค์มีหลายคนเป็นพยานว่าตนเห็นอพาร์ตเมนท์ในสวรรค์ ที่เป็นเช่นนี้ก็เพราะว่าคนเหล่านั้นมองเห็นสวรรค์ชั้นที่หนึ่งในท่ามกลางสวรรค์ชั้นต่าง ๆ บ้านเรือนที่มีลักษณะคล้ายกับอพาร์ตเมนท์เหล่านี้มีทุกสิ่งที่จำเป็นต่อการดำเนินชีวิตซึ่งทำให้มีความสะดวกสบายมากขึ้น

ที่นี่มีเครื่องดนตรีสำหรับผู้คนที่ชื่นชอบการเล่นดนตรีและมีหนังสือสำหรับผู้คนที่ชื่นชอบการอ่าน ทุกคนมีพื้นที่ส่วนตัวซึ่งสามารถพักผ่อนอย่างสบายใจ

สภาพแวดล้อมของสวรรค์ชั้นที่หนึ่งถูกสร้างขึ้นตามความโปรดปรานของผู้เป็นเจ้าของ สถานที่แห่งนี้จึงงดงามและมีความสุขมากกว่าเมืองบรมสุขเกษมและเต็มไปด้วยความชื่นชมยินดีและความสะดวกสบายที่ท่านไม่เคยพบมาก่อนในโลกนี้

สวน ทะเลสาบ สระว่ายน้ำ และสถานที่สาธารณะอื่น ๆ

เนื่องจากบ้านเรือนในสวรรค์ชั้นที่หนึ่งไม่ใช่บ้านเดี่ยว ที่นี่จึงมีสวน ทะเลสาบ สระว่ายน้ำ และสนามกอล์ฟสาธารณะเหมือนสวน สนามเทนนิส หรือ สระว่ายน้ำส่วนกลางที่ผู้คนที่อาศัยอยู่ตามอพาร์ตเมนท์ในโลกนี้ใช้ร่วมกัน

สาธารณสมบัติเหล่านี้ไม่มีวันทรุดโทรมหรือเสียหาย ทูตสวรรค์จะบำรุงรักษาสิ่งเหล่านี้ให้อยู่ในสภาพที่ดีที่สุด ทูตสวรรค์จะให้ความช่วยเหลือผู้คนในการใช้สาธารณสมบัติเหล่านี้ ดังนั้นการใช้สิ่งเหล่า

นีจึงไม่มีความยุ่งยากแม้จะเป็นสาธารณสมบัติ

แม้ในเมืองบรมสุขเกษมไม่มีทูตสวรรค์ทีคอยรับใช้ แต่ผู้คนในสวรรค์ชั้นทีหนึ่งสามารถรับความช่วยเหลือจากทูตสวรรค์ ผู้คนทีนีจึงมีความชื่นชมยินดีและความสุขทีแตกต่างกัน แม้ทีนีจะไม่มีทูตสวรรค์ส่วนตัวของแต่ละคนเฉพาะ แต่มีทูตสวรรค์จำนวนมากทีให้การดูแลสาธารณสมบัติ

ยกตัวอย่าง ถ้าท่านต้องการกินผลไม้ในขณะทีท่านกำลังนังคุยอยู่กับคนทีท่านรักบนม้านังในสวนใกล้กับแม่น้ำทีมีแม่น้ำแห่งชีวิตไหลผ่าน ทูตสวรรค์จะนำผลไม้มาบริการท่านอย่างสุภาพทันที เพราะทีนีมีทูตสวรรค์ทีคอยให้ความช่วยเหลือบุตรของพระเจ้า ความสุขและความชื่นชมยินดีในสถานทีแห่งนีจึงแตกต่างจากความสุขและความชื่นชมยินดีในเมืองบรมสุขเกษม

สวรรค์ชั้นทีหนึ่งสูงส่งกว่าเมืองบรมสุขเกษม

แม้แต่สีสันและกลินหอมของดอกไม้ตลอดจนความสดใสและความงดงามของขนสัตว์ในสวรรค์ชั้นทีหนึ่งก็แตกต่างจากเมืองบรมสุขเกษม ทั้งนีก็เพราะว่าพระเจ้าทรงจัดเตรียมทุกสิ่งไว้ตามระดับของความเชื่อของผู้คนในสวรรค์แต่ละชั้น

แม้แต่ผู้คนในโลกนีก็มีมาตรฐานของความงามแตกต่างกัน ยกตัวอย่าง ผู้เชี่ยวชาญในเรื่องดอกไม้จะตัดสินความงามของดอกไม้ดอกหนึ่งบนบรรทัดฐานทีแตกต่างกัน ในสวรรค์ กลินหอมของดอกไม้ในทีอยู่แต่ละแห่งในสวรรค์ล้วนแตกต่างกัน แม้แต่ในสถานทีเดียวกันดอกไม้แต่ละชนิดก็มีกลินหอมทีเป็นเอกลักษณ์ของตนต่างกัน

พระเจ้าได้ทรงจัดเตรียมดอกไม้นานาชนิดไว้เพื่อผู้คนทีอยู่ในสวรรค์ชั้นทีหนึ่งได้สูดดมดอกไม้ทีมีกลินหอมทีสุด แน่นอนในชั้นต่าง ๆ ของสวรรค์ผลไม้ก็มีรสชาติแตกต่างกัน พระเจ้าทรงจัดเตรียมสีสันและกลินหอมของผลไม้แต่ละชนิดตามระดับของสถา

นที่อยู่แต่ละแห่ง

เมื่อท่านต้อนรับแขกคนสำคัญท่านจะเตรียมให้บริการบุคคลนั้นอย่างไร ท่านคงพยายามทำทุกอย่างให้ตรงกับรสนิยมของแขกเพื่อทำให้เขาพึงพอใจมากที่สุด

ในทำนองเดียวกัน พระเจ้าได้ทรงจัดเตรียมทุกสิ่งอย่างถี่ถ้วนเพื่อให้บุตรของพระองค์เกิดความพึงพอใจในทุกด้าน

2. คนประเภทใดจะเข้าไปอยู่ในสวรรค์ชั้นที่หนึ่ง

เมืองบรมสุขเกษมเป็นที่อยู่ในสวรรค์สำหรับผู้คนที่มีความเชื่อในระดับที่หนึ่งซึ่งรอดโดยการเชื่อในพระเยซูคริสต์แต่ไม่ได้ทำสิ่งใดเพื่อแผ่นดินของพระเจ้า แล้วคนประเภทใดจะไปอยู่ในสวรรค์ชั้นที่หนึ่งซึ่งสูงกว่าเมืองบรมสุขเกษมและชื่นชมกับชีวิตนิรันดร์ที่นั่น

ผู้คนที่พยายามประพฤติตามพระคำของพระเจ้า

สวรรค์ชั้นที่หนึ่งเป็นที่อยู่สำหรับผู้คนที่ต้อนรับเอาพระเยซูคริสต์และพยายามดำเนินชีวิตตามพระคำของพระเจ้า ผู้คนที่เพิ่งต้อนรับเอาองค์พระผู้เป็นเจ้าจะเข้าโบสถ์ในวันอาทิตย์เพื่อฟังพระคำของพระเจ้า แต่คนเหล่านี้ไม่รู้ว่าความบาปคืออะไร ทำไมตนต้องอธิษฐาน และเพราะเหตุใดเขาต้องละทิ้งความบาปของตน เช่นเดียวกัน ผู้คนที่มีความเชื่อในระดับที่หนึ่งมีประสบการณ์กับความชื่นชมยินดีของความรักครั้งแรกด้วยการบังเกิดจากน้ำและพระวิญญาณบริสุทธิ์ แต่คนเหล่านี้ไม่รู้ว่าความบาปคืออะไรและเขายังค้นหาความบาปของตนไม่พบ

แต่ถ้าท่านมีความเชื่อในระดับที่สองท่านก็จะรู้จักความบาปและความชอบธรรมด้วยความช่วยเหลือของพระวิญญาณบริสุทธิ์ ดังนั้นท่านจึงพยายามดำเนินชีวิตตามพระคำของพระเจ้า แต่ท่านไม่สามารถทำได้ในทันที เหมือนกับเด็กทารกที่เริ่มหัดเดินซึ่งจะล้มลุกคลุกคลานอยู่บ่อยครั้ง

สวรรค์ชั้นที่หนึ่งเป็นที่อยู่สำหรับคนประเภทนี้ซึ่งพยายามดำเนินชีวิตตามพระคำของพระเจ้า คนเหล่านี้จะได้รับมงกุฎที่ยั่งยืนชั่วนิรันดร์เป็นรางวัล นักกีฬาต้องวิ่งแข่งขันตามกติกาฉันใด (2 ทิโมธี 2:5-6) บุตรของพระเจ้าก็ต้องต่อสู้อย่างเต็มกำลังแห่งความเชื่อตามความจริงด้วยฉันนั้น ถ้าท่านละเลยกฎเกณฑ์ของมิติฝ่ายวิญญาณซึ่งได้แก่พระบัญญัติของพระเจ้า (เหมือนนักกีฬาที่ไม่วิ่งแข่งขันตามกติกา) ท่านก็มีความเชื่อที่ตายแล้ว ท่านจะไม่มีส่วนในสถานที่แห่งนี้และจะไม่ได้รับมงกุฎเป็นรางวัล

ผู้คนที่อยู่ในสวรรค์ชั้นที่หนึ่งจะได้รับมงกุฎเป็นรางวัลเนื่องจากคนเหล่านี้พยายามดำเนินชีวิตตามพระคำของพระเจ้าแม้การประพฤติของเขาจะไม่สมบูรณ์แบบ แต่ความรอดชนิดนี้ยังเป็นความรอดที่น่าอับอายเพราะคนเหล่านี้ไม่ได้ดำเนินชีวิตตามพระคำของพระเจ้าอย่างสมบูรณ์แม้เขามีความเชื่อที่จะเข้าไปสู่สวรรค์ชั้นที่หนึ่ง

ความรอดที่น่าอับอายถ้าการงานถูกเผาไหม้ไป

อะไรคือความหมายที่แท้จริงของ "ความรอดที่น่าอับอาย" ใน 1 โครินธ์ 3:12-15 ท่านจะเห็นว่าการงานที่แต่ละคนก่อขึ้นอาจคงอยู่หรือถูกเผาไหม้ไปก็ได้

"บนรากนั้นถ้าผู้ใดจะก่อขึ้นด้วยทองคำ เงิน เพชรพลอย ไม้ หญ้าแห้งหรือฟาง การงานของแต่ละคนจะได้ปรากฏให้เห็นเพราะวันเวลาจะให้เห็นได้ชัดเจน เพราะจะเห็นชัดได้ด้วยไฟ ไฟนั้นจะพิสูจน์ให้เห็นการงานของแต่ละคนว่าเป็นอย่างไร ถ้าการงานของผู้ใดที่ก่อขึ้นทนอยู่ได้ ผู้นั้นก็จะได้ค่าตอบแทน ถ้าการงานของผู้ใดถูกเผาไหม้ไป ผู้นั้นก็จะขาดค่าตอบแทน แต่ตัวเขาจะรอด แต่เหมือนดังรอดจากไฟ"

คำว่า "ราก" ในที่นี้ได้แก่พระเยซูคริสต์และหมายความว่าสิ่งใดก็ตามที่ท่านสร้างขึ้นบนรากนี้ สิ่งที่ท่านสร้างขึ้นจะปรากฏให้เห็นด้วย

ไฟแห่งการทดลอง

ในด้านหนึ่ง การงานของผู้ที่มีความเชื่อแบบทองคำ เงิน หรือเพชรพลอยจะคงอยู่แม้จะถูกลองด้วยไฟเพราะคนเหล่านี้ประพฤติตามพระคำของพระเจ้า ในอีกด้านหนึ่ง การงานของผู้ที่มีความเชื่อแบบไม้ หญ้าแห้ง หรือฟางจะถูกเผาไหม้ไปเมื่อเผชิญกับไฟแห่งการทดลองเพราะคนเหล่านี้ไม่สามารถประพฤติตามพระคำของพระเจ้า

ด้วยเหตุนี้ ถ้าจะกำหนดความเชื่อขนาดต่าง ๆ ตามวัสดุเหล่านี้ "ทองคำ" จึงได้แก่ความเชื่อระดับที่ห้า (ระดับสูงสุด) "เงิน" ได้แก่ความเชื่อระดับที่สี่ "เพชรพลอย" ได้แก่ความเชื่อระดับที่สาม "ไม้" ได้แก่ความเชื่อระดับที่สอง "หญ้าแห้ง" ได้แก่ความเชื่อระดับที่หนึ่ง (ระดับต่ำสุด) ไม้และหญ้าแห้งมีชีวิตอยู่บ้างและความเชื่อที่เป็นเหมือนไม้หมายถึงผู้คนซึ่งมีความเชื่อที่มีชีวิตแต่เป็นความเชื่อที่อ่อนแอ แต่ฟางเป็นสิ่งที่แห้งและไร้ชีวิตซึ่งหมายถึงผู้คนที่ไม่มีความเชื่อ

ด้วยเหตุนี้ คนที่ไม่มีความเชื่อจึงไม่มีส่วนในความรอด ไม้และหญ้าแห้ง (ซึ่งการงานของคนเหล่านี้จะถูกไหม้ไปด้วยไฟแห่งการทดลอง) เป็นความรอดที่น่าอับอาย พระเจ้าทรงยอมรับความเชื่อแบบทองคำ เงิน หรือเพชรพลอย แต่พระองค์ไม่ยอมรับความเชื่อแบบไม้และหญ้าแห้ง

ความเชื่อที่ปราศจากการประพฤติเป็นความเชื่อที่ตายแล้ว

บางคนอาจคิดว่า "ผมเป็นคริสเตียนมานาน ผมคงผ่านความเชื่อในระดับที่หนึ่งไปแล้ว และอย่างน้อยผมก็น่าจะได้อยู่ในสวรรค์ชั้นที่หนึ่ง" แต่ถ้าท่านมีความเชื่ออย่างแท้จริงท่านจะดำเนินชีวิตตามพระคำของพระเจ้าอย่างชัดเจน ในทำนองเดียวกัน ถ้าท่านฝ่าฝืนธรรมบัญญัติและไม่ได้ละทิ้งความบาปของตน แม้แต่สวรรค์ชั้นที่หนึ่งหรือเมืองบรมสุขเกษมก็อาจอยู่ห่างไกลเกินไปสำหรับท่าน

พระคัมภีร์ถามท่านในยากอบ 2:14 ว่า "ดูก่อนพี่น้องของข้าพเจ้า แม้ผู้ใดจะว่าตนมีความเชื่อ แต่ไม่ประพฤติตามจะได้ประโยชน์อะไร ความเชื่อของเขาจะช่วยเขาให้รอดได้หรือ" ถ้าท่านไม่มีการประพฤติท่านจะไม่รอด ความเชื่อที่ปราศจากการประพฤติเป็นความเชื่อที่ตายแล้ว ดังนั้นผู้คนที่ไม่ได้ต่อสู้กับความผิดบาปจะไม่รอดเพราะคนเหล่านี้เป็นเหมือนคนที่ได้รับเงินมาหนึ่งมินาและเอาผ้าห่อเงินนั้นเก็บไว้ (ลูกา 19:20-26)

คำว่า "มินา" ในที่นี้เป็นสัญลักษณ์ของพระวิญญาณบริสุทธิ์ พระเจ้าทรงให้พระวิญญาณบริสุทธิ์เป็นของประทานแก่ผู้คนที่เปิดจิตใจของตนและต้อนรับเอาพระเยซูคริสต์เป็นพระผู้ช่วยให้รอด พระวิญญาณบริสุทธิ์จะช่วยท่านให้รู้ถึงความผิดบาป ความชอบธรรม และการพิพากษา และช่วยท่านให้รอดและไปสู่สวรรค์

ในด้านหนึ่ง ถ้าท่านกล่าวอ้างถึงความเชื่อของตนในพระเจ้าแต่ไม่ได้เข้าสุหนัตในใจของท่าน นั่นคือ ไม่ได้ทำตามความปรารถนาของพระวิญญาณบริสุทธิ์และประพฤติตามความจริง ถ้าเป็นเช่นนี้พระวิญญาณบริสุทธิ์ก็ไม่ได้อยู่ในจิตใจของท่าน ในอีกด้านหนึ่ง ถ้าท่านละทิ้งความผิดบาปของตนและประพฤติตามพระคำของพระเจ้าด้วยความช่วยเหลือของพระวิญญาณบริสุทธิ์ ท่านก็จะมีจิตใจเหมือนพระทัยของพระเยซูคริสต์ผู้ทรงเป็นความจริง

ด้วยเหตุนี้ บุตรของพระเจ้าที่ได้รับพระวิญญาณบริสุทธิ์เป็นของประทานจึงควรชำระจิตใจของตนให้บริสุทธิ์และสำแดงผลของพระวิญญาณบริสุทธิ์เพื่อบรรลุถึงความรอดที่สมบูรณ์

สัตย์ซื่อภายนอกแต่ไม่ได้เข้าสุหนัตฝ่ายวิญญาณ
ครั้งหนึ่ง พระเจ้าทรงเปิดเผยให้ข้าพเจ้าเห็นสมาชิกที่เสียชีวิตไปแล้วคนหนึ่งซึ่งไปอยู่ในสวรรค์ชั้นที่หนึ่งและทำให้เห็นข้าพเจ้าเห็นถึงความสำคัญของความเชื่อที่มาพร้อมกับการประพฤติ สมาชิกท่า

นนีเคยทำหน้าที่ในแผนกการเงินของคริสตจักรอยู่ 18 ปีโดยไม่มีก ารล่อลวงอยู่ในจิตใจของตน เขายังสัตย์ซื่อในภารกิจของพระเจ้าด้า นอื่น ๆ จนได้รับตำแหน่งผู้ปกครอง สมาชิกคนนี้พยายามเกิดผลใน การทำธุรกิจและถวายเกียรติแด่พระเจ้า บ่อยครั้งเขาถามตนเองว่า “ทำอย่างไรเราจึงจะทำให้แผ่นดินของพระเจ้าสำเร็จอย่างยิ่งใหญ่”

แต่เขากลับไม่ประสบความสำเร็จมากนักเพราะบาง ครั้งเขาหลู่พระเกียรติของพระเจ้าด้วยการเดินตามวิถีทา งที่ไม่ถูกต้องเนื่องจากความคิดฝ่ายเนื้อหนังและบ่อยครั้ งจิตใจของเขาแสวงหาประโยชน์ของตนเอง นอกจากนั้น เขายังแสดงถึงความไม่สัตย์ซื่อ การโกรธเคืองคนอื่น และการไม่เชื่ อฟังพระคำของพระเจ้าในหลายด้าน

กล่าวอีกแง่หนึ่งก็คือ เนื่องจากเขาสัตย์ซื่อแต่ภายนอกส่วนจิตใจ ของเขาไม่ได้เข้าสุหนัต (ซึ่งถือเป็นสิ่งที่สำคัญที่สุด) ความเชื่อของเ ขาจึงยังอยู่ในระดับที่สอง ยิ่งกว่านั้น เขายังยอมให้ปัญหาทางการเงิ นและปัญหาส่วนตัวของตนดำเนินอยู่ต่อไป เขาก็ไม่อาจรักษาความ เชื่อของตนเอาไว้ได้ แต่จะประนีประนอมกับความอธรรม

ในที่สุด เนื่องจากความเชื่อของเขาถดถอยอย่างมากซึ่งอาจส่งผล ให้เขาไม่สามารถเข้าสู่เมืองบรมสุขเกษม ดังนั้นพระเจ้าจึงทรงเรียก วิญญาณจิตของเขากลับไปในเวลาที่เหมาะสม

สมาชิกคนนี้แสดงความรู้สึกขอบพระคุณและกลับใจจากหลา ยสิ่งหลายอย่างผ่านทางการสื่อสารฝ่ายวิญญาณ เขากลับใจจากก ารทำให้ผู้รับใช้หลายคนเสียใจด้วยการไม่ประพฤติตามความจริง การเป็นต้นเหตุให้คนอื่นหลงหาย การทำร้ายคนอื่น และการไม่ปฏิ บัติตามพระคำของพระเจ้าที่ตนรับฟัง สมาชิกคนนี้ยังกล่าวเช่นกันว่ าเขารู้สึกถึงแรงกดดันอยู่เสมอเพราะเขาไม่ได้กลับใจจากความผิด ของตนอย่างแท้จริงเมื่อเขายังอยู่ในโลกนี้ แต่บัดนี้เขามีความสุขมา

กเพราะเขาสามารถสารภาพถึงความผิดพลาดทั้งสิ้นของตน

นอกจากนั้น เขายังรู้สึกขอบพระคุณที่เขาไม่ได้ไปอยู่ในเมืองบรมสุขเกษมในฐานะผู้ปกครอง แต่การได้อยู่ในสวรรค์ชั้นที่หนึ่งในฐานะผู้ปกครองก็ยังถือเป็นสิ่งที่น่าอับอาย แต่เขารู้สึกดีขึ้นเพราะสวรรค์ชั้นที่หนึ่งมีสง่าราศีมากกว่าเมืองบรมสุขเกษม

ด้วยเหตุนี้ ท่านต้องรู้ว่าสิ่งสำคัญที่สุดคือการเข้าสุหนัตในจิตใจของท่านแทนที่จะเป็นการแสดงถึงความสัตย์ซื่อภายนอกและการมีตำแหน่งต่าง ๆ ในคริสตจักร

พระเจ้าทรงนำบุตรของพระองค์ไปสู่สวรรค์ชั้นสูงกว่าผ่านการทดลอง

การที่นักกีฬาจะมีชัยชนะได้ต้องอาศัยการฝึกฝนอย่างหนักและยาวนานฉันใด ท่านต้องเผชิญกับการทดลองอย่างหนักเพื่อจะเข้าไปสู่ที่อยู่ที่ดีกว่าในสวรรค์ด้วยฉันนั้น พระเจ้าทรงอนุญาตให้การทดลองเกิดขึ้นกับบุตรของพระองค์เพื่อนำคนเหล่านี้ไปสู่ที่อยู่ที่ดีกว่าในสวรรค์ การทดลองอาจแบ่งออกได้เป็นสามกลุ่ม

กลุ่มแรกคือการทดลองเพื่อให้ละทิ้งความผิดบาป เพื่อจะเป็นบุตรที่แท้จริงของพระเจ้า ท่านต้องต่อสู้กับความบาปจนถึงเลือดไหลเพื่อท่านจะสามารถละทิ้งความบาปของท่านได้อย่างสมบูรณ์ แต่บางครั้งพระเจ้าทรงลงโทษบุตรของพระองค์เพราะคนเหล่านี้ไม่ได้ละทิ้งความบาปของตนแต่กลับดำเนินชีวิตอยู่ในความบาป (ฮีบรู 12:6) บางครั้งพ่อแม่ต้องลงโทษลูกของตนเพื่อนำเขากลับไปสู่หนทางที่ถูกต้องฉันใด บางครั้งพระเจ้าก็ทรงอนุญาตการทดลองให้เกิดขึ้นกับบุตรของพระองค์เพื่อทำให้เขาเป็นคนที่ดีพร้อมด้วยฉันนั้น

กลุ่มที่สองคือการทดลองเพื่อทำให้เป็นภาชนะที่ดีพร้อมและเพื่อถวายพระพร ดาวิดเคยช่วยฝูงแกะของท่านให้รอดจากการถูกหมีหรือสิงโตฆ่าแม้ในขณะที่ท่านยังเป็นเด็กหนุ่ม ท่านมีความเชื่อที่ยิ่งใหญ่มากจนท่านสามารถสังหารโกลิอัท (ซึ่งเป็นที่เกรงกลัวขอ

งกองทัพอิสราเอล) โดยใช้ก้อนหินและสายสลิงด้วยการพึ่งพิงพระเจ้าเพียงอย่างเดียว เหตุผลที่ท่านต้องเผชิญกับการทดลอง (เช่น การถูกซาอูลไล่ฆ่า) ก็เพราะพระเจ้าทรงอนุญาตให้การทดลองเกิดขึ้นเพื่อทำให้ดาวิดเป็นภาชนะและเป็นกษัตริย์ที่ยิ่งใหญ่

กลุ่มที่สามคือการทดลองเพื่อยุติความเฉื่อยชาเพราะผู้คนอาจเหินห่างจากพระเจ้าถ้าเขาอยู่อย่างสงบสุข ยกตัวอย่าง มีบางคนที่สัตย์ซื่อในแผ่นดินของพระเจ้าและได้รับพระพรทางด้านการเงิน จากนั้น คนเหล่านี้ก็หยุดอธิษฐานและความร้อนรนเพื่อพระเจ้าของเขาก็เยือกเย็นลง ถ้าพระเจ้าทรงปล่อยให้เขาอยู่ในสภาพเช่นนี้ต่อไป คนเหล่านี้อาจหลงหายไปสู่ความตาย ดังนั้นพระเจ้าจึงทรงอนุญาตให้การทดลองเกิดขึ้นเพื่อทำให้เขาตื่นตัวและมีสติขึ้นมาอีกครั้งหนึ่ง

ท่านต้องละทิ้งความผิดบาปของท่าน ประพฤติตนอย่างถูกต้องและเป็นภาชนะที่ดีพร้อมในสายพระเนตรของพระเจ้าโดยรู้ถึงน้ำพระทัยของพระองค์ผู้ทรงอนุญาตให้การทดลองแห่งความเชื่อเกิดขึ้นกับท่าน ข้าพเจ้าหวังว่าท่านจะได้รับพระพรอันอัศจรรย์อย่างครบถ้วนซึ่งพระเจ้าได้ทรงจัดเตรียมไว้สำหรับท่าน

บางคนอาจพูดว่า "ผมอยากเปลี่ยนแปลง แต่มันไม่ใช่เรื่องง่ายแม้ผมจะพยายาม" แท้จริงการพูดเช่นนี้ไม่ใช่เพราะว่าการเปลี่ยนแปลงเป็นสิ่งที่ทำได้ยาก แต่เป็นเพราะว่าเขาขาดความกระตือรือร้นและความปรารถนาอย่างแรงกล้าที่จะเปลี่ยนแปลงในส่วนลึกแห่งจิตใจของตน

ถ้าท่านรู้จักพระคำของพระเจ้าอย่างแท้จริงในฝ่ายวิญญาณและพยายามเปลี่ยนแปลงจากภายในจิตใจของท่าน ท่านก็สามารถเปลี่ยนแปลงได้อย่างรวดเร็วเพราะพระเจ้าทรงประทานพระคุณและพระกำลังแก่ท่านเพื่อให้ทำได้ พระวิญญาณบริสุทธิ์ทรงช่วยท่านตลอดเวลาเช่นกัน ถ้าท่านรู้จักพระคำของพระเจ้าในลักษณะของความรู้ใ

นสมองเพียงอย่างเดียวและไม่ได้ประพฤติตามพระคำนั้น ท่านจะรู้สึกหยิ่งผยองและถูกล่อลวง การที่ท่านจะรอดก็เป็นสิ่งที่ยากลำบากยิ่งขึ้น

    ด้วยเหตุนี้ ข้าพเจ้าจึงอธิษฐานในพระนามขององค์พระผู้เป็นเจ้าเพื่อความกระตือรือร้นและความชื่นชมยินดีในความรักครั้งแรกของท่านจะไม่สูญสิ้นไปและเพื่อท่านจะทำตามความปรารถนาของพระวิญญาณบริสุทธิ์อย่างต่อเนื่องซึ่งจะส่งผลให้ท่านได้ครอบครองที่อยู่ที่ดีกว่าในแผ่นดินสวรรค์

บทที่ 8

สวรรค์ชั้นที่สอง

บ้านพักส่วนตัวอันงดงามที่มอบให้แต่ละคน
คนประเภทใดจะเข้าไปอยู่ในสวรรค์ชั้นที่สอง

เหตุฉะนั้นข้าพเจ้าจึงตักเตือนบรรดาผู้ใหญ่ในพวกท่านทั้งหลาย ในฐานะที่ข้าพเจ้าก็เป็นผู้ใหญ่คนหนึ่งและเป็นพยานถึงความทุกข์ทรมานของพระคริสต์และมีส่วนที่จะรับศักดิ์ศรีอันจะมาปรากฏภายหลัง จงเลี้ยงฝูงแกะของพระเจ้าที่อยู่ในความดูแลของท่าน ไม่ใช่ด้วยความฝืนใจแต่ด้วยความเต็มใจ ไม่ใช่ด้วยการเห็นแก่ทรัพย์สิ่งของที่ได้มาโดยทุจริต แต่ด้วยใจเลื่อมใส และไม่ใช่เหมือนเป็นเจ้านายที่ข่มขี่ผู้ที่อยู่ใต้อำนาจ แต่เป็นแบบอย่างแก่ฝูงแกะนั้น และเมื่อพระผู้เลี้ยงผู้ยิ่งใหญ่จะเสด็จมาปรากฏท่านทั้งหลายจะรับศักดิ์ศรีเป็นมงกุฎที่ร่วงโรยไม่ได้เลย

- 1 เปโตร 5:1-4 -

ในด้านหนึ่ง ไม่ว่าท่านได้ยินเกี่ยวกับสวรรค์มากเพียงใดก็ตาม สิ่งนี้ก็ไม่มีประโยชน์ถ้าท่านไม่รู้จักสวรรค์ด้วยจิตใจของท่านเพราะท่านไม่เชื่อในเรื่องนี้ นกจะฉกฉวยเอาเมล็ดพืชที่ตกตามริมทางไปกินฉันใด ผีมารซาตานก็จะฉกฉวยเอาถ้อยคำเรื่องสวรรค์ไปจากท่านด้วยฉันนั้น (มัทธิว 13:19)

ในอีกด้านหนึ่ง ถ้าท่านฟังถ้อยคำเรื่องสวรรค์และรับเอาไว้ ท่านก็สามารถดำเนินชีวิตแห่งความเชื่อและความหวังตลอดทั้งสามารถเกิดผลสามสิบเท่า หกสิบเท่า หรือร้อยเท่าจากสิ่งที่ท่านได้หว่านลงไป เนื่องจากท่านสามารถประพฤติตามพระคำของพระเจ้าท่านจึงไม่ได้ทำเพียงหน้าที่ของท่านเท่านั้น แต่ท่านยังรับการชำระให้บริสุทธิ์และสัตย์ซื่อต่อทุกสิ่งในชุมชนของพระเจ้าด้วยเช่นกัน

1. บ้านพักส่วนตัวอันงดงามที่มอบให้แต่ละคน

ข้าพเจ้าอธิบายไปแล้วว่าผู้คนที่เข้าไปอยู่ในเมืองบรมสุขเกษมหรือสวรรค์ชั้นที่หนึ่งได้รับความรอดอย่างน่าอับอายเพราะการงานของคนเหล่านั้นไม่สามารถคงอยู่ได้เมื่อถูกทดลองด้วยไฟ แต่ผู้คนที่เข้าไปอยู่ในสวรรค์ชั้นที่สองมีความเชื่อที่ผ่านการทดลองด้วยไฟและได้รับรางวัลซึ่งเหนือกว่าสิ่งที่ผู้คนในเมืองบรมสุขเกษมหรือสวรรค์ชั้นที่หนึ่งได้รับตามความชอบธรรมของพระเจ้าผู้ทรงให้บำเหน็จรางวัลตามสิ่งที่หว่านลงไป

ด้วยเหตุนี้ ถ้าความสุขของผู้คนที่อยู่ในสวรรค์ชั้นที่หนึ่งเปรียบเทียบกับความสุขของปลาเงินปลาทองที่อยู่ในตู้ปลา ความสุขของผู้คนที่อยู่ในสวรรค์ชั้นที่สองอาจเทียบได้กับความสุขของปลาวาฬที่อยู่ในมหาสมุทรแปซิฟิกขนาดใหญ่

บัดนี้ ขอให้เราดูถึงลักษณะของสวรรค์ชั้นที่สองโดยมุ่งความสนใจไปที่บ้านเรือนและชีวิต

บ้านพักส่วนตัวชั้นเดียวที่มอบให้แต่ละคน

บ้านพักในสวรรค์ชั้นที่หนึ่งมีลักษณะเป็นอพาร์ตเมนท์ แต่บ้านพักในสวรรค์ชั้นที่สองเป็นบ้านเดี่ยวส่วนตัวชั้นเดียว บ้านพักหรือบังกะโล หรือบ้านพักตากอากาศในโลกนี้ไม่อาจนำไปเทียบกับบ้านพักในสวรรค์ชั้นที่สองได้ บ้านพักในสวรรค์ชั้นที่สองมีระดับงดงาม และประดับประดาอย่างทันสมัยด้วยดอกไม้และต้นไม้มากมาย

ถ้าท่านไปอยู่สวรรค์ชั้นที่สองท่านจะได้รับทั้งบ้านพักและสิ่งอำนวยความสะดวกที่ท่านโปรดปรานที่สุดเช่นกัน ถ้าท่านต้องการสระว่ายน้ำ ท่านก็จะมีสระว่ายน้ำที่งดงามซึ่งประดับประดาด้วยทองคำและเพชรพลอยทุกชนิด ถ้าท่านต้องการทะเลสาบที่สวยงามท่านก็จะมีทะเลสาบ ถ้าท่านต้องการห้องบอลล์รูมท่านก็จะมีห้องบอลล์รูมเช่นกัน ถ้าท่านอยากเดินเล่น ที่นั่นจะมีถนนที่สวยงามซึ่งเต็มไปด้วยดอกไม้และพืชพันธุ์นานาชนิดพร้อมสัตว์ชนิดต่าง ๆ วิ่งเล่นไปมา

อย่างไรก็ตาม แม้ว่าท่านอยากมีสิ่งอำนวยความสะดวกทุกอย่าง (เช่น สระว่ายน้ำ ทะเลสาบ ห้องบอลล์รูม ถนน และสิ่งอำนวยความสะดวกอื่น ๆ) แต่ท่านจะมีได้เพียงอย่างเดียวซึ่งท่านโปรดปรานที่สุด เพราะสิ่งที่ผู้คนในสวรรค์ชั้นที่สองครอบครองจะแตกต่างกัน แต่ละคนจึงไปเยี่ยมบ้านของคนอื่นและชื่นชมกับสิ่งที่คนเหล่านั้นมีร่วมกัน

ถ้าคนที่มีห้องบอลล์รูมแต่ไม่มีสระว่ายน้ำต้องการว่ายน้ำ เขาสามารถไปหาเพื่อนบ้านของตนที่มีสระว่ายน้ำและมีความสุขกับการว่ายน้ำ ในสวรรค์ ผู้คนปรนนิบัติซึ่งกันและกัน คนเหล่านี้จะไม่รู้สึกถูกกวนใจหรือปฏิเสธผู้มาเยือน ตรงกันข้าม คนเหล่านี้จะมีความสุขและความยินดีมากยิ่งขึ้นเมื่อมีผู้มาเยี่ยม ดังนั้น ถ้าท่านต้องการหาความสุขกับสิ่งอำนวยความสะดวกบางอย่าง ท่านสามารถไปเยี่ยมเพื่อนบ้านของและหาความสุขกับสิ่งที่คนเหล่านั้นมีอยู่

ในทำนองเดียวกัน สวรรค์ชั้นที่สองดีกว่าสวรรค์ชั้นที่หนึ่งใน

ทุกด้าน แน่นอน สวรรค์ชั้นที่สองไม่อาจเทียบกับนครเยรูซาเล็มใหม่ได้ ที่นี่ไม่มีทูตสวรรค์ที่คอยรับใช้บุตรของพระเจ้าแต่ละคน ขนาด ความงดงาม และความรุ่งโรจน์ของบ้านพักก็แตกต่างกัน ตลอดจนวัสดุ สีสัน และความสดใสของเพชรพลอยที่ใช้ประดับบ้านเรือนเหล่านั้นก็แตกต่างกันด้วย

ป้ายเลขที่บ้านประดับด้วยแสงสว่างไสวและงดงาม

บ้านพักในสวรรค์ชั้นที่สองเป็นบ้านเดียวชั้นเดียวที่มีป้ายเลขที่บ้าน ป้ายเลขที่บ้านระบุชื่อเจ้าของบ้านและในบางกรณีป้ายนั้นบอกชื่อคริสตจักรที่เจ้าของบ้านหลังนั้นเคยรับใช้ด้วยเช่นกัน ชื่อของคริสตจักรจะถูกเขียนลงบนป้ายพร้อมกับชื่อเจ้าของบ้านซึ่งประดับประดาไปด้วยแสงสว่างสดใสและงดงามด้วยอักษรสวรรค์ที่ดูคล้ายกับภาษาอารบิกหรือฮีบรู ดังนั้น ผู้คนที่อยู่ในสวรรค์ชั้นที่สองจะพูดด้วยความรู้สึกอิจฉาบ้างเล็กน้อยว่า “โอ้โฮ้ นี่คือบ้านของคุณ...ที่เคยรับใช้ในคริสตจักร...”

ทำไมรายชื่อของคริสตจักรจึงถูกจารึกไว้เป็นพิเศษ พระเจ้าทรงกระทำเช่นนั้นเพื่อทำให้สมาชิกคริสตจักรดังกล่าวภาคภูมิใจและเพื่อเป็นสง่าราศีของผู้คนที่เคยรับใช้ในคริสตจักรที่ได้สร้างสถานนมัสการอันโอ่อ่าเพื่อต้อนรับองค์พระผู้เป็นเจ้าในการเสด็จมาครั้งสองของพระองค์ในฟ้าอากาศ

แต่บ้านเรือนในสวรรค์ชั้นที่สามและนครเยรูซาเล็มใหม่ไม่มีป้ายเลขที่บ้าน ในสถานที่ทั้งสองแห่งนี้มีผู้คนอาศัยอยู่ไม่มากเช่นกัน จากแสงสว่างและกลิ่นหอมที่ออกมาจากบ้านเรือนเหล่านั้นท่านก็สามารถบอกได้ว่าบ้านหลังนั้นเป็นของผู้ใด

รู้สึกเสียใจที่ไม่ได้รับการชำระให้บริสุทธิ์อย่างสมบูรณ์

บางคนอาจสงสัยว่า “การที่ไม่มีบ้านพักส่วนตัวในเมืองบรมสุขเกษมและผู้คนในสวรรค์ชั้นที่สองเป็นเจ้าของสิ่งอำนวยความสะดวกได้เพียงอย่างเดียวนั้นจะไม่ก่อให้เกิดความยุ่งยากหรือ” แต่ในสวรร

ค์ไม่มีสิ่งใดที่ยุ่งยากหรือขาดแคลน ผู้คนในสวรรค์ไม่มีวันรู้สึกอึดอัดเพราะการอาศัยอยู่ร่วมกัน คนเหล่านั้นไม่ขี้เหนียวในเรื่องการแบ่งปันสิ่งที่ตนมีอยู่กับผู้อื่น ผู้คนในสวรรค์จะรู้สึกขอบพระคุณพระเจ้าที่ตนสามารถแบ่งปันทรัพย์สินของตนกับผู้อื่นและสิ่งนี้คือแหล่งที่มาของความสุขอันยิ่งใหญ่ของเขา

นอกจากนั้น คนเหล่านี้จะไม่รู้สึกเสียใจที่ตนมีสมบัติส่วนตัวเพียงอย่างเดียวและไม่รู้สึกอิจฉากับสิ่งที่คนอื่นมี ตรงกันข้าม เขากลับรู้สึกซาบซึ้งใจและขอบพระคุณพระเจ้าพระบิดาที่ทรงมอบสิ่งเหล่านั้นให้กับตนมากกว่าที่ตนสมควรจะได้รับและพึงพอใจอยู่เสมอด้วยความชื่นชมยินดีอย่างไม่เปลี่ยนแปลง

สิ่งเดียวที่คนเหล่านั้นรู้สึกเสียใจคือข้อเท็จจริงที่ว่าเขาไม่ได้พยายามมากพอที่จะรับการชำระให้บริสุทธิ์อย่างสมบูรณ์เมื่อคนเหล่านี้อยู่ในโลกนี้ เขารู้สึกเสียใจและอับอายเมื่อยืนอยู่ต่อหน้าพระพักตร์พระเจ้าเพราะเขาไม่ได้กำจัดความชั่วร้ายทั้งสิ้นของตนออกไป แม้ในยามที่คนเหล่านั้นเห็นผู้คนที่เข้าไปอยู่ในสวรรค์ชั้นที่สามหรือนครเยรูซาเล็มใหม่ เขาก็ไม่อิจฉาบ้านเรือนอันโอ่อ่าและรางวัลอันรุ่งโรจน์ของคนเหล่านั้น แต่เขาจะรู้สึกเสียใจที่เขาไม่ได้ชำระตนเองให้บริสุทธิ์อย่างสมบูรณ์

เนื่องจากพระเจ้าทรงชอบธรรม พระองค์จึงทรงให้ท่านเก็บเกี่ยวในสิ่งที่ท่านหว่านและตอบแทนรางวัลแก่ท่านตามสิ่งที่ท่านได้กระทำ ด้วยเหตุนี้ พระองค์จึงทรงประทานรางวัลและที่อยู่แก่ท่านตามขนาดของการชำระให้บริสุทธิ์และความสัตย์ซื่อของท่านในโลกนี้ พระเจ้าจะทรงประทานบำเหน็จรางวัลแก่ท่านตามขนาดของการดำเนินชีวิตตามพระคำของของพระองค์

ถ้าท่านดำเนินชีวิตตามพระคำของพระเจ้าอย่างครบถ้วน พระองค์จะทรงประทานทุกสิ่งที่ท่านปรารถนาในสวรรค์อย่างครบถ้วน แต่ถ้าท่านไม่ได้ดำเนินชีวิตตามพระคำของพระองค์ พระเจ้าจะทรงมอบบำเหน็จรางวัลแก่ท่านตามสิ่งที่ท่านได้กระทำและประทานให้อย่างบริบูรณ์

ด้วยเหตุนี้ ไม่ว่าท่านจะอยู่ในสวรรค์ชั้นใดก็ตาม ท่านจะรู้สึกขอบพระคุณพระเจ้าเสมอที่พระองค์ทรงประทานให้แก่ท่านมากกว่าที่ท่านได้กระทำไว้ในโลกนี้และอาศัยอยู่ที่นั่นด้วยความสุขและความชื่นชมยินดีตลอดไป

มงกุฎแห่งศักดิ์ศรี
พระเจ้าผู้ทรงประทานรางวัลอย่างบริบูรณ์ทรงมอบมงกุฎที่ไม่ร่วงโรยให้กับผู้คนที่เข้าไปสู่สวรรค์ชั้นที่หนึ่ง ผู้คนที่เข้าไปสู่สวรรค์ชั้นที่สองได้รับมงกุฎชนิดใด

แม้คนเหล่านี้ไม่ได้รับการชำระให้บริสุทธิ์อย่างสมบูรณ์แต่เขาก็ถวายเกียรติแด่พระเจ้าด้วยการทำหน้าที่ของตน ดังนั้นคนเหล่านี้จะได้รับมงกุฎแห่งศักดิ์ศรี ถ้าท่านอ่าน 1 เปโตร 5:1-4 ท่านจะเห็นว่ามงกุฎแห่งศักดิ์ศรีเป็นรางวัลที่ให้กับผู้คนที่เป็นแบบอย่างด้วยการดำเนินชีวิตอย่างสัตย์ซื่อตามพระคำของพระเจ้า

เหตุฉะนั้นข้าพเจ้าจึงตักเตือนบรรดาผู้ใหญ่ในพวกท่านทั้งหลาย ในฐานะที่ข้าพเจ้าก็เป็นผู้ใหญ่คนหนึ่งและเป็นพยานถึงความทุกข์ทรมานของพระคริสต์และมีส่วนที่จะรับศักดิ์ศรีอันจะมาปรากฏภายหลัง จงเลี้ยงฝูงแกะของพระเจ้าที่อยู่ในความดูแลของท่าน ไม่ใช่ด้วยความฝืนใจแต่ด้วยความเต็มใจ ไม่ใช่ด้วยการเห็นแก่ทรัพย์สิ่งของที่ได้มาโดยทุจริตแต่ด้วยใจเลื่อมใส และไม่ใช่เหมือนเป็นเจ้านายที่ข่มขี่ผู้ที่อยู่ใต้อำนาจ แต่เป็นแบบอย่างแก่ฝูงแกะนั้น และเมื่อพระผู้เลี้ยงผู้ยิ่งใหญ่จะเสด็จมาปรากฏท่านทั้งหลายจะรับศักดิ์ศรีเป็นมงกุฎที่ร่วงโรยไม่ได้เลย

เหตุผลที่พระคัมภีร์ตอนนี้พูดถึงการ "รับศักดิ์ศรีเป็นมงกุฎที่ร่วงโรยไม่ได้" ก็เพราะมงกุฎทุกชนิดในสวรรค์ถาวรเป็นนิตย์และไม่ร่วงโรย ท่านจะรู้ว่าสวรรค์เป็นสถานที่อันสมบูรณ์แบบซึ่งทุกสิ่งทุกอย่างที่นั่นถาวรนิรันดร์ แม้แต่มงกุฎก็ไม่ร่วงโรย

2. คนประเภทใดจะเข้าไปอยู่ในสวรรค์ชั้นที่สอง

รอบกรุงโซลเมืองหลวงของประเทศเกาหลีใต้มีเมืองบริวารตั้งอยู่หลายแห่งและรอบเมืองบริวารเหล่านี้มีเมืองขนาดเล็กตั้งอยู่มากมาย เช่นเดียวกัน ในสวรรค์ รอบสวรรค์ชั้นที่สามซึ่งเป็นตั้งของนครเยรูซาเล็มใหม่คือที่ตั้งของสวรรค์ชั้นที่สอง ชั้นที่หนึ่งและเมืองบรมสุขเกษม

สวรรค์ชั้นที่หนึ่งเป็นที่อยู่ของผู้คนที่มีความเชื่อในระดับที่สองซึ่งพยายามดำเนินชีวิตตามพระคำของพระเจ้า คนประเภทใดจะเข้าไปอยู่ในสวรรค์ชั้นที่สอง คนที่มีความเชื่อในระดับที่สามซึ่งดำเนินชีวิตตามพระคำของพระเจ้าจะอาศัยอยู่ในสวรรค์ชั้นที่สอง ตอนนี้ขอให้เราพิจารณาโดยละเอียดว่าคนประเภทใดจะเข้าไปอยู่ในสวรรค์ชั้นที่สอง

สวรรค์ชั้นที่สอง: ที่อยู่สำหรับผู้คนที่ไม่ได้รับการชำระให้บริสุทธิ์อย่างสมบูรณ์

ท่านสามารถเข้าสู่สวรรค์ชั้นที่สองถ้าท่านดำเนินชีวิตตามพระคำของพระเจ้าและทำหน้าที่ของท่าน แต่จิตใจของท่านยังไม่ได้รับการชำระให้บริสุทธิ์อย่างสมบูรณ์

ถ้าท่านเป็นคนหน้าตาดี มีสติปัญญา และฉลาดหลักแหลม ท่านก็ต้องการให้ลูกของท่านเป็นเหมือนท่าน ในทำนองเดียวกัน พระเจ้าผู้บริสุทธิ์และดีพร้อมก็ทรงปรารถนาให้บุตรที่แท้จริงของพระองค์เป็นเหมือนพระองค์ พระองค์ทรงปรารถนาบุตรทั้งหลายรักและรักษาธรรมบัญญัติของพระองค์—ผู้ที่เชื่อฟังคำบัญชาของพระองค์เพราะคนเหล่านั้นรักพระองค์และมีสำนึกของการทำหน้าที่ของตน ถ้าท่านรักใครบางคนอย่างแท้จริงท่านก็พร้อมที่จะทำแม้แต่สิ่งที่ยากที่สุดเพื่อคนนั้น เช่นเดียวกัน ถ้าท่านรักพระเจ้าด้วยจิตใจของท่านอย่างแท้จริงท่านก็สามารถรักษาธรรมบัญญัติทั้งสิ้นของพระองค์ด้วยใจยินดี

ท่านจะเชื่อฟังด้วยความยินดีและด้วยใจขอบพระคุณโดยไม่มีเงื

อนไขด้วยการรักษาในสิ่งที่พระองค์ทรงสั่งให้ท่านรักษา ละทิ้งในสิ่งที่พระองค์ทรงสั่งให้ท่านละทิ้ง ไม่ทำในสิ่งที่พระองค์ทรงห้ามไว้ และทำในสิ่งที่พระองค์ทรงสั่งให้ทำ แต่ผู้คนที่มีความเชื่อในระดับที่สามไม่สามารถทำตามพระคำของพระเจ้าด้วยใจยินดีและด้วยการขอบพระคุณอย่างสมบูรณ์ได้เพราะเขายังไม่ได้บรรลุถึงความรักในระดับนี้

ในพระคัมภีร์ มีการพูดถึงการงานของเนื้อหนัง (กาลาเทีย 5:19-21) และความต้องการของเนื้อหนัง (โรม 8:5) เมื่อท่านแสดงความชั่วร้ายที่อยู่ในจิตใจของท่านออกมา เราเรียกสิ่งนี้ว่าการงานของเนื้อหนัง เราเรียกเนื้อหนัง (หรือธรรมชาติบาป) ที่อยู่ในจิตใจของท่านซึ่งยังไม่แสดงออกมาภายนอกว่าความต้องการของเนื้อหนัง

ผู้คนที่มีความเชื่อในระดับที่สามได้ทำลายการงานของเนื้อหนังทั้งสิ้นของตนที่ปรากฏออกมาภายนอกแล้ว แต่คนเหล่านี้ยังมีความต้องการของเนื้อหนังอยู่ในจิตใจของตน คนเหล่านี้รักษาสิ่งที่พระเจ้าทรงบอกให้รักษา ละทิ้งสิ่งที่พระเจ้าทรงสั่งให้ละทิ้ง ไม่ทำในสิ่งที่พระเจ้าทรงห้าม และทำในสิ่งที่พระเจ้าทรงสั่งให้ทำ แต่ความชั่วร้ายในจิตใจของเขายังไม่ถูกกำจัดออกไปทั้งหมด

ในทำนองเดียวกัน ถ้าท่านทำหน้าที่ของท่านด้วยจิตใจที่ไม่ได้รับการชำระให้บริสุทธิ์อย่างสมบูรณ์ ท่านก็ยังสามารถเข้าสู่สวรรค์ชั้นที่สอง “การชำระให้บริสุทธิ์” หมายถึงสถานะที่ท่านได้กำจัดความชั่วร้ายทุกชนิดออกไปและในจิตใจของท่านมีเพียงความดีงามเท่านั้น

ยกตัวอย่าง สมมุติว่าท่านเกลียดชังบุคคลหนึ่ง ตอนนี้ท่านได้ฟังพระคำของพระเจ้าที่บอกว่า “อย่าเกลียดชัง” และท่านพยายามไม่เกลียดชังบุคคลนั้น ผลลัพธ์ก็คือ ตอนนี้ท่านไม่ได้เกลียดชังบุคคลนั้น แต่ถ้าท่านไม่ได้รักเขาด้วยจิตใจของท่านอย่างแท้จริง ท่านก็ยังไม่ได้รับการชำระให้บริสุทธิ์อย่างสมบูรณ์

ด้วยเหตุนี้ เพื่อให้เติบโตจากขนาดแห่งความเชื่อในระดับที่สามไปสู่ระดับที่สี่ การมีความพยายามที่จะกำจัดความบาปจนถึงเลือดไหลจึงเป็นสิ่งที่สำคัญอย่างยิ่ง

ผู้คนที่ทำหน้าที่สำเร็จโดยพระคุณของพระเจ้า

สวรรค์ชั้นที่สองเป็นที่อยู่สำหรับผู้คนที่ยังไม่ได้รับการชำระให้บริสุทธิ์อย่างสมบูรณ์ในจิตใจของตนแต่ได้ทำหน้าที่ซึ่งพระเจ้าทรงมอบหมายให้จนสำเร็จ ขอให้เราพิจารณาถึงประเภทของผู้คนที่เข้าไปอยู่ในสวรรค์ชั้นที่สองด้วยการดูตัวอย่างของสมาชิกคนหนึ่งซึ่งเสียชีวิตไปในขณะที่กำลังเธอรับใช้อยู่ในคริสตจักรมันมินจู-อัง

เธอมาที่คริสตจักรมันมินจู-อังในปีที่คริสตจักรถูกก่อตั้งขึ้นครั้งแรก ก่อนหน้านั้นเธอทนทุกข์อยู่กับโรคร้ายชนิดหนึ่งแต่เธอได้รับการรักษาให้หายหลังจากรับเอาคำอธิษฐานของข้าพเจ้าและสมาชิกครอบครัวของเธอกลายเป็นสมาชิกคริสตจักร คนเหล่านี้เติบโตขึ้นในความเชื่อและผู้หญิงคนนี้กลายเป็นมัคนายิกาอาวุโส สามีของเธอเป็นผู้ปกครอง และลูก ๆ ของเธอเติบโตขึ้นและกำลังรับใช้พระเจ้าในฐานะศิษยาภิบาล ภรรยาศิษยาภิบาล และมิชชันนารี

อย่างไรก็ตาม สมาชิกหญิงคนนี้ไม่ได้กำจัดความชั่วร้ายทุกชนิดออกไปและไม่ได้ทำหน้าที่ของเธออย่างถูกต้อง แต่ต่อมาเธอกลับใจโดยพระคุณของพระเจ้า ทำหน้าที่ของเธอจนสำเร็จ และเสียชีวิต พระเจ้าทรงอนุญาตให้ข้าพเจ้ารู้ว่าเธอจะอยู่ในสวรรค์ชั้นที่สองและทรงให้ข้าพเจ้าสื่อสารกับเธอในฝ่ายวิญญาณ

เมื่อเธอเข้าไปสู่สวรรค์ สิ่งที่เธอเสียใจมากที่สุดคือข้อเท็จจริงที่ว่าเธอไม่ได้ละทิ้งความบาปทั้งสิ้นของเธอเพื่อรับการชำระให้บริสุทธิ์อย่างสมบูรณ์และข้อเท็จจริงที่ว่าเธอไม่ได้ขอบคุณผู้เลี้ยงของเธอซึ่งได้อธิษฐานเผื่อการรักษาโรคของเธอและชี้นำเธอด้วยความรักอย่างแท้จริง

นอกจากนั้น เธอยังคิดว่าเมื่อพิจารณาจากสิ่งที่เธอได้กระทำให้สำเร็จด้วยความเชื่อของเธอ วิธีการที่เธอรับใช้พระเจ้า และถ้อยคำที่เธอกล่าวออกมาจากปากของเธอแล้ว เธอควรได้อยู่ในสวรรค์ชั้นที่หนึ่งเท่านั้น แต่เมื่อเธอไม่มีเวลาเหลือมากนักในโลกนี้ ด้วยคำอธิษฐานแห่งความรักของผู้เลี้ยงและการประพฤติที่พอพระทัยพระเจ้าของเธอ ความเชื่อของเธอจึงเติบโตขึ้นอย่างรวดเร็วและเธอสามารถเข้า

ไปอยู่ในสวรรค์ชั้นที่สอง

ที่จริงความเชื่อของเธอเติบโตอย่างรวดเร็วก่อนเธอเสียชีวิต เธอทุ่มเทให้กับการอธิษฐานและการแจกจ่ายข่าวสารของคริสตจักรจำนวนมากให้กับเพื่อนบ้านของเธอ เธอไม่ได้ดูแลตัวเองแต่รับใช้พระองค์อย่างสัตย์ซื่อเพียงอย่างเดียว

เธอบอกข้าพเจ้าเกี่ยวกับบ้านที่เธอกำลังจะไปอาศัยอยู่ในสวรรค์ว่าถึงแม้จะเป็นบ้านชั้นเดียว แต่บ้านหลังนี้ได้รับการประดับประดาอย่างงดงามด้วยดอกไม้และต้นไม้นานาชนิดและมีพื้นที่กว้างใหญ่และโอ่อ่ามากจนไม่มีบ้านหลังใดในโลกนี้สามารถเทียบได้

แน่นอน เมื่อเทียบบ้านหลังนี้กับบ้านที่อยู่ในสวรรค์ชั้นที่สามหรือนครเยรูซาเล็มใหม่ บ้านหลังนี้ก็เป็นเหมือนบ้านที่มีหลังคามุงด้วยใบจากหลังหนึ่ง แต่เธอรู้สึกขอบพระคุณและพึงพอใจเพราะเธอไม่คู่ควรได้รับบ้านหลังนี้เป็นรางวัล เธอต้องการสื่อข้อความต่อไปนี้กับครอบครัวของเธอเพื่อคนเหล่านั้นจะได้ไปอยู่ในนครเยรูซาเล็มใหม่

"สวรรค์ถูกจัดแบ่งไว้อย่างแม่นยำ สง่าราศีและความสว่างแตกต่างกันมากในแต่ละที่ ดังนั้นดิฉันจึงวิงวอนและหนุนใจให้ทุกคนไปอยู่ในนครเยรูซาเล็มใหม่ ดิฉันอยากบอกสมาชิกครอบครัวที่ยังอยู่ในโลกนี้ว่าการไม่ละทิ้งความบาปทั้งสิ้นที่มีอยู่เป็นสิ่งที่น่าอับอายมากเมื่อเราพบกับพระเจ้าพระบิดาในสวรรค์ รางวัลที่พระเจ้าทรงมอบให้กับผู้คนที่เข้าไปอยู่ในนครเยรูซาเล็มใหม่และความโอ่อ่าของบ้านเรือนล้วนเป็นสิ่งที่น่าอิจฉายิ่ง แต่ดิฉันอยากบอกคนเหล่านั้นว่าการไม่ได้กำจัดความชั่วร้ายทุกชนิดให้หมดไปต่อพระพักตร์พระเจ้านั้นเป็นสิ่งที่น่าเสียใจและน่าอับอายมาก ดิฉันอยากส่งข่าวนี้ไปยังสมาชิกครอบครัวของดิฉันทุกคนเพื่อให้คนเหล่านั้นกำจัดความชั่วร้ายทุกชนิดออกไปและเข้าสู่สถานะอันรุ่งเรืองของนครเยรูซาเล็มใหม่"

ด้วยเหตุนี้ ข้าพเจ้าจึงวิงวอนท่านรู้ว่าการชำระจิตใจของท่านให้บริสุทธิ์และการอุทิศชีวิตประจำวันของท่านเพื่อแผ่นดินและความชอบธรรมของพระเจ้าด้วยความหวังใจเกี่ยวกับสวรรค์นั้นเป็นสิ่งที่สำ

คัญและมีคุณค่ามากเพียงใดเพื่อท่านจะรุดหน้าไปสู่นครเยรูซาเล็มใหม่

ผู้คนที่สัตย์ซื่อในสิ่งสารพัดแต่ไม่เชื่อฟังเนื่องจากกรอบแนวคิดเรื่องความชอบธรรมของตนที่ไม่ถูกต้อง

ตอนนี้ ให้เราดูตัวอย่างของสมาชิกอีกคนหนึ่งที่รักพระเจ้าและทำหน้าที่ของเธออย่างสัตย์ซื่อ แต่ไม่สามารถเข้าสู่สวรรค์ชั้นที่สามได้เนื่องจากความบกพร่องในความเชื่อของเธอ

เธอมาที่คริสตจักรมันมินจู-อังเพราะอาการป่วยของสามีและกลายเป็นสมาชิกที่ร้อนรนคนหนึ่ง สามีของเธอถูกหามใส่แคร่มายังคริสตจักร แต่ความเจ็บปวดของเขาหายไปและสามารถลุกขึ้นยืนและเดินได้ ลองคิดดูซิว่าเธอจะชื่นชมยินดีและขอบพระคุณมากสักเพียงใด เธอขอบพระคุณพระเจ้าเสมอที่ทรงรักษาโรคของสามีเธอให้หายและขอบคุณศิษยาภิบาลของเธอที่อธิษฐานเผื่อเธอด้วยความรัก เธอสัตย์ซื่ออยู่เสมอ เธออธิษฐานเผื่อแผ่นดินของพระเจ้าและอธิษฐานด้วยใจขอบพระคุณต่อผู้เลี้ยงของเธอตลอดเวลา ไม่ว่าในยามที่เธอเดิน นั่ง หรือยืน หรือแม้แต่ในเวลาที่เธอทำอาหาร

นอกจากนั้น เนื่องจากเธอรักพี่น้องชายหญิงในพระคริสต์ เธอจึงให้การปลอบประโลมคนอื่นแทนที่จะรับการปลอบประโลมพร้อมทั้งหนุนใจและดูแลผู้เชื่อคนอื่น เธอต้องการดำเนินชีวิตตามพระคำของพระเจ้าเท่านั้นและพยายามละทิ้งความบาปทั้งสิ้นของเธอจนถึงเลือดไหล เธอไม่เคยอิจฉาริษยาหรือปรารถนาทรัพย์สมบัติฝ่ายโลก แต่เธอมุ่งประกาศพระกิตติคุณกับเพื่อนบ้านของเธอเพียงอย่างเดียว

เพราะเธอเป็นคนที่สัตย์ซื่ออย่างมากต่อแผ่นดินของพระเจ้า ข้าพเจ้าจึงได้รับการดลใจจากพระวิญญาณบริสุทธิ์เมื่อเห็นถึงความจงรักภักดีของเธอและขอให้เธอทำหน้าที่ในภารกิจการรับใช้ของคริสตจักรของข้าพเจ้า ข้าพเจ้ามีความเชื่อว่าถ้าผู้หญิงคนนี้ทำหน้าที่ของเธออย่างสัตย์ซื่อ สมาชิกทุกคนในครอบครัวของเธอรวมทั้งสามีของเธอจะมีความเชื่อฝ่ายวิญญาณ

แต่เธอไม่เชื่อฟังเพราะเธอมองดูสถานการณ์ของตนเองและถูกครอบงำด้วยความคิดฝ่ายเนื้อหนังของเธอ ต่อมาไม่นานเธอก็เสียชีวิต ข้าพเจ้ารู้สึกหัวใจสลายและในขณะที่อธิษฐานต่อพระเจ้าข้าพเจ้าได้ยินเสียงคำพูดของเธอผ่านทางการสื่อสารฝ่ายวิญญาณว่า...

"แม้ดิฉันจะกลับใจและกลับใจจากการไม่เชื่อฟังผู้เลี้ยง เข็มนาฬิกาก็ไม่อาจหมุนกลับคืนมาได้อีก ดังนั้นดิฉันจึงอธิษฐานเผื่อแผ่นดินของพระเจ้าและเผื่อผู้เลี้ยงมากยิ่งขึ้น สิ่งเดียวที่ดิฉันต้องบอกกับพี่น้องชายหญิงก็คือสิ่งที่ผู้เลี้ยงประกาศคือน้ำพระทัยของพระเจ้า การไม่เชื่อฟังน้ำพระทัยของพระเจ้าและการโกรธถือเป็นบาปที่ร้ายแรงที่สุด ด้วยเหตุนี้ ผู้คนจึงพบกับความยากลำบาก และดิฉันได้รับคำชมเชยว่าเป็นคนไม่โกรธง่ายแต่เป็นคนถ่อมใจและพยายามเชื่อฟังอย่างสิ้นสุดใจของตน ดิฉันกลายเป็นคนเป่าแตรขององค์พระผู้เป็นเจ้า วันเวลาที่ดิฉันจะได้ต้อนรับพี่น้องชายหญิงกำลังจะมาถึง ดิฉันหวังเป็นอย่างยิ่งว่าพี่น้องชายหญิงของดิฉันจะมีความคิดที่ชัดเจนและไม่ขาดแคลนสิ่งใดเพื่อคนเหล่านี้จะจดจ่อกับวันที่กำลังจะมาถึงนั้น"

คำพูดของเธอมีมากกว่านี้ เธอบอกกับข้าพเจ้าว่าสาเหตุที่เธอไม่สามารถเข้าไปสู่สวรรค์ชั้นที่สามได้ก็เพราะความไม่เชื่อฟังของเธอ

"ดิฉันมีสองสามอย่างที่ไม่ได้เชื่อฟังจนกระทั่งดิฉันมาถึงสวรรค์ชั้นนี้ บางครั้งดิฉันพูดว่า 'ไม่ใช่ ไม่ใช่ ไม่ใช่' ในขณะที่ดิฉันกำลังนั่งฟังคำเทศนา ดิฉันไม่ได้ทำหน้าที่ของตนอย่างถูกต้อง เพราะดิฉันคิดว่าดิฉันจะทำหน้าที่ของตนเมื่อสถานการณ์ของดิฉันดีขึ้น ดิฉันใช้ความคิดฝ่ายเนื้อหนัง นี่คือความผิดพลาดอันยิ่งใหญ่ในสายพระเนตรของพระเจ้า"

เธอยังพูดอีกว่าเธอเคยอิจฉาบรรดาผู้รับใช้และผู้คนที่ดูแลการเงินของคริสตจักรเมื่อใดก็ตามที่เธอเห็นคนเหล่านั้นโดยคิดว่าบำเหน็จรางวัลในสวรรค์ของคนเหล่านั้นต้องยิ่งใหญ่มาก แต่เธอกล่าวว่าเมื่อเธอไปถึงสวรรค์ สิ่งต่าง ๆ กลับไม่ได้เป็นเช่นนั้น

"ไม่ใช่ ไม่ใช่ ไม่ใช่ เฉพาะผู้คนที่ประพฤติตามน้ำพร

ะทัยของพระเจ้าเท่านั้นที่ได้รับบำเหน็จรางวัลและพระพร ถ้าผู้นำทำผิด ความบาปของเขาจะร้ายแรงกว่าความผิดของสมาชิกธรรมดา ผู้นำต้องอธิษฐานมากขึ้น ผู้นำต้องสัตย์ซื่อมากขึ้น ผู้นำต้องสอนให้ดียิ่งขึ้น ผู้นำต้องมีความสามารถในการหยั่งรู้ นั่นคือสาเหตุที่พระกิตติคุณเล่มหนึ่งบันทึกถึงการที่คนตาบอดจูงคนตาบอด ความหมายของคำว่า “อย่าให้ใครเรียกท่านว่า ‘ท่านอาจารย์’” ก็คือบุคคลจะได้รับพระพรถ้าเขาพยายามทำดีที่สุดในตำแหน่งหน้าที่ของตน บัดนี้ วันเวลาที่เราจะพบปะซึ่งกันและกันในฐานะบุตรของพระเจ้าในอาณาจักรนิรันดร์กำลังจะมาถึง ด้วยเหตุนี้ ทุกคนควรทำลายการงานของเนื้อหนังทั้งสิ้นของตน เป็นคนชอบธรรม และมีคุณสมบัติที่เหมาะสมในฐานะเจ้าสาวขององค์พระผู้เป็นเจ้าโดยไม่มีความอายเมื่อยืนอยู่ต่อพระพักตร์พระเจ้า”

เพราะฉะนั้น ท่านควรตระหนักว่าการเชื่อฟังเป็นสิ่งสำคัญเพียงใด ไม่ใช่เพื่อการสำนึกในหน้าที่แต่เพื่อความชื่นชมยินดีภายในจิตใจของท่าน ความรักที่ท่านมีต่อพระเจ้า และเพื่อชำระจิตใจของท่านให้บริสุทธิ์ ยิ่งกว่านั้น ท่านไม่ควรเป็นแค่คนไปโบสถ์เท่านั้น แต่ควรทบทวนตนเองว่าท่านจะไปอยู่ในสวรรค์ชั้นใดถ้าพระบิดาทรงเรียกวิญญาณจิตของท่านกลับไปวันนี้

ท่านควรพยายามเป็นคนสัตย์ซื่อในหน้าที่ทั้งสิ้นของท่านและดำเนินชีวิตตามพระคำของพระเจ้าเพื่อท่านจะได้รับการชำระให้บริสุทธิ์อย่างสมบูรณ์และมีคุณสมบัติพร้อมทุกประการที่จะเข้าสู่นครเยรูซาเล็มใหม่

1 โครินธ์ 15:41 บอกท่านว่าสง่าราศี (ศักดิ์ศรี) ที่แต่ละคนได้รับในสวรรค์จะแตกต่างกัน โดยระบุว่า “ศักดิ์ศรีของดวงอาทิตย์ก็อย่างหนึ่ง ศักดิ์ศรีของดวงจันทร์ก็อย่างหนึ่ง ศักดิ์ศรีของดวงดาวก็อย่างหนึ่ง แท้ที่จริงศักดิ์ศรีของดาวดวงหนึ่งก็ต่างกันกับศักดิ์ศรีของดาวดวงอื่น ๆ”

ทุกคนที่รอดจะชื่นชมกับชีวิตนิรันดร์ในสวรรค์ แต่บางค

นจะอยู่ในเมืองบรมสุขเกษมในขณะที่บางคนจะอยู่ในนครเยรูซาเล็มใหม่ ทั้งนี้ขึ้นอยู่ขนาดแห่งความเชื่อของแต่ละคน ความแตกต่างของสง่าราศี (ศักดิ์ศรี) ยิ่งใหญ่มากจนไม่อาจบรรยายเป็นถ้อยคำได้

  ด้วยเหตุนี้ ข้าพเจ้าจึงอธิษฐานในพระนามขององค์พระผู้เป็นเจ้าเพื่อท่านจะไม่อยู่ในความเชื่อเพียงเพื่อให้ได้รับความรอดเท่านั้น แต่ท่านจะเป็นเหมือนชาวนาที่ขายทรัพย์สมบัติทั้งสิ้นที่ตนมีอยู่เพื่อนำไปซื้อทุ่งนาและขุดเอาทรัพย์สมบัติขึ้นมา ขอให้ท่านดำเนินชีวิตตามพระคำของพระเจ้าอย่างครบถ้วนและกำจัดความชั่วร้ายทุกชนิดเพื่อท่านจะเข้าสู่นครเยรูซาเล็มใหม่และพำนักอยู่ในสง่าราศีที่เจิดจ้าเหมือนดวงอาทิตย์

บทที่ 9

สวรรค์ชั้นที่สาม

ทูตสวรรค์คอยปรนนิบัติบุตรของพระเจ้าแต่ละคน
คนประเภทใดจะเข้าไปอยู่ในสวรรค์ชั้นที่สาม

> คนที่อดทนต่อการทดลองใจก็เป็นสุขเพราะเมื่อปรา
> กฏว่าผู้นั้นทนได้แล้ว
> เขาจะได้รับมงกุฎแห่งชีวิตซึ่งพระเจ้าได้ทรงสัญญา
> ไว้แก่คนทั้งหลายที่รักพระองค์
>
> - ยากอบ 1:12 -

พระเจ้าทรงเป็นพระวิญญาณ พระองค์ทรงเป็นความดีงาม ความสว่าง และความรัก นั่นคือเหตุผลที่พระองค์ทรงปรารถนาให้บุตรของพระองค์ละทิ้งความผิดบาปและความชั่วร้ายทุกชนิดของตน พระเยซูผู้เสด็จเข้ามาในโลกนี้ในสภาพเนื้อหนังไม่มีตำหนิด่างพร้อยเพราะพระองค์ทรงเป็นพระเจ้า ดังนั้น บุคคลประเภทใดควรเป็นเจ้าสาวที่คอยต้อนรับองค์พระผู้เป็นเจ้า

เพื่อให้เป็นบุตรที่แท้จริงของพระเจ้าและเป็นเจ้าสาวขององค์พระผู้เป็นเจ้าผู้ที่จะมีส่วนแบ่งปันความรักที่แท้จริงกับพระเจ้าชั่วนิรันดร์ จิตใจของท่านต้องเป็นเหมือนพระทัยของพระเจ้าผู้บริสุทธิ์และชำระตนเองให้บริสุทธิ์ด้วยการละทิ้งความชั่วร้ายทุกชนิด

สวรรค์ชั้นที่สาม (ซึ่งเป็นที่อยู่สำหรับบุตรประเภทนี้ของพระเจ้า ซึ่งเป็นผู้คนที่บริสุทธิ์และมีจิตใจเหมือนพระทัยของพระเจ้า) แตกต่างจากสวรรค์ชั้นที่สองอย่างมาก เพราะพระเจ้าทรงเกลียดชังความชั่วร้ายและทรงรักความดีงาม พระองค์จึงทรงปฏิบัติต่อบุตรของพระองค์ที่ได้รับการชำระให้บริสุทธิ์ด้วยวิธีการที่พิเศษ สวรรค์ชั้นที่สามเป็นสถานที่ชนิดใดและท่านต้องรักพระเจ้ามากเพียงใดเพื่อจะเข้าไปสู่สถานที่แห่งนี้

1. ทูตสวรรค์คอยปรนนิบัติบุตรของพระเจ้าแต่ละคน

บ้านเรือนในสวรรค์ชั้นที่สามรุ่งเรืองและโอ่อ่ากว่าบ้านพักชั้นเดียวในสวรรค์ชั้นที่สองจนไม่อาจเทียบกันได้ บ้านเรือนในสวรรค์ชั้นที่สามถูกประดับประดาด้วยเพชรพลอยหลายชนิดและมีสิ่งอำนวยความสะดวกมากมายที่เจ้าของบ้านปรารถนา

ยิ่งกว่านั้น นับจากสวรรค์ชั้นที่สามขึ้นไป จะมีทูตสวรรค์คอยให้การปรนนิบัติผู้ที่อาศัยอยู่ในสถานที่เหล่านั้นแต่ละคนและเหล่าทูตสวรรค์จะรักและยกย่องเจ้านายของตนและปรนนิบัติเขาด้วยสิ่งที่ดีที่สุด

ทูตสวรรค์ที่คอยปรนนิบัติเป็นส่วนตัว
ฮีบรู 1:14 กล่าวว่า "ทูตสวรรค์ทั้งปวงเป็นแต่เพียงวิญญาณผู้ปร

นนิบัติที่พระองค์ทรงส่งไปช่วยเหลือบรรดาผู้ที่จะได้รับความรอดกระนั้นมิใช่หรือ" ทูตสวรรค์เป็นวิญญาณที่มีชีวิต ทูตสวรรค์เหมือนมนุษย์เพราะเป็นสิ่งทรงสร้างอย่างหนึ่งของพระเจ้า แต่ไม่มีเนื้อและกระดูกรวมทั้งไม่มีการสมรสหรือความตาย ทูตสวรรค์ไม่มีบุคลิกภาพเหมือนมนุษย์ แต่ความรู้และพลังอำนาจของทูตสวรรค์ยิ่งใหญ่กว่าของมนุษย์ (2 เปโตร 2:11)

ฮีบรู 12:22 กล่าวถึงทูตสวรรค์จำนวนมากมหาศาลจนนับไม่ถ้วนในสวรรค์ พระเจ้าได้ทรงกำหนดลำดับชั้นและตำแหน่งในหมู่ทูตสวรรค์โดยทรงมอบหมายภารกิจและสิทธิอำนาจที่แตกต่างกันตามภารกิจให้กับทูตเหล่านั้น

ดังนั้นจึงมีการแยกความแตกต่างในหมู่ทูตสวรรค์อย่างเช่นเหล่าทูตสวรรค์และเทพบดี ยกตัวอย่าง กาเบรียล (ซึ่งทำหน้าที่เหมือนข้าราชการพลเรือนที่คอยรับใช้อยู่ต่อพระพักตร์พระเจ้า) มาปรากฏแก่ท่านพร้อมกับนำคำตอบต่อคำอธิษฐานมาให้ท่าน หรือนำแผนการและการเปิดเผยของพระเจ้ามาแจ้งให้ท่านทราบ (ดาเนียล 9:21-23; ลูกา 1:19; 1:26-27) เทพบดีมีคาเอล (ซึ่งทำหน้าที่เหมือนข้าราชการทหาร) เป็นผู้นำกองทัพของสวรรค์ ท่านควบคุมการทำสงครามกับวิญญาณชั่วและบางครั้งท่านทำลายแนวรบของความมืด (ดาเนียล 10:13-14; 10:21; ยูดา 1:9; วิวรณ์ 12:7-8)

ในหมู่ทูตสวรรค์เหล่านี้ มีทูตสวรรค์จำนวนหนึ่งที่ปรนนิบัติเจ้านายของตนเป็นการส่วนตัว ในเมืองบรมสุขเกษม สวรรค์ชั้นที่หนึ่งและสวรรค์ชั้นที่สอง มีทูตสวรรค์จำนวนหนึ่งที่คอยให้ความช่วยเหลือบุตรของพระเจ้าในบางครั้ง แต่ไม่มีทูตสวรรค์ที่คอยปรนนิบัติเจ้านายของตนเป็นการส่วนตัว มีเพียงทูตสวรรค์ที่คอยดูแลสนามหญ้าหรือถนนดอกไม้ หรือสาธารณสมบัติเพื่อป้องกันไม่ให้เกิดความยุ่งยาก และมีทูตสวรรค์คอยแจ้งข่าวสารของพระเจ้า

แต่สำหรับผู้คนที่อยู่ในสวรรค์ชั้นที่สามหรือนครเยรูซาเล็มใหม่ คนเหล่านี้จะมีทูตสวรรค์ส่วนตัวเป็นรางวัลเพราะเขารักพระเจ้าและทำให้พระองค์พอพระทัยอย่างมาก นอกจากนั้น จำนวนทูตสวรรค์ที่ประทานให้กับคนเหล่านี้ยังแตกต่างกันออกไปตามขนาดของการเป็นเหมือนพระเจ้าและการเชื่อฟังพระองค์ของแต่ละคนเช่นกัน

ถ้าบุคคลหนึ่งมีบ้านหลังใหญ่ในนครเยรูซาเล็มใหม่ เขาจะมีทูตสวรรค์จำนวนนับไม่ถ้วนเพราะนั่นหมายความว่าเจ้าของบ้านมีจิตใจเหมือนพระทัยของพระเจ้าและนำผู้คนจำมากมายมาถึงความรอด มีทูตสวรรค์ที่คอยดูแลบ้าน สิ่งอำนวยความสะดวก และสิ่งต่าง ๆ ที่เป็นรางวัล และมีทูตสวรรค์ที่คอยปรนนิบัติเจ้านายเป็นการส่วนตัว ที่นี่จะมีทูตสวรรค์จำนวนมาก

ถ้าท่านไปอยู่ในสวรรค์ชั้นที่สาม ท่านไม่เพียงจะมีทูตสวรรค์คอยรับใช้ส่วนตัวเท่านั้น แต่ท่านจะมีทูตสวรรค์ที่คอยดูแลบ้านของท่านและทูตสวรรค์ที่คอยต้อนรับและช่วยเหลือผู้มาเยือนด้วยเช่นกัน ท่านจะรู้สึกขอบพระคุณพระเจ้าถ้าท่านเข้าไปสู่สวรรค์ชั้นที่สามเพราะพระเจ้าทรงอนุญาตให้ท่านครอบครองชั่วนิรันดร์ในขณะที่รับการปรนนิบัติจากทูตสวรรค์ที่พระองค์ทรงประทานเป็นรางวัลแก่ท่านตลอดไป

บ้านส่วนตัวหลายชั้นอันโอ่อ่า

มีสวนและทะเลสาบอยู่ภายในบ้านที่อยู่ในสวรรค์ชั้นที่สามซึ่งถูกตกแต่งด้วยดอกไม้และต้นไม้ที่มีกลิ่นหอมนานาชนิด ในทะเลสาบมีปลามากมายและผู้คนสามารถสนทนาและแบ่งปันความรักกับปลาเหล่านั้นได้เช่นกัน นอกจากนั้น ทูตสวรรค์จะเล่นดนตรีพร้อมกับมีผู้คนสรรเสริญพระเจ้าพระบิดาไปพร้อมกับทูตสวรรค์เหล่านั้น

ผู้คนที่อาศัยอยู่ในสวรรค์ชั้นที่สามสามารถครอบครองทุกสิ่งที่ตนต้องการ เช่น สนามกอล์ฟ สระว่ายน้ำ ทะเลสาบ ทางเดิน ห้องบอลล์รูม และสิ่งอำนวยความสะดวกอื่น ๆ ซึ่งแตกต่างจากผู้คนที่อยู่ในสวรรค์ชั้นที่สองซึ่งสามารถครอบครองสิ่งอำนวยความสะดวกเหล่านี้เพียงอย่างเดียว เพราะฉะนั้น คนเหล่านี้จึงไม่จำเป็นต้องไปขอใช้สิ่งอำนวยความสะดวกที่ตนไม่มีจากเพื่อนบ้าน เขาสามารถชื่นชมกับสิ่งอำนวยความสะดวกเหล่านี้ได้ทุกเวลาที่ตนต้องการ

บ้านเรือนในสวรรค์ชั้นที่สามเป็นบ้านส่วนตัวหลายชั้นที่โอ่อ่างดงาม และมีขนาดกว้างใหญ่ บ้านเหล่านี้ถูกประดับประดาไว้อย่างงดงามจนไม่มีมหาเศรษฐีคนใดในโลกนี้เลียนแบบได้

อนึ่ง บ้านในสวรรค์ชั้นที่สามไม่มีป้ายเลขที่บ้าน ผู้คนจะรู้ว่าบ้าน

หลังนั้นเป็นของใครโดยไม่ต้องมีป้ายเลขที่บ้านเพราะกลิ่นหอมที่เป็นเอกลักษณ์ซึ่งแสดงถึงจิตใจอันงดงามและขาวสะอาดของเจ้าบ้านจะหลั่งไหลออกมาจากบ้านหลังนั้น

บ้านเรือนในสวรรค์ชั้นที่สามมีกลิ่นหอมและความเจิดจ้าของแสงสว่างที่แตกต่างกัน ยิ่งเจ้าของบ้านมีจิตใจที่เหมือนพระทัยของพระเจ้ามากเท่าใด กลิ่นหอมและแสงสว่างของเจ้าบ้านก็จะหอมหวลและเจิดจ้ามากขึ้นเท่านั้น

นอกจากนั้น ในสวรรค์ชั้นที่สามยังมีสัตว์เลี้ยงและนกชนิดต่าง ๆ ซึ่งมีความงดงาม เฉลียวฉลาด และน่าเอ็นดูมากกว่าสัตว์เลี้ยงในสวรรค์ชั้นที่หนึ่งหรือชั้นที่สอง ยิ่งกว่านั้น ที่นี่ยังมีรถในเมฆไว้เพื่อใช้ในที่สาธารณะ และผู้คนสามารถเดินทางไปทุกหนทุกแห่งในสวรรค์โดยไม่จำกัดตามที่ตนต้องการ

เหมือนที่ข้าพเจ้าอธิบายไปแล้วว่าผู้คนในสวรรค์ชั้นที่สามสามารถมีและทำสิ่งใดก็ตามที่ตนต้องการ ชีวิตในสวรรค์ชั้นที่สามเป็นสิ่งที่อยู่เหนือจินตนาการ

มงกุฎแห่งชีวิต

ในวิวรณ์ 2:10 มีพระสัญญาของการมอบ "มงกุฎแห่งชีวิต" ให้กับผู้ที่สัตย์ซื่อเพื่อแผ่นดินของพระเจ้าตราบจนวันตาย

"อย่ากลัวความทุกข์ทรมานซึ่งเจ้าจะได้รับนั้น นี่แนะ มารจะขังพวกเจ้าบางคนไว้ในคุกเพื่อจะลองใจเจ้าและเจ้าทั้งหลายจะได้รับความทุกข์ทรมานถึงสิบวัน แต่เจ้าจงมีใจมั่นคงอยู่ตราบเท่าวันตายและเราจะมอบมงกุฎแห่งชีวิตให้แก่เจ้า"

วลีที่ว่า "มีใจมั่นคงอยู่ตราบเท่าวันตาย" ในที่นี้ไม่ได้หมายถึงความสัตย์ซื่อต่อความเชื่อแห่งการเป็นผู้สละชีพเพื่อเห็นแก่ความเชื่อของตนเท่านั้น แต่ยังหมายถึงการไม่ยอมประนีประนอมกับโลกและการเป็นคนบริสุทธิ์ด้วยการละทิ้งความบาปทุกชนิดจนถึงเลือดไหลด้วยเช่นกัน พระเจ้าทรงประทานรางวัลแก่ผู้ที่เข้าไปอยู่ในสวรรค์ชั้นที่สามด้วยมงกุฎแห่งชีวิตเพราะคนเหล่านี้สัตย์ซื่อตราบจนวันตายและมีชัยชนะเหนือการทดลองและความยากลำบากทุกชนิด (ยากอบ 1:12)

เมื่อผู้คนที่อยู่ในสวรรค์ชั้นที่สามเดินทางไปเยียมนครเยรูซาเล็มใหม่ คนเหล่านี้จะใส่เครื่องหมายวงกลมไว้ที่ริมขวาของมงกุฎแห่งชีวิต เมื่อผู้คนที่อยู่ในเมืองบรมสุขเกษม สวรรค์ชั้นที่หนึ่ง และสวรรค์ชั้นที่สองเดินทางไปเยียมนครเยรูซาเล็มใหม่ คนเหล่านี้จะติดตราสัญลักษณ์ไว้ที่หน้าอกด้านซ้าย ท่านสามารถมองเห็นความแตกต่างของสง่าราศีของผู้คนที่อยู่ในสวรรค์ชั้นที่สามด้วยวิธีการนี้

แต่ผู้คนที่อยู่ในนครเยรูซาเล็มใหม่จะอยู่ภายใต้การดูแลเป็นพิเศษของพระเจ้า ดังนั้นคนเหล่านี้จึงไม่ต้องการตราสัญลักษณ์ใด ๆ เพื่อชี้ให้เห็นถึงความแตกต่างของตน คนเหล่านี้ได้รับการปฏิบัติด้วยวิธีการพิเศษในฐานะบุตรที่แท้จริงของพระเจ้า

บ้านเรือนในนครเยรูซาเล็มใหม่

บ้านเรือนในสวรรค์ชั้นที่สามแตกต่างจากบ้านเรือนในนครเยรูซาเล็มใหม่ในด้านขนาด ความงดงาม และสง่าราศี

ประการแรก ถ้าสมมุติว่าถ้าบ้านหลังเล็กที่สุดในนครเยรูซาเล็มใหม่มีขนาดเท่ากับ 100 ตารางฟุต บ้านในสวรรค์ชั้นที่สามก็จะมีขนาดเท่ากับ 60 ตารางฟุต ยกตัวอย่าง ถ้าบ้านหลังเล็กที่สุดในนครเยรูซาเล็มใหม่มีขนาดเท่ากับ 100,000 ตารางฟุต บ้านในสวรรค์ชั้นที่สามจะมีขนาด 60,000 ตารางฟุต เป็นต้น

ถึงกระนั้น ขนาดของบ้านแต่ละหลังจะแตกต่างกันเพราะขึ้นอยู่กับว่าเจ้าของบ้านช่วยดวงวิญญาณให้รอดและสร้างคริสตจักรของพระเจ้าไว้มากเพียงใด เหมือนที่พระเยซูตรัสไว้ในมัทธิว 5:5 “บุคคลผู้ใดมีใจอ่อนโยน ผู้นั้นเป็นสุข เพราะว่าเขาจะได้รับแผ่นดินโลกเป็นมรดก” ขนาดของบ้านที่บุคคลเข้าไปอาศัยจะถูกกำหนดตามจำนวนของดวงวิญญาณที่เจ้าของบ้านผู้มีจิตใจอ่อนโยนนำเข้าสู่สวรรค์

ดังนั้น มีบ้านหลายหลังในสวรรค์ชั้นที่สามและในนครเยรูซาเล็มใหม่จะมีขนาดใหญ่กว่าหนึ่งหมื่นตารางฟุต กระนั้น แม้บ้านที่มีขนาดใหญ่ที่สุดในสวรรค์ชั้นที่สามก็มีขนาดเล็กกว่าบ้านในนครเยรูซาเล็มใหม่หลายเท่า นอกจากนั้น ขนาด รูปแบบ ความงดงาม และเพชรพลอยที่ใช้ประดับบ้านเรือนยังแตกต่างกันอย่างมากด้วยเช่นกัน

ในนครเยรูซาเล็มใหม่ไม่ได้มีเพียงรากฐานที่ทำด้วยเพชรพลอย 12 ชนิดเท่านั้น แต่ยังมีเพชรพลอยที่งดงามชนิดอื่นด้วยเช่นกัน ที่นั่นมีเพชรพลอยขนาดใหญ่ซึ่งมีสีสันงดงามมากมายจนท่านไม่สามารถระบุชื่อเพชรพลอยเหล่านั้นได้และเพชรพลอยบางชนิดเจิดจ้าทับซ้อนแสงสว่างถึงสองหรือสามเท่า

แน่นอน มีเพชรพลอยอยู่หลายชนิดในสวรรค์ชั้นที่สามเช่นกัน ถึงกระนั้น แม้ในความหลากหลายเหล่านี้ เพชรพลอยในสวรรค์ชั้นที่สามก็ไม่อาจนำไปเทียบกับเพชรพลอยในนครเยรูซาเล็มใหม่ได้ ในสวรรค์ชั้นที่สามไม่มีเพชรพลอยชนิดใดที่ส่องแสงเจิดจ้ามากถึงสองหรือสามเท่า แสงเจิดจ้าของเพชรพลอยในสวรรค์ชั้นที่สามมีความงดงามมากกว่าเมื่อเทียบกับเพชรพลอยในสวรรค์ชั้นที่สองหรือชั้นที่หนึ่งซึ่งเพชรพลอยในสถานที่เหล่านี้เป็นเพียงเพชรพลอยธรรมดาทั่วไป แม้เพชรพลอยในสถานที่เหล่านี้เป็นชนิดเดียวกันกับเพชรพลอยในนครเยรูซาเล็มใหม่ แต่เพชรพลอยเหล่านี้งดงามน้อยกว่าเพชรพลอยในนครเยรูซาเล็มใหม่

ดังนั้น เมื่อผู้คนในสวรรค์ชั้นที่สามซึ่งพำนักอยู่ภายนอกนครเยรูซาเล็มใหม่ที่เต็มไปด้วยพระสิริของพระเจ้ามองดูนครแห่งนี้ด้วยใจปรารถนาที่จะเข้าไปสู่นครแห่งนั้นจะรำพึงรำพันว่า...

“น่าเสียดาย ถ้าเพียงแต่เราพยายามมากกว่านี้และสัตย์ซื่อต่อทุกสิ่งในชุมชนของพระเจ้ามากกว่านี้เราก็คง...”

“น่าเสียดาย ถ้าพระเจ้าพระบิดาทรงเรียกเรากลับบ้านหลังจากที่เรา...ป่านนี้เราก็คง....”

“น่าเสียดาย ถ้าเพียงแต่เราถูกเชิญอีกครั้งหนึ่ง ป่านนี้เราก็คง...”

ในสวรรค์ชั้นที่สามมีความสุขและความงดงามอยู่มากมาย แต่ความสุขและความงดงามเหล่านั้นเทียบไม่ได้กับความสุขและความงดงามของนครเยรูซาเล็มใหม่

2. คนประเภทใดจะเข้าไปอยู่ในสวรรค์ชั้นที่สาม

เมื่อท่านเปิดหัวใจของท่านต้อนรับเอาพระเยซูคริสต์เป็นพระผู้ช่วยให้รอดส่วนตัวของท่าน พระวิญญาณบริสุทธิ์ทรงเสด็จมาหาท่าน

และสอนท่านเกี่ยวกับความบาป ความชอบธรรม และการพิพากษา และทำให้ท่านรู้ถึงความจริง เมื่อท่านเชื่อฟังพระคำของพระเจ้า ละทิ้งความชั่วร้ายทุกชนิดและรับการชำระให้บริสุทธิ์ วิญญาณจิตของท่านกำลังอยู่ในสถานะของการจำเริญขึ้นสู่ความเชื่อระดับที่สี่

ผู้คนที่บรรลุถึงความเชื่อระดับที่สี่จะรักพระเจ้ามากและเป็นที่รักของพระองค์ คนเหล่านี้จะเข้าไปอยู่ในสวรรค์ชั้นที่สาม บุคคลประเภทใดมีความเชื่อที่สามารถเข้าสู่สวรรค์ชั้นที่สามได้

ผู้ที่รับการชำระให้บริสุทธิ์ด้วยละทิ้งความชั่วร้ายทุกชนิด

ในสมัยพระคัมภีร์เดิมผู้คนไม่ได้รับพระวิญญาณบริสุทธิ์ คนเหล่านั้นจึงไม่สามารถละทิ้งความผิดบาปที่ฝังลึกอยู่ในจิตใจด้วยกำลังของตนเองได้ นั่นคือสาเหตุที่คนเหล่านั้นต้องทำพิธีเข้าสุหนัต ตราบใดที่ความชั่วร้ายไม่ปรากฏออกมาเป็นการกระทำคนเหล่านั้นก็ไม่ถือว่าสิ่งนั้นเป็นความชั่วร้าย แม้บุคคลมีความคิดที่จะฆ่าใครบางคนตราบใดที่เขาไม่ลงมือฆ่าคน การมีความคิดเช่นนั้นไม่ถือว่าเป็นบาป ความคิดนั้นจะเป็นบาปก็ต่อเมื่อมีการกระทำปรากฏออกมาเท่านั้น

แต่ในสมัยพระคัมภีร์ใหม่ ถ้าท่านต้อนรับเอาพระเยซูคริสต์องค์พระผู้เป็นเจ้า พระวิญญาณบริสุทธิ์ทรงเสด็จเข้ามาในจิตใจท่าน ท่านไม่สามารถเข้าสู่สวรรค์ชั้นที่สามได้เว้นแต่จิตใจของท่านได้รับการชำระให้บริสุทธิ์ ที่เป็นเช่นนี้ก็เพราะท่านได้เข้าสุหนัตในจิตใจของท่านด้วยความช่วยเหลือของพระวิญญาณบริสุทธิ์

ด้วยเหตุนี้ ท่านจะสามารถเข้าสู่สวรรค์ชั้นที่สามได้ก็ต่อเมื่อท่านละทิ้งความชั่วร้ายทุกชนิด เช่น ความเกลียดชัง การล่วงประเวณี และ ความโลภ เป็นต้น จากนั้นรับการชำระให้บริสุทธิ์ บุคคลประเภทใดมีจิตใจที่ได้รับการชำระให้บริสุทธิ์ บุคคลที่มีจิตใจที่ได้รับการชำระให้บริสุทธิ์ได้แก่ผู้ที่มีความรักฝ่ายวิญญาณตามที่อธิบายไว้ใน 1 โครินธ์ 13 ผลของพระวิญญาณบริสุทธิ์ทั้ง 9 ชนิดในกาลาเทีย 5 และลักษณะของผู้เป็นสุขในมัทธิว 5 รวมทั้งบุคคลที่มีความบริสุทธิ์เหมือนความบริสุทธิ์ขององค์พระผู้เป็นเจ้า

แน่นอน สิ่งนี้ไม่ได้หมายความว่าบุคคลนี้อยู่ในระดับเดียวกันกับ

องค์พระผู้เป็นเจ้า ไม่ว่ามนุษย์จะละทิ้งความบาปของตนและได้รับการชำระให้บริสุทธิ์มากสักเพียงใดก็ตาม บุคคลนั้นก็ยังอยู่ในระดับที่แตกต่างกันอย่างมากจากระดับของพระเจ้าผู้ทรงเป็นจุดกำเนิดของความสว่าง

ด้วยเหตุนี้ เพื่อชำระจิตใจของท่านให้บริสุทธิ์ ประการแรกท่านต้องทำให้ผืนดินแห่งจิตใจของท่านเป็นดินดีก่อน กล่าวคือ ท่านควรทำให้จิตใจของท่านเป็นดินดีด้วยการไม่ทำในสิ่งที่พระคัมภีร์ห้ามไม่ให้ทำและละทิ้งในสิ่งที่พระคัมภีร์บอกให้ท่านละทิ้ง เมื่อกระทำเช่นนั้นแล้ว ท่านก็จะเกิดผลดีเมื่อเมล็ดพืชถูกหว่านลงไป เมล็ดพืชที่หว่านลงไปในจิตใจที่พรั่งพร้อมของท่านจะแตกหน่อ ผลิดอก และออกผลหลังจากท่านทำในสิ่งที่พระเจ้าทรงบอกให้ท่านทำและรักษาในสิ่งที่พระองค์ทรงบอกให้ท่านรักษา เหมือนที่ชาวนาหว่านเมล็ดพืชลงไปในดินที่เขาเตรียมไว้

ฉะนั้น การชำระให้บริสุทธิ์จึงหมายถึงสถานะที่บุคคลได้รับการชำระให้สะอาดจากความบาปดั้งเดิมและบาปที่ตนกระทำด้วยการทำงานของพระวิญญาณบริสุทธิ์หลังจากที่เขาบังเกิดใหม่ด้วยน้ำและพระวิญญาณบริสุทธิ์โดยการเชื่อในฤทธิ์อำนาจของการไถ่ของพระเยซูคริสต์ การรับการอภัยความบาปของท่านด้วยการเชื่อในพระโลหิตของพระเยซูคริสต์นั้นแตกต่างจากการละทิ้งเนื้อหนังหรือธรรมชาติบาปที่อยู่ในจิตใจของท่านด้วยความช่วยเหลือของพระวิญญาณบริสุทธิ์โดยการอธิษฐานอย่างร้อนรนและการอดอาหารอยู่บ่อยครั้ง

การต้อนรับเอาพระเยซูคริสต์และการเป็นบุตรของพระเจ้าไม่ได้หมายความว่าความบาปทั้งสิ้นในจิตใจของท่านถูกกำจัดออกไปอย่างสมบูรณ์ ท่านยังคงมีความชั่วร้าย อย่างเช่น ความเกลียดชัง ความหยิ่งยโส และความชั่วอื่น ๆ อีกมากมายอยู่ภายในท่าน นั่นคือเหตุผลที่ว่าทำไมขั้นตอนของการค้นหาความชั่วร้ายด้วยการฟังพระคำของพระเจ้าและการต่อสู้กับความชั่วร้ายเหล่านั้นจนถึงเลือดไหลจึงเป็นสิ่งที่สำคัญ (ฮีบรู 12:4)

นี่คือวิธีการที่ท่านทำลายการงานของเนื้อหนังและพัฒนาไปสู่การชำระให้บริสุทธิ์ สถานะที่ท่านกำจัดการประพฤติของเนื้อหนังและความปรารถนาของเนื้อหนังที่อยู่ในจิตใจของท่านคือการอยู่ในควา

มเชื่อระดับที่สี่ซึ่งเป็นสถานะของการชำระให้บริสุทธิ์
ทำไมพระเจ้าทรงอนุญาตให้การทดลองอย่างรุนแรงเกิดขึ้นกับโยบ

จากยากอบ 1:12 ท่านจะเห็นได้ว่าบางครั้งพระเจ้าทรงอนุญาตให้การทดลองเกิดขึ้นและทรงนำท่านให้บรรลุสู่การชำระให้บริสุทธิ์
คนที่อดทนต่อการทดลองใจก็เป็นสุขเพราะเมื่อปรากฏว่าผู้นั้นทนได้แล้ว
เขาจะได้รับมงกุฎแห่งชีวิตซึ่งพระเจ้าได้ทรงสัญญาไว้แก่คนทั้งหลายที่รักพระองค์
โยบในพระคัมภีร์เดิมเป็นคนชอบธรรมมากจนพระเจ้าทรงยอมรับว่าท่านเป็นคนดีรอบคอบและเที่ยงธรรม เป็นผู้เกรงกลัวพระเจ้าและหันเสียจากความชั่วร้าย (โยบ 1:1)
วันหนึ่งโยบพบกับการทดลอง ท่านสูญเสียบุตรชายและบุตรหญิงรวมทั้งทรัพย์สมบัติทั้งหมดของท่าน โยบไม่ได้บ่นต่อว่าพระเจ้าแต่กลับขอบพระคุณและถวายเกียรติแด่พระองค์
แต่เมื่อการทดลองดำเนินต่อไป โยบเริ่มบ่นต่อพระเจ้าโดยกล่าวว่า "ข้าเป็นคนชอบธรรมและยำเกรงพระเจ้า แล้วทำไมพระองค์จึงใส่ความเจ็บปวดนี้ให้กับข้า"
ทำไมพระเจ้าจึงทรงอนุญาตให้การทดลองนี้เกิดขึ้นกับโยบซึ่งเป็นคนชอบธรรม ช่างฝีมือต้องการทำให้เพชรพลอยของตนมีความสมบูรณ์แบบและบริสุทธิ์ฉันใด พระเจ้าก็ทรงต้องการถลุงโยบให้เป็นภาชนะที่งดงามด้วยการทดลองด้วยฉันนั้น
แม้แต่บุคคลที่ดีรอบคอบและเที่ยงธรรมอย่างโยบก็มีความผิดบาปซึ่งท่านไม่รู้อยู่ในธรรมชาติของท่าน ดังนั้นพระเจ้าจึงทรงอนุญาตให้การทดลองเกิดขึ้นเพื่อชำระท่านให้บริสุทธิ์อย่างสมบูรณ์ หลังจากนั้นพระเจ้าอวยพระพรโยบมากเป็นสองเท่าจากสิ่งที่ท่านเคยมีก่อนหน้านี้หลังจากโยบได้พิสูจน์ตนเอง

ชำระให้บริสุทธิ์หลังจากละทิ้งบาปที่อยู่ในธรรมชาติ

อะไรคือบาปที่อยู่ในธรรมชาติของมนุษย์ บาปที่อยู่ในธรรมชาติคือความบาปทุกชนิดที่ถูกถ่ายทอดลงมาสู่เราผ่านทางเชื้อพันธุ์แห่ง

ชีวิตของพ่อแม่นับตั้งแต่การไม่เชื่อฟังของอาดัม ยกตัวอย่าง ท่านจะพบว่าเด็กทารกอายุไม่ถึงขวบก็มีความคิดที่ชั่วร้ายแม้คุณแม่ของเขาไม่เคยสอนเด็กทารกคนนั้นในเรื่องความเกลียดชังหรือความอิจฉาริษยา แต่เด็กจะโกรธและทำสิ่งชั่วร้ายถ้าแม่ของเขาให้นมกับเด็กทารกคนอื่น เด็กคนจะพยายามผลักไสเด็กอีกคนอื่นออกไปและเขาอาจร้องไห้อย่างโกรธแค้นถ้าเด็กอีกคนหนึ่งไม่ยอมออกห่างแม่ของเขา

เช่นเดียวกัน เหตุผลที่เด็กแสดงพฤติกรรมชั่วร้ายออกมาแม้เขาไม่เคยเรียนรู้จากที่ใดมาก่อนก็เพราะเขามีความบาปอยู่ในธรรมชาติของตน นอกจากนั้น บาปที่เป็นการกระทำได้แก่ความบาปที่ปรากฏออกมาภายนอกซึ่งเป็นการทำตามความต้องการของธรรมชาติบาปที่อยู่ภายในจิตใจ

แน่นอน ถ้าท่านได้รับการชำระให้พ้นจากความบาปดั้งเดิม ความบาปที่เป็นการกระทำก็จะถูกกำจัดออกไปด้วยเช่นกันเพราะรากเหง้าของความบาปถูกทำลาย ด้วยเหตุนี้ การบังเกิดใหม่ฝ่ายวิญญาณจึงเป็นการเริ่มต้นของการชำระให้บริสุทธิ์ซึ่งเป็นการชำระให้บริสุทธิ์อย่างสมบูรณ์แบบของการบังเกิดใหม่ เพราะฉะนั้น ถ้าท่านบังเกิดใหม่ ข้าพเจ้าหวังว่าท่านจะดำเนินชีวิตคริสเตียนอย่างประสบความสำเร็จเพื่อบรรลุถึงการชำระให้บริสุทธิ์

ถ้าท่านต้องการรับการชำระให้บริสุทธิ์อย่างแท้จริงและรื้อฟื้นพระฉายาที่สูญเสียไปของพระเจ้ากลับคืนมาใหม่และพยายามอย่างเต็มที่ ท่านก็จะสามารถละทิ้งความบาปที่อยู่ในธรรมชาติของท่านด้วยพระคุณและพระกำลังของพระเจ้าและด้วยความช่วยเหลือของพระวิญญาณบริสุทธิ์ ข้าพเจ้าหวังว่าท่านจะมีจิตใจเหมือนพระทัยที่บริสุทธิ์ของพระเจ้าเมื่อพระองค์ทรงเรียกร้องให้ท่าน “เป็นคนบริสุทธิ์เพราะเราบริสุทธิ์” (1 เปโตร 1:16)

ชำระให้บริสุทธิ์แต่ไม่สัตย์ซื่อกับทุกสิ่งในชุมชนของพระเจ้า

พระเจ้าทรงอนุญาตให้ข้าพเจ้าติดต่อสื่อสารฝ่ายวิญญาณกับผู้หญิงคนหนึ่งที่เสียชีวิตไปแล้วและมีคุณสมบัติเข้าสู่สวรรค์ชั้นที่สาม

ประตูบ้านของเธอถูกประดับด้วยไข่มุกขนาดใหญ่ ที่เป็นเช่นนี้ก็เพราะว่าเมื่อเธอยังอยู่ในโลกเธอได้อธิษฐานอย่างมากด้วยการร้องไห้คร่ำครวญและด้วยความเพียร ผู้หญิงคนนี้เป็นผู้เชื่อที่สัตย์ซื่อต่อการอธิษฐานเผื่อแผ่นดินและความชอบธรรมของพระเจ้า เผื่อคริสตจักร ผู้รับใช้ และสมาชิกคริสตจักรด้วยน้ำตาและความเพียร

ก่อนพบกับองค์พระผู้เป็นเจ้าเธอเคยเป็นคนยากจนและขัดสนมากจนเธอไม่เคยมีทองคำเป็นของตนเองแม้แต่ชิ้นเดียว หลังจากเธอต้อนรับเอาองค์พระผู้เป็นเจ้า เธอก้าวหน้าไปสู่การชำระให้บริสุทธิ์เพราะเธอเชื่อฟังความจริงหลังจากเธอรู้จักความจริงจากการรับฟังพระคำของพระเจ้า

นอกจากนั้น เธอยังทำหน้าที่ของตนได้เป็นอย่างดีเพราะเธอได้รับการสั่งสอนจากผู้รับใช้พระเจ้าที่เธอรักและรับใช้ด้วยความเต็มใจ เพราะเหตุนี้เธอจึงได้เข้าไปอยู่ในสวรรค์ชั้นที่สามซึ่งสว่างและเจิดจ้ากว่า

ยิ่งกว่านั้น ประตูบ้านของเธอยังถูกประดับด้วยเพชรพลอยที่สุกใสจากนครเยรูซาเล็มใหม่ เธอได้รับเพชรเม็ดนี้จากผู้รับใช้ที่เธอเคยปรนนิบัติเมื่อครั้งที่อยู่ในโลกนี้ ผู้รับใช้นำเอาเพชรพลอยจากห้องนั่งเล่นของท่านไปประดับไว้ที่ประตูบ้านของเธอเมื่อท่านไปเยี่ยมบ้านเธอ เพชรเม็ดนี้เป็นสัญลักษณ์ว่าผู้รับใช้ที่เธอเคยปรนนิบัติในโลกนี้คิดถึงเธอเพราะเธอไม่สามารถเข้าไปสู่นครเยรูซาเล็มใหม่ได้แม้เธอเคยให้ความช่วยเหลือผู้รับใช้ท่านนี้อย่างมากเมื่ออยู่ในโลกนี้ก็ตาม ผู้คนจำนวนมากที่อยู่ในสวรรค์ชั้นที่สามจะรู้สึกอิจฉาเธอเมื่อเขาเห็นเพชรเม็ดนี้

แต่เธอยังรู้สึกเสียใจที่ไม่สามารถเข้าไปสู่นครเยรูซาเล็มใหม่ ถ้าเธอมีความเชื่อมากกว่านี้เธอก็คงได้อยู่กับองค์พระผู้เป็นเจ้า ผู้รับใช้ที่เธอเคยปรนนิบัติในโลกนี้ และสมาชิกคริสตจักรแห่งอนาคตคนอื่นที่เธอรัก ถ้าเธอสัตย์ซื่อมากกว่านี้เพียงเล็กน้อยในโลกนี้เธอก็คงได้เข้าไปสู่นครเยรูซาเล็มใหม่ แต่เพราะความไม่เชื่อฟังเธอจึงพลาดโอกาสดังกล่าวนั้นไป

ถึงกระนั้น ผู้หญิงคนนี้ยังรู้สึกขอบคุณพระเจ้าและซาบซึ้งในสง่าราศีที่เธอได้รับในสวรรค์ชั้นที่สาม เธอขอบคุณพระเจ้าเพราะเธอไ

ด้รับหลายสิ่งเป็นรางวัลอันล้ำค่าซึ่งไม่มีสิ่งใดที่เธอได้มาด้วยความสามารถของเธอเอง ต่อไปนี้เป็นคำพูดของเธอ...

"แม้ดิฉันไม่สามารถเข้าไปสู่นครเยรูซาเล็มใหม่ซึ่งเต็มไปด้วยสง่าราศีของพระบิดาเพราะดิฉันไม่ดีพร้อมในทุกสิ่งก็ตาม แต่ดิฉันก็มีบ้านที่สวยงามในสวรรค์ชั้นที่สามแห่งนี้ บ้านของดิฉันกว้างใหญ่และงดงามมาก แม้เมื่อเทียบกับบ้านในนครเยรูซาเล็มใหม่แล้วบ้านหลังนี้อาจไม่ใหญ่โตมากนักก็ตาม แต่ดิฉันก็ได้รับสิ่งที่ยอดเยี่ยมและมหัศจรรย์มากมายซึ่งโลกคิดไม่ถึง...

ดิฉันไม่ได้ทำสิ่งใดที่เป็นประโยชน์ ดิฉันไม่ได้ให้สิ่งใด และดิฉันไม่ได้กระทำสิ่งใดที่น่ายินดีเพื่อองค์พระผู้เป็นเจ้า แต่สง่าราศีที่ดิฉันได้รับในที่แห่งนี้ยิ่งใหญ่มากจนดิฉันได้แต่รู้สึกเสียใจและขอบพระคุณเพียงอย่างเดียว ดิฉันขอบพระคุณพระเจ้าเช่นกันที่ทรงอนุญาตให้ดิฉันอาศัยอยู่ในสถานที่อันเจิดจ้าในสวรรค์ชั้นที่สาม"

ผู้คนที่มีความเชื่อของผู้สละชีพ

บุคคลที่รักพระเจ้าอย่างมากและได้รับการชำระให้บริสุทธิ์ในจิตใจของตนสามารถเข้าสู่สวรรค์ชั้นที่สามฉันใด ท่านก็สามารถเข้าสู่สวรรค์ชั้นที่สามได้ด้วยฉันนั้นถ้าท่านมีความเชื่อของผู้สละชีพซึ่งทำให้ท่านพร้อมที่จะสละทุกสิ่งแม้แต่ชีวิตของตนเพื่อพระเจ้า

สมาชิกของคริสตจักรในยุคแรกที่รักษาความเชื่อของตนจนกระทั่งคนเหล่านั้นถูกตัดศีรษะ ถูกสิงโตกัดกินในสนามโคลีเซียมในกรุงโรม หรือถูกเผาทั้งเป็น คนเหล่านี้จะได้รับรางวัลของผู้สละชีพเพื่อความเชื่อในสวรรค์ การเป็นผู้สละชีพเพื่อความเชื่อภายใต้การข่มเหงและการคุกคามที่รุนแรงเช่นนั้นไม่ใช่เรื่องง่าย

มีผู้คนมากมายรอบข้างท่านที่ไม่ได้รักษาวันขององค์พระผู้เป็นเจ้าให้บริสุทธิ์หรือผู้คนที่ละเลยหน้าที่ซึ่งพระเจ้าทรงมอบหมายเพราะเห็นแก่เงิน คนประเภทนี้ (ที่ไม่ได้เชื่อฟังในสิ่งเล็กน้อย) จะไม่สามารถรักษาความเชื่อของตนไว้ได้ในสถานการณ์ที่คุกคามชีวิต การเป็นผู้สละชีพเพื่อความเชื่อของคนเหล่านี้ยิ่งเป็นไปได้ยาก

คนประเภทใดมีความเชื่อของผู้สละชีพ คนที่มีจิตใจเที่ยงธรรมและมั่นคงเหมือนจิตใจของดาเนียลในพระคัมภีร์เดิม แต่คนสองใจที

มุ่งหาประโยชน์ของตนเองและประนีประนอมกับโลกมีโอกาสน้อยมากที่จะเป็นผู้สละชีพเพื่อความเชื่อ

คนที่สามารถเป็นผู้สละชีพเพื่อความเชื่อต้องมีจิตใจมั่นคงเหมือนจิตใจของดาเนียล ท่านรักษาความชอบธรรมแห่งความเชื่อของท่านไว้อย่างมั่นคงทั้งที่รู้ว่าท่านจะถูกโยนเข้าไปในถ้ำสิงห์ ดาเนียลรักษาความเชื่อของท่านไว้จนวินาทีสุดท้ายเมื่อท่านถูกโยนเข้าไปในถ้ำสิงห์ด้วยเล่ห์กลของคนชั่วร้าย ดาเนียลไม่เคยเหินห่างไปจากความจริงเพราะจิตใจของท่านสะอาดบริสุทธิ์

สเทเฟนในพระคัมภีร์ใหม่ก็เช่นเดียวกัน ท่านถูกหินขว้างจนเสียชีวิตในขณะที่ท่านประกาศพระกิตติคุณขององค์พระผู้เป็นเจ้า สเทเฟนเป็นบุคคลที่ได้รับการชำระให้บริสุทธิ์ซึ่งสามารถอธิษฐานเผื่อแม้กระทั่งผู้คนที่ใช้หินขว้างท่านแม้ท่านไม่มีความผิด องค์พระผู้เป็นเจ้าจะทรงรักท่านมากเพียงใด สเทเฟนจะเดินไปกับองค์พระผู้เป็นเจ้าตลอดไปในสวรรค์ สง่าราศีและความงดงามของท่านจะยิ่งใหญ่มาก ดังนั้น ท่านต้องรู้ว่าสิ่งสำคัญที่สุดคือการบรรลุถึงความชอบธรรมและการชำระให้บริสุทธิ์ของจิตใจ

มีผู้คนเพียงไม่กี่คนในปัจจุบันที่มีความเชื่ออย่างแท้จริง แม้แต่พระเยซูก็ทรงตรัสถามว่า "แต่เมื่อบุตรมนุษย์มา ท่านจะพบความเชื่อในแผ่นดินโลกหรือ" (ลูกา 18:8) ท่านจะมีค่าในสายพระเนตรของพระเจ้าสักเพียงใดถ้าท่านเป็นบุตรที่ได้รับการชำระให้บริสุทธิ์ด้วยการรักษาความเชื่อและการละทิ้งความชั่วร้ายทุกชนิดของตนในโลกซึ่งเต็มไปด้วยความบาป

ด้วยเหตุนี้ ข้าพเจ้าจึงอธิษฐานในพระนามขององค์พระผู้เป็นเจ้าเพื่อท่านจะอธิษฐานอย่างร้อนรนและทำให้จิตใจของท่านได้รับการชำระให้บริสุทธิ์อย่างรวดเร็วพร้อมกับคาดหวังถึงสง่าราศีและรางวัลที่พระเจ้าพระบิดาจะทรงประทานแก่ท่านในสวรรค์

บทที่ 10

นครเยรูซาเล็มใหม่

ผู้คนในนครเยรูซาเล็มใหม่มองเห็นพระเจ้าหน้าต่อหน้า
คนประเภทใดจะเข้าไปอยู่ในนครเยรูซาเล็มใหม่

“ข้าพเจ้าได้เห็นวิสุทธินคร คือนครเยรูซาเล็มใหม่เลื
อนลอยลงมาจากสวรรค์
และจากพระเจ้าเหมือนอย่างเจ้าสาวแต่งตัวไว้สำหรั
บสามี”

- วิวรณ์ 21:2 -

ในนครเยรูซาเล็มใหม่ (ซึ่งเป็นสถานที่อันงดงามที่สุดในสวรรค์ และเต็มไปด้วยพระสิริของพระเจ้า) คือที่ตั้งของพระที่นั่งของพระเจ้า ปราสาทขององค์พระผู้เป็นเจ้าและของพระวิญญาณบริสุทธิ์ รวมทั้งบ้านเรือนของผู้คนที่มีความในระดับสูงสุดซึ่งเป็นที่พอพระทัยพระเจ้าอย่างมาก

บ้านเรือนในนครเยรูซาเล็มใหม่กำลังถูกเตรียมไว้อย่างงดงามที่สุดตามความประสงค์ของเจ้าของบ้านในอนาคต เพื่อจะเข้าสู่นครเยรูซาเล็มใหม่ซึ่งสุกใสและงดงามดุจแก้วและแบ่งปันความรักที่แท้จริงกับพระเจ้าชั่วนิรันดร์ ท่านต้องมีจิตใจเหมือนพระทัยอันบริสุทธิ์ของพระเจ้าและทำหน้าที่ของท่านให้สมบูรณ์เหมือนที่พระเยซูองค์พระผู้เป็นเจ้าได้ทรงกระทำ

นครเยรูซาเล็มใหม่เป็นสถานที่ชนิดใดและคนประเภทใดจะเข้าไปอยู่ที่นั่น

1. ผู้คนในนครเยรูซาเล็มใหม่มองเห็นพระเจ้าหน้าต่อหน้า

นครเยรูซาเล็มใหม่ (และมีชื่อเรียกอีกว่าวิสุทธินคร) งดงามมากเหมือนเจ้าสาวที่เตรียมตัวเธอไว้สำหรับเจ้าบ่าว ผู้คนที่นั่นมีสิทธิพิเศษของการมองเห็นพระเจ้าหน้าต่อหน้าเพราะพระที่นั่งของพระองค์ตั้งอยู่ที่นั่น

ที่นี่ยังมีชื่อเรียกอีกว่า "นครแห่งสง่าราศี" เพราะท่านจะได้รับสง่าราศีจากพระเจ้าตลอดไปเมื่อท่านเข้าสู่นครเยรูซาเล็มใหม่ กำแพงเมืองทำด้วยแก้วมณีโชติและเมืองถูกสร้างขึ้นด้วยทองคำบริสุทธิ์ที่สุกใสเหมือนแก้ว แต่ละด้านของนครแห่งนี้ (ด้านเหนือ ใต้ ตะวันออก และตะวันตก) มีประตูอยู่สามบานและมีทูตสวรรค์เฝ้าประตูแต่ละบานเอาไว้ ฐานทั้งสิบสองฐานของนครทำด้วยเพชรนิลจินดาสิบสองชนิด

ประตูนครเยรูซาเล็มใหม่ที่ทำด้วยไข่มุกสิบสองเม็ด

เพราะเหตุใดประตูทั้งสิบสองบานของนครเยรูซาเล็มใหม่จึงทำด้วยไข่มุก หอยมุกต้องอดทนอยู่เป็นเวลานานและต้องคายน้ำสกัดทั้งสิ้นที่ตนมีอยู่ออกมาเพื่อทำให้เกิดไข่มุกฉันใด เช่นเดียวกัน ท่านต้องละทิ้งความบาปโดยต่อสู้กับความบาปเหล่านั้นจนถึงเลือดไหลและสัตย์ซื่อต่อพระเจ้าตราบจนวันตายด้วยความอดทนนานและการควบคุมตนเองด้วยฉันนั้น พระเจ้าทรงสร้างประตูไข่มุกเพราะท่านมีชัยชนะเหนือสภาพการณ์ต่าง ๆ ของตนด้วยความยินดีในการทำหน้าที่ซึ่งพระเจ้าทรงมอบหมายให้แม้ท่านต้องเดินอยู่ในหนทางแคบ

ดังนั้นเมื่อบุคคลที่เข้าไปสู่นครเยรูซาเล็มใหม่เดินผ่านประตูไข่มุก เขาจะหลั่งน้ำตาแห่งความยินดีและความตื่นเต้น เขาจะถวายคำขอบพระคุณและสง่าราศีแด่พระเจ้าผู้ทรงนำเขาเข้าสู่นครเยรูซาเล็มใหม่

อะไรคือเหตุผลที่พระเจ้าทรงสร้างประตูทั้งสิบสองบานด้วยเพชรนิลจินดาสิบสองชนิด ที่พระองค์ทรงกระทำเช่นนั้นก็เพราะว่าการผสมผสานเพชรนิลจินดาที่มีความสำคัญทั้งสิบสองชนิดหมายถึงพระทัยขององค์พระผู้เป็นเจ้าและพระบิดา

ดังนนั้น ท่านต้องรู้จักความหมายฝ่ายวิญญาณของเพชรนิลจินดาแต่ละชนิดและเข้าใจความหมายฝ่ายวิญญาณด้วยจิตใจของท่านเพื่อท่านจะเข้าไปสู่นครเยรูซาเล็มใหม่ ข้าพเจ้าจะอธิบายถึงความหมายเหล่านี้โดยละเอียดในหนังสือเรื่อง “สวรรค์ (ภาค 2): เต็มไปด้วยพระสิริของพระเจ้า”

บ้านเรือนในนครเยรูซาเล็มใหม่มีความเป็นหนึ่ง และความหลากหลายอย่างสมบูรณ์แบบ

บ้านเรือนในนครเยรูซาเล็มใหม่เป็นเหมือนปราสาทที่โอ่อ่าขนาดใหญ่ บ้านแต่ละหลังมีเอกลักษณ์ของตนตามรสนิยมของเจ้าบ้านและมีความเป็นหนึ่งและความหลากหลายที่สมบูรณ์แบบ นอกจากนั้นสีสันและความสว่างที่สาดส่องออกมาจากเพชรนิลจินดาเหล่านั้นจะทำให้ท่านรู้สึกถึงความงดงามและสง่าราศีจนเหนือคำบรรยาย

เพียงแค่มองดูบ้านหลังนั้นผู้คนก็สามารถรู้ได้ว่าบ้านหลังนั้นเป็น

ของใคร ผู้คนเข้าใจได้ว่าเจ้าของบ้านเป็นที่โปรดปรานของพระเจ้ามากเพียงใดเมื่อเขายังอยู่ในโลกนี้ด้วยการมองดูแสงแห่งสง่าราศีและเพชรนิลจินดาที่ประดับประดาบ้านหลังนั้น

ยกตัวอย่าง บ้านของบุคคลที่สละชีพของตนเพื่อความเชื่อในโลกนี้จะมีเครื่องประดับและบันทึกเกี่ยวกับจิตใจและความสำเร็จของเจ้าของบ้านจนกระทั่งการสละชีพ บันทึกถูกแกะสลักไว้บนแผ่นจารึกทองคำและส่องแสงเจิดจ้า จารึกแผ่นนั้นมีข้อความว่า "เจ้าของบ้านหลังนี้เป็นผู้สละชีพเพื่อความเชื่อและทำให้น้ำพระทัยของพระบิดาสำเร็จในวันที่...เดือน..........ปี........."

ผู้คนสามารถมองเห็นแสงสว่างอันสดใสที่สาดส่องออกมาจากแผ่นจารึกทองคำซึ่งบันทึกถึงความสำเร็จของเจ้าของบ้านจากประตูบ้านเข้าไปและผู้คนที่มองเห็นแผ่นจารึกนี้จะโค้งคำนับ การสละชีพเพื่อความเชื่อถือเป็นสง่าราศีและรางวัลอันยิ่งใหญ่และเป็นความภาคภูมิใจและความยินดีของพระเจ้า

เนื่องจากไม่มีความชั่วร้ายในสวรรค์ ผู้คนจะโค้งคำนับตามลำดับชั้นและขนาดความลึกแห่งความรักของพระเจ้าที่มีต่อเขาโดยอัตโนมัติ นอกจากนั้น พระเจ้าทรงมอบโล่ห์ให้กับแต่ละคนเพื่อยกย่องเชิดชูเกียรติยศที่เขามอบให้แด่พระองค์ เหมือนที่ผู้คนมอบโล่ห์ขอบคุณหรือโล่ห์ประกาศเกียรติคุณแก่บุคคลเพื่อยกย่องความสำเร็จอันยิ่งใหญ่ของเขา ท่านจะเห็นว่ากลิ่นหอมและความสว่างจะแตกต่างกันออกไปตามชนิดของโล่ห์

ยิ่งกว่านั้น พระเจ้าทรงจัดเตรียมสิ่งต่าง ๆ ไว้ในบ้านของคนเหล่านี้เพื่อให้ระลึกถึงชีวิตของตนบนโลกนี้ ในสวรรค์ท่านสามารถชมเหตุการณ์ต่าง ๆ ของโลกนี้ในอดีตจากสิ่งที่มีลักษณะคล้ายกับโทรทัศน์

มงกุฎทองคำหรือมงกุฎแห่งความชอบธรรม
ถ้าท่านเข้าไปสู่นครเยรูซาเล็มใหม่ท่านจะมีบ้านส่วนตัวและได้รับมงกุฎทองและมงกุฎแห่งความชอบธรรมเป็นรางวัลตามการกระทำของท่าน นี่เป็นมงกุฎที่มีสง่าราศีและงดงามที่สุดในสวรรค์

พระเจ้าทรงเป็นผู้มอบมงกุฎทองคำเป็นรางวัลแก่ผู้ที่เข้าไปสู่นครเยรูซาเล็มใหม่ด้วยพระองค์เองและรอบพระที่นั่งของพระเจ้ามีผู้อาวุโสยี่สิบสี่คนซึ่งสวมมงกุฎทองคำนั่งอยู่

"และล้อมรอบพระที่นั่งนั้นมีที่นั่งยี่สิบสี่ที่นั่งและมีผู้อาวุโสยี่สิบสี่คนนั่งอยู่บนที่นั่งเหล่านั้น ทุกคนนุ่งห่มขาวและสวมมงกุฎทองคำบนศีรษะ" (วิวรณ์ 4:4)

คำว่า "ผู้อาวุโส" (หรือผู้ปกครอง) ในที่นี้ไม่ได้หมายถึงตำแหน่งที่ให้ไว้ในคริสตจักรบนโลกนี้แต่หมายถึงผู้คนที่ชอบธรรมในสายพระเนตรของพระเจ้าและเป็นผู้ที่พระเจ้าทรงให้การยอมรับ คนเหล่านี้ได้รับการชำระให้บริสุทธิ์และบรรลุถึงการสร้างวิหารภายในจิตใจของตนรวมทั้งการสร้างวิหารที่ปรากฏภายนอกด้วยเช่นกัน "การบรรลุถึงการสร้างวิหารภายในจิตใจของตน" ในที่นี้หมายถึงการเป็นบุคคลฝ่ายวิญญาณด้วยการละทิ้งความชั่วร้ายทุกชนิด การบรรลุถึงการสร้างวิหารที่ปรากฏภายนอกได้แก่การทำหน้าที่ของตนบนโลกนี้อย่างสมบูรณ์

ตัวเลข "ยี่สิบสี่" เป็นสัญลักษณ์สำหรับทุกคนที่เข้าไปสู่ประตูแห่งความรอดด้วยความเชื่อเหมือนอิสราเอลทั้งสิบสองเผ่าและได้รับการชำระให้บริสุทธิ์เหมือนสาวกสิบสองคนของพระเยซูองค์พระผู้เป็นเจ้า ด้วยเหตุนี้ "ผู้อาวุโสยี่สิบสี่คน" จึงหมายถึงบุตรของพระเจ้าซึ่งพระเจ้าทรงให้การยอมรับและเป็นผู้ที่สัตย์ซื่อต่อทุกสิ่งในชุมชนของพระองค์

เพราะฉะนั้น ผู้คนที่มีความเชื่อเหมือนทองคำซึ่งไม่มีวันเปลี่ยนแปลงจะได้รับมงกุฎทองคำและผู้คนที่ชื่นชมยินดีในการเสด็จมาขององค์พระผู้เป็นเจ้าเหมือนอัครทูตเปาโลจะได้รับมงกุฎแห่งความชอบธรรม

"ข้าพเจ้าได้ต่อสู้อย่างเต็มกำลัง ข้าพเจ้าได้แข่งขันจนถึงที่สุด ข้าพเจ้าได้รักษาความเชื่อไว้แล้ว ต่อแต่นี้ไปมงกุฎแห่งความชอบธรรมก็จะเป็นของข้าพเจ้า ซึ่งองค์พระผู้เป็นเจ้าผู้พิพากษาอันชอบธรรมจะทรงประทานเป็นรางวัลแก่ข้าพเจ้าในวันนั้นและมิใช่แก่ข้าพเจ้าผู้เดียวเท่านั้น แต่จะทรงประทานแก่คนทั้งปวงที่ยินดีในการเสด็จมา

ของพระองค์” (2 ทิโมธี 4:7-8)

ผู้คนที่ชื่นชมยินดีในการเสด็จมาขององค์พระผู้เป็นเจ้าจะดำเนินชีวิตในความสว่างและความจริงและจะเป็นภาชนะและเจ้าสาวที่พร้อมขององค์พระผู้เป็นเจ้า ด้วยเหตุนี้ คนเหล่านี้จะได้รับมงกุฎตามการกระทำของตน

อัครทูตเปาโลไม่รู้สึกหวั่นไหวกับการข่มเหงหรือความยากลำบากใด ๆ แต่ท่านพยายามขยายแผ่นดินของพระเจ้าและความชอบธรรมของพระองค์ให้สำเร็จในทุกสิ่งที่ท่านกระทำ พระเจ้าทรงเปิดเผยพระสิริอันยิ่งใหญ่ของพระองค์ให้กับเปาโลเห็นในทุกหนแห่งที่เปาโลทำงานรับใช้ด้วยความบากบั่นอดทน ด้วยเหตุนี้ พระเจ้าจึงทรงจัดเตรียมมงกุฎแห่งความชอบธรรมไว้สำหรับอัครทูตเปาโล และพระองค์จะทรงมอบมงกุฎนี้ให้กับทุกคนที่ชื่นชมยินดีในการเสด็จมาขององค์พระผู้เป็นเจ้าเหมือนเปาโล

ความปรารถนาทุกอย่างในจิตใจของเขาจะได้รับการเติมเต็ม

สิ่งที่ท่านคิดถึงในโลกนี้ สิ่งที่ท่านอยากทำแต่ไม่ได้ทำเพราะท่านเสียสละเพื่อองค์พระผู้เป็นเจ้า–พระเจ้าจะทรงตอบแทนสิ่งเหล่านี้คืนให้กับท่านด้วยรางวัลอันงดงามในนครเยรูซาเล็มใหม่

ด้วยเหตุนี้ บ้านเรือนในนครเยรูซาเล็มใหม่จึงมีทุกสิ่งที่ท่านต้องการเพื่อท่านจะสามารถทำสิ่งใดก็ตามที่ท่านอยากทำ บ้านบางหลังมีทะเลสาบ ดังนั้นเจ้าของบ้านจึงสามารถพายเรือเล่น บ้านบางหลังมีป่าไม้ซึ่งเจ้าของบ้านสามารถเดินเล่น ผู้คนจะมีความสุขกับการนั่งพูดคุยกับคนที่ตนรักบนโต๊ะน้ำชาในมุมหนึ่งของสวนที่งดงาม บ้านหลายหลังมีสนามหญ้าสีเขียวที่เต็มไปด้วยดอกไม้ซึ่งผู้คนสามารถเดินเล่นหรือร้องเพลงพร้อมกับนกและสัตว์ที่งดงามนานาชนิด

พระเจ้าทรงสร้างทุกสิ่งที่ท่านเคยอยากมีเมื่อครั้งอยู่ในโลกไว้ในสวรรค์ด้วยวิธีการดังกล่าวโดยที่พระองค์ไม่หลงลืมสิ่งใดเลย ท่านจ

ะรู้สึกซาบซึ้งมากเพียงใดเมื่อท่านมองเห็นสิ่งที่พระเจ้าได้ทรงจัดเตรียมไว้เพื่อท่านอย่างพิถีพิถันเช่นนั้น

ที่จริง การได้เข้าไปอยู่ในนครเยรูซาเล็มใหม่ก็ถือเป็นแหล่งของความสุขอยู่แล้ว ท่านจะมีชีวิตอยู่ในความสุข สง่าราศี และความงดงามที่ไม่เปลี่ยนแปลงชั่วนิรันดร์ ท่านจะเต็มล้นไปด้วยความชื่นชมยินดีและความตื่นเต้นเมื่อท่านมองดูพื้นดิน ท้องฟ้า หรือที่ใดก็ตามที่ท่านมองไป

ผู้คนมีความสงบสุข ความสะดวกสบาย และความปลอดภัยในการอาศัยอยู่ในนครเยรูซาเล็มใหม่เพราะพระเจ้าทรงสร้างนครนี้ไว้สำหรับบุตรที่รักพระองค์และทุกมุมของสถานที่แห่งนี้จะเต็มไปด้วยความรักของพระองค์

ดังนั้นไม่ว่าท่านจะทำสิ่งใดก็ตาม—เดิน พักผ่อน เล่น กิน หรือพูดคุยกับคนอื่น—ท่านจะเต็มไปด้วยความสุขและความยินดี ต้นไม้ ดอกไม้ ทุ่งหญ้า และสัตว์ชนิดต่าง ๆ ล้วนน่ารัก ท่านจะสัมผัสถึงสง่าราศีอันเจิดจ้าจากกำแพงของปราสาท เครื่องประดับ และสิ่งอำนวยความสะดวกต่าง ๆ ในบ้าน

ในนครเยรูซาเล็มใหม่ ความรักที่มีต่อพระเจ้าพระบิดาจะเป็นเหมือนน้ำพุและท่านจะเต็มล้นไปด้วยความสุข การขอบพระคุณ และความชื่นชมยินดีชั่วนิรันดร์

มองเห็นพระเจ้าหน้าต่อหน้า

ในนครเยรูซาเล็มใหม่ (ซึ่งมีสง่าราศี ความงดงาม และความสุขในระดับสูงสุด) ท่านสามารถมองเห็นพระเจ้าหน้าต่อหน้า เดินไปกับองค์พระผู้เป็นเจ้า และอยู่กับคนที่ท่านรักตลอดไป

นอกจากนั้น ท่านจะเป็นที่เคารพนับถือไม่เฉพาะในหมู่ทูตสวรรค์เท่านั้นแต่ในหมู่คนที่อยู่ในสวรรค์ด้วยเช่นกัน ยิ่งกว่านั้น ทูตสวรรค์ส่วนตัวของท่านจะปรนนิบัติท่านเหมือนกับปรนนิบัติพระราชาด้วยการตอบสนองความต้องการทุกอย่างของท่านอย่างครบถ้วน ถ้าท่านต้องการบินไปในท้องฟ้า รถในเมฆส่วนตัวของท่านจะมาจอดรออยู่ตรงหน้าท่าน ทันทีที่ท่านก้าวขึ้นไปบนรถคันนั้นท่านก็จะบิน

ไปในท้องฟ้าตามที่ท่านต้องการ หรือท่านสามารถขับขี่รถนี้บนพื้นดินก็ได้

ดังนั้นถ้าท่านไปอยู่ในสู่นครเยรูซาเล็มใหม่ท่านจะสามารถมองเห็นพระเจ้าหน้าต่อหน้า อยู่กับคนที่ท่านรักชั่วนิรันดร์ และความปรารถนาทั้งสิ้นของท่านจะได้รับการตอบสนองทันที ท่านจะมีทุกสิ่งที่ท่านต้องการและได้รับการปฏิบัติเยี่ยงองค์ชายหรือองค์หญิงในนวนิยาย

เข้าร่วมในงานเลี้ยงในนครเยรูซาเล็มใหม่

ในนครเยรูซาเล็มใหม่จะมีงานเลี้ยงอยู่ตลอดเวลา บางครั้งพระบิดาทรงเป็นผู้จัดงานเลี้ยง หรือบางครั้งองค์พระผู้เป็นเจ้าหรือพระวิญญาณบริสุทธิ์ทรงเป็นผู้จัด ท่านสามารถสัมผัสถึงชีวิตในสวรรค์ได้เป็นอย่างดีผ่านทางงานเลี้ยงเหล่านี้ เมื่อท่านชำเรืองดูงานเลี้ยงเหล่านี้ท่านก็สามารถสัมผัสถึงความบริบูรณ์ เสรีภาพ ความงดงามและความชื่นชมยินดี

เมื่อท่านเข้าร่วมในงานเลี้ยงที่จัดขึ้นโดยพระบิดาท่านจะสวมใส่ชุดและเครื่องประดับที่งดงามที่สุดพร้อมทั้งกินและดื่มจากอาหารและเครื่องดื่มที่ดีที่สุด ท่านจะได้ชื่นชมกับดนตรี เพลงสรรเสริญ และการเต้นรำที่น่าหลงไหลและไพเราะเช่นกัน ท่านสามารถชมการเต้นรำของทูตสวรรค์ หรือบางครั้งตัวท่านเองจะเต้นรำเพื่อทำให้พระเจ้าพอพระทัย

ในเรื่องเทคนิคทูตสวรรค์มีความงดงามและสมบูรณ์แบบมากกว่า แต่พระเจ้าทรงพอพระทัยกับกลิ่นหอมของบุตรของพระองค์ที่รู้จักพระทัยของพระเจ้าและรักพระองค์ด้วยหัวใจของตนมากกว่า

ผู้คนที่รับใช้พระเจ้าในการนมัสการในโลกนี้จะรับใช้ในงานเลี้ยงเหล่านั้นเช่นกันเพื่อทำให้งานเลี้ยงเต็มไปด้วยความสุขยิ่งขึ้นและผู้คนที่ยกย่องสรรเสริญพระเจ้าด้วยการร้องเพลง การเต้นรำ และการแสดงก็จะทำสิ่งเดียวกันในงานเลี้ยงในสวรรค์ด้วย

ท่านจะสวมใส่เสื้อผ้านุ่มนวลเหมือนปุยฝ้ายด้วยรูปแบบหลากหลาย มงกุฎอันงดงาม และเครื่องประดับเพชรสีสันเจิดจ้า นอกจากนั้น

ท่านจะนั่งอยู่บนรถในเมฆหรือรถม้าทองคำที่ห้อมล้อมไปด้วยทูตสวรรค์เพื่อเข้าร่วมในงานเลี้ยง เพียงแค่จินตนาการถึงสิ่งเหล่านี้ก็ทำให้ใจของท่านรู้สึกพองโตไปด้วยความชื่นชมยินดีและความคาดหวังแล้วมิใช่หรือ

งานเลี้ยงฉลองบนเรือสำราญในทะเลแก้ว
ในทะเลอันงดงามแห่งสวรรค์มีกระแสน้ำที่ใสสะอาดเหมือนแก้วโดยไม่มีตำหนิหรือจุดด่างพร้อยไหลเวียนอยู่ น้ำในทะเลสีครามเกิดคลื่นขนาดเล็กเมื่อมีลมเย็นพัดผ่านมาและน้ำนั้นส่องแสงเจิดจ้า ปลานานาชนิดแหวกว่ายวนไปมาในน้ำที่ใสสะอาด และเมื่อผู้คนเดินเข้ามาใกล้ ปลาเหล่านั้นจะต้อนรับผู้คนด้วยการขยับครีบของตนและแสดงความรักต่อคนเหล่านั้น
นอกจากนั้น ปะการังหลากสีเกาะกันเป็นกลุ่มและแกว่งไกวไปมา ทุกครั้งที่ปะการังเหล่านี้เคลื่อนไหวจะมีแสงสว่างอันงดงามสาดส่องออกมาจากหินเหล่านี้ ช่างเป็นภาพที่น่าทึ่งมากทีเดียว ในทะเลมีเกาะเล็กเกาะน้อยอยู่เป็นจำนวนมากและเกาะเหล่านี้ดูน่าทึ่งมากยิ่งกว่านั้น เรือสำราญที่คล้ายกับ "เรือไททานิก" จะล่องลอยไปในทะเลและบนเรือลำนี้มีงานเลี้ยงฉลองเช่นกัน
เรือสำราญเหล่านี้เพียบพร้อมไปด้วยสิ่งอำนวยความสะดวกทุกชนิดซึ่งรวมถึงที่พัก สโมสรโบลิ่ง สระว่ายน้ำ และห้องบอลล์รูมซึ่งผู้คนสามารถหาความสุขกับสิ่งเหล่านี้ได้ตามที่ตนต้องการ
เพียงแค่คิดถึงการเข้าร่วมในงานเลี้ยงฉลองบนเรือสำราญ (ซึ่งมีความโอ่อ่าและประดับประดาไปด้วยเครื่องตกแต่งอันเลิศหรูกว่าเรือสำราญบนโลกนี้) พร้อมกับองค์พระผู้เป็นเจ้าและคนที่ท่านรักท่านเริ่มรู้สึกถึงความชื่นชมยินดีอันยิ่งใหญ่

2. คนประเภทใดจะเข้าไปอยู่ในนครเยรูซาเล็มใหม่

ผู้คนที่มีความเชื่อเหมือนทองคำ ผู้คนที่ชื่นชมยินดีในการเสด็จมาขององค์พระผู้เป็นเจ้า และผู้คนที่เตรียมตัวของตนให้พร้อมในฐา

นะเจ้าสาวขององค์พระผู้เป็นเจ้าจะเข้าไปอยู่ในนครเยรูซาเล็มใหม่ ท่านต้องเป็นคนประเภทใดเพื่อจะเข้าสู่นครเยรูซาเล็มใหม่ซึ่งสุกใสและงดงามดุจแก้วและเต็มไปด้วยพระคุณของพระเจ้า

ผู้คนที่มีความเชื่อซึ่งพระเจ้าพอพระทัย

นครเยรูซาเล็มใหม่เป็นสถานที่สำหรับผู้คนที่มีความเชื่อในระดับที่ห้า—ผู้คนที่ไม่เพียงแต่ชำระจิตใจของตนให้บริสุทธิ์เท่านั้นแต่ยังสัตย์ซื่อต่อทุกสิ่งในชุมชนของพระเจ้าด้วยเช่นกัน

ความเชื่อที่พอพระทัยพระเจ้าเป็นความเชื่อซึ่งสร้างความพึงพอใจให้กับพระเจ้าเพื่อพระองค์จะตอบสนองข้อเสนอและความต้องการของบุตรของพระองค์ก่อนที่เขาทูลขอ

ท่านจะทำให้พระเจ้าพอพระทัยได้อย่างไร ข้าพเจ้าขอยกตัวอย่างเรื่องหนึ่ง สมมุติว่าคุณพ่อคนหนึ่งกลับจากที่ทำงานมาถึงบ้านและบอกกับลูกชายสองคนว่าตนกระหายน้ำ ลูกชายคนแรกซึ่งรู้ว่าพ่อของตนชอบน้ำอัดลมจึงนำโค๊กหรือสไปรท์แก้วหนึ่งมาให้คุณพ่อดื่มและยังบีบนวดเพื่อทำให้คุณพ่อรู้สึกผ่อนคลายด้วยแม้ว่าพ่อไม่บอกให้เขาทำ

ในอีกด้านหนึ่ง ลูกชายคนที่สองเพียงแค่นำน้ำเปล่าแก้วหนึ่งมาให้คุณพ่อและกลับไปยังห้องของตนทันที ท่านคิดว่าลูกชายคนใดทำให้คุณพ่อพอใจหรือเข้าใจถึงจิตใจของพ่อมากกว่ากัน

คุณพ่อคงพึงพอใจกับลูกชายที่นำโค๊กแก้วหนึ่งซึ่งพ่อชื่นชอบมาให้ดื่มพร้อมกับบีบนวดให้โดยที่คุณพ่อไม่ได้ขอ แทนที่จะพอใจกับลูกชายอีกคนหนึ่งที่นำน้ำเปล่าแก้วหนึ่งมาให้คุณพ่อเพียงเพราะเป็นการเชื่อฟังคำพูดของพ่อ

ในทำนองเดียวกัน ความแตกต่างระหว่างผู้คนที่เข้าไปสู่สวรรค์ชั้นที่สามกับผู้คนที่เข้าสู่นครเยรูซาเล็มใหม่อยู่ที่ขนาดของการทำให้พระเจ้าพระบิดาพอพระทัยและขนาดของความสัตย์ซื่อต่อน้ำพระทัยของพระบิดาของคนเหล่านั้น

ผู้คนแห่งพระวิญญาณที่มีพระทัยขององค์พระผู้เป็นเจ้า

ผู้คนที่มีความเชื่อซึ่งเป็นที่พอพระทัยพระเจ้าจะเติมจิตใจของตนให้เต็มไปด้วยความจริงและมีความสัตย์ซื่อต่อทุกสิ่งในชุมชนของพระเจ้า การสัตย์ซื่อต่อทุกสิ่งในชุมชนของพระเจ้าหมายถึงการทำหน้าที่ของตนมากกว่าที่คาดหวังเอาไว้ด้วยความเชื่อของพระคริสต์ผู้ทรงเชื่อฟังน้ำพระทัยของพระเจ้าตราบจนวันตายโดยไม่เสียดายชีวิตของตน

ด้วยเหตุนี้ ผู้คนที่สัตย์ซื่อต่อทุกสิ่งในชุมชนของพระเจ้าจึงไม่ได้ทำงานด้วยความคิดของตนเองแต่ทำด้วยพระทัยขององค์พระผู้เป็นเจ้าซึ่งถือเป็นจิตใจฝ่ายวิญญาณ เปาโลบรรยายถึงพระทัยของพระเยซูองค์พระผู้เป็นเจ้าไว้ในฟีลิปปี 2:6-8 ว่า

“(พระเยซู) ผู้ทรงสภาพของพระเจ้าแต่มิได้ทรงถือว่าการเท่าเทียมกับพระเจ้านั้นเป็นสิ่งที่จะต้องยึดถือ แต่ได้กลับทรงสละและทรงรับสภาพทาส ทรงถือกำเนิดเป็นมนุษย์และเมื่อทรงปรากฏพระองค์ในสภาพมนุษย์แล้วพระองค์ก็ทรงถ่อมพระองค์ลงยอมเชื่อฟังจนถึงความมรณากระทั่งความมรณาที่กางเขน”

เหตุฉะนั้น พระเจ้าจึงทรงยกพระองค์ขึ้น ทรงประทานนามเหนือนามทั้งปวง ทรงทำให้พระองค์ประทับเบื้องขวาพระที่นั่งของพระเจ้าด้วยสง่าราศี และทรงมอบสิทธิอำนาจให้กับพระองค์ในฐานะ “กษัตริย์เหนือกษัตริย์ทั้งหลาย” และ “องค์พระผู้เป็นเจ้าเหนือเจ้าทั้งหลาย”

ดังนั้น ท่านต้องเชื่อฟังน้ำพระทัยของพระเจ้าอย่างไม่มีเงื่อนไขเหมือนที่พระเยซูทรงเชื่อฟังเพื่อมีความเชื่อที่จะเข้าไปสู่นครเยรูซาเล็มใหม่ บุคคลที่สามารถเข้าสู่นครเยรูซาเล็มใหม่ต้องเข้าใจถึงความลึกแห่งพระทัยของพระเจ้า บุคคลประเภทนี้จะเป็นที่พอพระทัยพระเจ้าเพราะเขาสัตย์ซื่อจนถึงความมรณาเพื่อทำตามน้ำพระทัยของพระเจ้า

พระเจ้าทรงฝึดร่อนบุตรของพระองค์เพื่อนำเขาให้มีความเชื่อเหมือนทองคำเพื่อคนเหล่านี้จะสามารถเข้าสู่นครเยรูซาเล็มใหม่ คนทำเหมืองแร่ใช้เวลานานในการชะล้างและร่อนหาทองคำฉันใด พระเจ้าทรงเฝ้ามองดูบุตรของพระองค์เมื่อคนเหล่านี้เปลี่ยนจิตใจใหม่แล

ะชำระล้างความบาปของตนด้วยพระคำของพระองค์ด้วยฉันนั้น เมื่อใดก็ตามที่พระองค์ทรงพบบุตรที่มีความเชื่อเหมือนทองคำ พระองค์ทรงชื่นชมยินดีในความเจ็บปวด ความทุกข์ทรมาน และความโศกเศร้าที่พระองค์ต้องแบกรับเพื่อทำให้พระประสงค์ของการฝึดร่อนมนุษย์สำเร็จ

ผู้คนที่เข้าไปสู่นครเยรูซาเล็มใหม่คือบุตรที่แท้จริงซึ่งพระเจ้าทรงได้มาด้วยการรอคอยเป็นเวลานานจนกระทั่งคนเหล่านั้นเปลี่ยนจิตใจของตนให้เป็นเหมือนพระทัยขององค์พระผู้เป็นเจ้าและบรรลุถึงการเป็นบุคคลฝ่ายวิญญาณ คนเหล่านี้มีคุณค่าต่อพระเจ้าและพระองค์ทรงรักเขามาก เพราะฉะนั้น พระเจ้าจึงตรัสไว้ใน 1 เธสะโลนิกา 5:23 ว่า "ขอให้องค์พระเจ้าแห่งสันติสุขทรงให้ท่านเป็นคนบริสุทธิ์หมดจดและทรงรักษาทั้งวิญญาณ จิตใจ และร่างกายของท่านไว้ให้ปราศจากการติเตียนจนถึงวันที่พระเยซูคริสตเจ้าของเราเสด็จมา"

ผู้คนที่ทำหน้าที่ในการสละชีพด้วยความยินดี

การสละชีพเพื่อความเชื่อคือการยอมเสียชีวิตของตน ดังนั้น การสละชีพเพื่อความเชื่อจึงต้องอาศัยความมุ่งมั่นและการอุทิศตนอย่างมาก สง่าราศีและการเล้าโลมที่บุคคลเหล่านี้จะได้รับหลังจากสละชีวิตของตนเพื่อทำให้น้ำพระทัยของพระเจ้าสำเร็จ (เหมือนที่พระเยซูได้ทรงกระทำ) เป็นสิ่งที่ยิ่งใหญ่เกินกว่าที่จะจินตนาการได้

แน่นอน ทุกคนที่เข้าไปสู่สวรรค์ชั้นที่สามหรือนครเยรูซาเล็มใหม่มีความเชื่อที่จะเป็นผู้สละชีพได้ แต่ผู้ที่สละชีพอย่างแท้จริงจะได้รับสง่าราศีที่ยิ่งใหญ่กว่า ถ้าท่านไม่อยู่ในสภาพที่จะเป็นผู้สละชีพเพื่อความเชื่อ ท่านต้องมีจิตใจของผู้สละชีพ บรรลุถึงการชำระให้บริสุทธิ์และทำหน้าที่ของท่านให้ครบถ้วนเพื่อรับรางวัลของผู้สละชีพ

ครั้งหนึ่งพระเจ้าทรงเปิดเผยให้ข้าพเจ้าเห็นถึงสง่าราศีที่ผู้รับใช้ท่านหนึ่งในคริสตจักรของข้าพเจ้าจะได้รับในนครเยรูซาเล็มใหม่เมื่อท่านทำหน้าที่ของการเป็นผู้สละชีพสำเร็จ

เมื่อผู้รับใช้ท่านนี้ไปถึงสวรรค์หลังจากทำหน้าที่ของตนส

ำเร็จ ท่านร้องไห้หลั่งน้ำตาอยู่ตลอดเวลาเมื่อท่านมองไปที่บ้านของตนด้วยใจขอบพระคุณในความรักของพระเจ้า ที่ประตูบ้านของท่านมีสวนขนาดใหญ่ซึ่งเต็มไปด้วยดอกไม้ ต้นไม้และเครื่องประดับนานาชนิด ถนนที่เชื่อมจากสวนไปสู่อาคารของบ้านทำด้วยทองคำและบรรดาดอกไม้ต่างก็ร้องเพลงยกย่องความสำเร็จของเจ้าบ้านและเล้าโลมท่านด้วยกลิ่นอันหอมหวล

ยิ่งกว่านั้น นกที่มีขนเป็นทองคำส่องประกายของคำนั้นออกไปและมีต้นไม้อันงดงามตั้งตระหง่านอยู่ในสวน ทูตสวรรค์จำนวนมากสัตว์นานาชนิด และนกต่างก็ส่งเสียงร้องสรรเสริญถึงความสำเร็จของการสละชีพเพื่อเชื่อและให้การต้อนรับผู้รับใช้ท่านนั้น เมื่อท่านเดินอยู่บนถนนที่โรยไปด้วยดอกไม้ ความรักที่ท่านมีต่อองค์พระผู้เป็นเจ้าก็กลายเป็นกลิ่นอันหอมหวล ท่านกล่าวคำขอบพระคุณพระเจ้าจากจิตใจของตนอย่างต่อเนื่องว่า

"องค์พระผู้เป็นเจ้าทรงรักเราอย่างมากและทรงมอบหมายหน้าที่สำคัญแก่เรา นั่นคือสาเหตุที่เราสามารถพักพิงอยู่ในความรักของพระบิดา"

ภายในบ้าน มีเพชรพลอยล้ำค่าจำนวนมากประดับอยู่ตามกำแพงบ้าน มีโมราสีแดงก่ำเหมือนสีของเลือดและแสงของเพชรนิลจินดาสาดส่องออกมาอย่างเจิดจ้า โมราชี้ให้เห็นว่าผู้รับใช้ท่านนี้มีความกระตือรือร้นและความรักเต็มหัวใจที่จะสละชีวิตของตนเหมือนหัวใจของอัครทูตเปาโล เพชรนิลจินดาแสดงถึงจิตใจที่เที่ยงธรรมและมั่นใจของท่านและความสัตย์ซื่อต่อความจริงจนกระทั่งความมรณา สิ่งนี้เตือนให้ระลึกถึงการสละชีพเพื่อความเชื่อ

ภายนอกกำแพงมีข้อความที่พระเจ้าทรงจารึกไว้ด้วยพระองค์เอง ข้อความนี้บันทึกเกี่ยวกับช่วงเวลาแห่งการทดลองของเจ้าบ้าน วันเวลาและวิธีการที่ท่านสละชีพ และลักษณะของสถานการณ์ที่ท่านทำให้น้ำพระทัยของพระเจ้าสำเร็จ เมื่อผู้คนแห่งความเชื่อเห็นผู้สละชีพเพื่อความเชื่อท่านนี้คนเหล่านั้นจะยกย่องสรรเสริญพระเจ้าหรือบางครั้งก็กล่าวถ้อยคำถวายเกียรติแด่พระองค์ สิ่งที่คนเหล่านี้แสดงออกจึงถูกจารึกไว้บนกำแพง ข้อความที่จารึกนั้นส่องแสงสดใสจ

นท่านรู้สึกประทับใจและเต็มไปด้วยความสุขจากการได้อ่านและมองดูแสงสว่างที่ออกมาจากข้อความเหล่านั้น ข้อความนั้นจะเป็นสิ่งที่น่าประทับใจสักเพียงใดเมื่อพระเจ้าผู้เป็นความสว่างทรงบันทึกข้อความนั้นด้วยพระองค์ ดังนั้นใครก็ตามที่ไปเยียมบ้านหลังนี้จะโค้งคำนับต่อคำจารึกที่พระเจ้าบันทึกไว้

ที่ผนังด้านในของห้องนั่งเล่นมีจอขนาดใหญ่พร้อมกับภาพจิตรกรรมฝาผนังหลายแบบ ภาพวาดเหล่านี้อธิบายให้ทราบว่าเจ้าของบ้านประพฤติตนอย่างไรนับตั้งแต่ท่านพบกับองค์พระผู้เป็นเจ้าครั้งแรก ท่านรักพระองค์มากเพียงใด ท่านทำภารกิจประเภทใด และทำภารกิจเหล่านั้นด้วยหัวใจแบบไหนในแต่ละครั้ง

นอกจากนั้น ในมุมหนึ่งของสวนมีอุปกรณ์กีฬาหลายชนิดที่ทำจากวัสดุพิเศษและมีเครื่องประดับมากมายซึ่งผู้คนในโลกนี้คิดไม่ถึง พระเจ้าทรงสร้างอุปกรณ์เหล่านี้ขึ้นเพื่อปลอบใจผู้รับใช้ท่านนี้เนื่องจากท่านเคยชอบกีฬาอย่างมาก แต่ท่านยอมสละสิ่งเหล่านั้นเพื่อเห็นแก่พันธกิจ อุปกรณ์ยกน้ำหนักไม่ได้ทำจากเหล็กหรือเหล็กกล้าเหมือนในโลกนี้ แต่พระเจ้าทรงสร้างอุปกรณ์นี้ขึ้นพร้อมด้วยเครื่องประดับพิเศษ อุปกรณ์เหล่านี้จึงมีลักษณะเหมือนเพชรพลอยล้ำค่าซึ่งส่องแสงอย่างงดงาม สิ่งที่น่าประหลาดก็คืออุปกรณ์เหล่านี้มีน้ำหนักแตกต่างกันขึ้นอยู่กับบุคคลที่ใช้อุปกรณ์ สิ่งเหล่านี้ไม่ได้มีไว้เพื่อรักษาทรวดทรงของบุคคล แต่ถูกเก็บรักษาไว้ให้เป็นเหมือนของที่ระลึกเพื่อให้เป็นแหล่งของการเล้าโลมใจ

ผู้รับใช้ท่านนี้จะรู้สึกอย่างไรเมื่อท่านมองดูสิ่งเหล่านี้ที่พระเจ้าทรงจัดเตรียมไว้สำหรับตน ท่านยอมสละความต้องการของตนเพื่อเห็นแก่องค์พระผู้เป็นเจ้า แต่บัดนี้จิตใจของท่านได้รับการปลอบประโลมและท่านรู้สึกขอบพระคุณสำหรับความรักของพระเจ้าพระบิดา

ผู้รับใช้ท่านนี้ขอบพระคุณและสรรเสริญพระเจ้าด้วยน้ำตาอย่างไม่หยุดหย่อนเพราะพระทัยอันอ่อนละมุนของพระเจ้าที่ทรงจัดเตรียมทุกสิ่งที่ท่านต้องการเอาไว้โดยไม่ลืมสิ่งหนึ่งสิ่งใดที่ใจของท่านปรารถนาไปเลย

ผู้คนที่เป็นอันหนึ่งอันเดียวกันกับพระเจ้าและองค์พระผู้เป็นเจ้าอ

ย่างสมบูรณ์

ในนครเยรูซาเล็มใหม่ พระเจ้าทรงแสดงให้ข้าพเจ้าเห็นว่ามีบ้านหลังหนึ่งที่มีขนาดใหญ่เท่ากับเมืองขนาดใหญ่เมืองหนึ่ง บ้านหลังนี้น่าทึ่งมากจนข้าพเจ้าอดไม่ได้ที่ต้องประหลาดใจในขนาดความงดงาม และความรุ่งโรจน์ของบ้านหลังนี้

บ้านใหญ่หลังนี้มีสิบสองประตู–ทั้งสี่ด้าน (ด้านเหนือ ใต้ ตะวันออก และตะวันตก) ของบ้านมีประตูอยู่ด้านละสามบาน ตรงกลางเป็นปราสาทขนาดใหญ่สามชั้นที่ถูกประดับประดาไปด้วยทองคำบริสุทธิ์และเพชรพลอยล้ำค่านานาชนิด

ชั้นแรกมีห้องที่กว้างใหญ่ไพศาลมากจนท่านไม่สามารถมองเห็นอีกด้านหนึ่งของห้องและมีห้องนั่งเล่นอยู่มากมาย ห้องเหล่านี้ถูกใช้เป็นสถานที่จัดงานเลี้ยงหรือสถานที่ประชุม บนชั้นสองมีห้องที่ใช้เก็บรักษาและจัดแสดงมงกุฎ เสื้อผ้า และของที่ระลึก และยังมีสถานที่ต้อนรับบรรดาผู้เผยพระวจนะด้วยเช่นกัน ชั้นสามถูกใช้เป็นที่พบปะกับองค์พระผู้เป็นเจ้าและการแบ่งปันความรักกับพระองค์เพียงอย่างเดียว

รอบปราสาทมีกำแพงที่ปกคลุมไปด้วยดอกไม้นานาชนิดที่มีกลิ่นอันหอมหวล แม่น้ำที่มีน้ำแห่งชีวิตไหลอยู่รอบตัวปราสาทอย่างสงบและเหนือแม่น้ำสายนี้มีสะพานเมฆสีรุ้งขนาดใหญ่

ภายในสวนมีดอกไม้ ต้นไม้ และหญ้าหลากหลายชนิดซึ่งทำให้ความงดงามมีความสมบูรณ์แบบยิ่งขึ้น อีกฟากหนึ่งของแม่น้ำเป็นป่าไม้ขนาดใหญ่ที่อยู่เหนือจินตนาการ

นอกจากนั้น ยังมีสวนสนุกที่มีเครื่องเล่นมากมาย เช่น รถไฟแก้ว เรือไวกิ้งที่ทำด้วยทองคำ และของเล่นชนิดอื่นที่ถูกประดับประดาด้วยเพชรพลอย เครื่องเล่นเหล่านี้ส่องแสงอันสดใสออกมาเมื่อใดก็ตามที่เครื่องเล่นเหล่านี้เริ่มทำงาน ด้านข้างสวนสนุกมีถนนดอกไม้ที่กว้างขวางและเหนือถนนเส้นนี้ขึ้นไปคือทุ่งหญ้าที่มีสัตว์นานาชนิดวิ่งเล่นและพักผ่อนอยู่อย่างสงบเหมือนทุ่งหญ้าในเขตร้อนของโลกนี้

นอกเหนือจากสิ่งเหล่านี้ ยังมีบ้านและอาคารหลายหลังที่ประดับประดาไปด้วยเพชรพลอยนานาชนิดเพื่อส่องแสงอันงดงามและลึก

ลับออกไปทั่วพื้นที่ มีน้ำตกที่สวยงามอยู่ถัดจากสวนออกไปและด้านหลังเนินเขามีทะเลซึ่งมีเรือสำราญขนาดใหญ่เหมือนเรือ "ไททานิก" ล่องลอยอยู่ สิ่งเหล่านี้เป็นส่วนหนึ่งของบ้านหลังเดียว ท่านคงจินตนาการได้แล้วว่าบัดนี้บ้านหลังนี้จะมีขนาดกว้างใหญ่ขึ้นสักเพียงใด

บ้านหลังนี้ (ซึ่งเป็นเหมือนเมืองขนาดใหญ่เมืองหนึ่ง) เป็นสถานที่ท่องเที่ยวในสวรรค์ซึ่งดึงดูดผู้คนจากนครเยรูซาเล็มใหม่และผู้คนจากทั่วสารทิศในสวรรค์มายังสถานที่แห่งนี้ ผู้คนหาความสุขให้กับตนเองและแบ่งปันความรักกับพระเจ้า นอกจากนั้นทูตสวรรค์จำนวนนับไม่ถ้วนคอยให้การปรนนิบัติเจ้าของบ้าน ดูแลอาคารและสิ่งอำนวยความสะดวก ห้อมล้อมรถในเมฆ และสรรเสริญพระเจ้าด้วยการเต้นรำและการเล่นเครื่องดนตรี ทุกสิ่งทุกอย่างถูกเตรียมไว้เพื่อความสุขและการเล้าโลมใจสูงสุด

พระเจ้าทรงจัดเตรียมบ้านหลังนี้ไว้เพราะเจ้าของบ้านได้มีชัยชนะเหนือการสอบและการทดลองทุกชนิดด้วยความเชื่อ ความหวัง และความรัก และได้นำผู้คนจำนวนมากมาสู่หนทางแห่งความรอดด้วยพระคำแห่งชีวิตและฤทธิ์อำนาจของพระเจ้าโดยการรักพระเจ้าก่อนเหนือสิ่งอื่นใด

พระเจ้าแห่งความรักทรงจดจำการทุ่มเททุกอย่างและน้ำตาทุกหยดของท่านและจะทรงตอบแทนท่านตามสิ่งที่ท่านได้กระทำ พระองค์ทรงต้องการให้ทุกคนเป็นหนึ่งเดียวกับพระองค์และกับองค์พระผู้เป็นเจ้าด้วยความรักแห่งการให้อย่างเสียสละและการเป็นคนงานฝ่ายวิญญาณที่นำคนจำนวนนับไม่ถ้วนมาสู่หนทางแห่งความรอด

ผู้คนที่มีความเชื่อซึ่งทำให้พระเจ้าพอพระทัยสามารถเป็นหนึ่งเดียวกับพระองค์และกับองค์พระผู้เป็นเจ้าโดยผ่านความรักแห่งการให้อย่างเสียสละเพราะคนเหล่านี้ไม่เพียงแต่มีจิตใจเหมือนพระทัยขององค์พระผู้เป็นเจ้าและบรรลุถึงการเป็นบุคคลฝ่ายวิญญาณเท่านั้น แต่เขายังให้ชีวิตของตนเป็นผู้สละชีพเพื่อความเชื่ออีกด้วย คนเหล่านี้รักพระเจ้าและองค์พระผู้เป็นเจ้าอย่างแท้จริงแม้สมมุติว่าไม่มีสวรรค์อยู่จริง คนเหล่านี้ก็ไม่รู้สึกเสียใจหรือรู้สึกสูญเสียกับสิ่งที่ตนน่าจะได้ชื่นชมและได้ทำในโลกนี้ จิตใจของคนเหล่

านี้มีความสุขและความยินดีที่จะประพฤติตามพระคำของพระเจ้าและทำงานเพื่อองค์พระผู้เป็นเจ้า

แน่นอน ผู้คนที่มีความเชื่ออย่างแท้จริงจะดำเนินชีวิตด้วยความหวังในเรื่องบำเหน็จรางวัลที่องค์พระผู้เป็นเจ้าจะทรงประทานให้กับตนในสวรรค์เหมือนที่ฮีบรู 11:6 บันทึกไว้ว่า "แต่ถ้าไม่มีความเชื่อแล้วจะเป็นที่พอพระทัยของพระเจ้าก็ไม่ได้เลย เพราะว่าผู้ที่จะมาเฝ้าพระเจ้าได้นั้นต้องเชื่อว่าพระองค์ทรงดำรงพระชนม์อยู่และพระองค์ทรงเป็นผู้ประทานบำเหน็จรางวัลให้แก่ทุกคนที่แสวงหาพระองค์"

อย่างไรก็ตาม คนเหล่านี้เชื่อมั่นว่ามีบางสิ่งบางอย่างที่มีคุณค่ามากกว่าสำหรับตนไม่ว่าจะมีสวรรค์หรือจะมีบำเหน็จรางวัลรออยู่หรืออยู่ไม่ก็ตาม คนเหล่านี้รู้สึกเป็นสุขมากกว่าที่เขาจะได้พบกับพระเจ้าพระบิดาและกับองค์พระผู้เป็นเจ้าผู้ที่เขารักเทิดทูน ด้วยเหตุนี้ การที่เขาไม่สามารถพบกับพระเจ้าพระบิดาและกับองค์พระผู้เป็นเจ้าจึงถือเป็นสิ่งที่น่าเศร้าและเลวร้ายยิ่งกว่าการไม่ได้รับบำเหน็จรางวัลหรือการไม่ได้เข้าสู่สวรรค์ด้วยซ้ำไป

ผู้คนที่แสดงถึงความรักที่ไม่เสื่อมคลายต่อพระเจ้าและองค์พระผู้เป็นเจ้าด้วยการให้ชีวิตของตนถึงแม้จะไม่มีชีวิตแห่งความสุขในสวรรค์ก็ตาม คนเหล่านี้จะเข้าเป็นหนึ่งเดียวกับพระบิดาและองค์พระผู้เป็นเจ้าผู้ทรงเป็นเจ้าบ่าวของตนผ่านทางความรักแห่งการสละชีวิต สง่าราศีและรางวัลที่พระเจ้าได้ทรงจัดเตรียมไว้สำหรับคนเหล่านี้จะยิ่งใหญ่สักเพียงใด

อัครทูตรเปาโลที่ชื่นชมยินดีในการเสด็จมาปรากฏขององค์พระผู้เป็นเจ้าและกระทำการขององค์พระผู้เป็นเจ้าและนำผู้คนมากมายมาสู่ความรอดกล่าวข้อความต่อไปนี้

"เพราะข้าพเจ้าเชื่อมั่นว่าแม้ความตายหรือชีวิตหรือบรรดาทูตสวรรค์หรือเทพเจ้าหรือสิ่งซึ่งมีอยู่ในปัจจุบันนี้หรือสิ่งซึ่งจะมีในภายหน้าหรือฤทธิ์เดชทั้งหลายหรือซึ่งสูงหรือซึ่งลึกหรือสิ่งใด ๆ อื่นที่ได้ทรงสร้างแล้วนั้นจะไม่สามารถกระทำให้เราทั้งหลายขาดจากความรักของพระเจ้าซึ่งมีอยู่ในพระเยซูคริสต์องค์พระผู้เป็นเจ้าของเราได้" (โรม 8:38-39)

นครเยรูซาเล็มใหม่เป็นสถานที่สำหรับบุตรของพระเจ้าผู้ซึ่งเข้าเป็นหนึ่งเดียวกับพระเจ้าพระบิดาผ่านทางความรักประเภทนี้ นครเยรูซาเล็มใหม่ (ที่สุกใสและงดงามดุจแก้วอันเป็นสถานที่ซึ่งอยู่เหนือจินตนาการ หลั่งไหลไปด้วยความสุขและความชื่นชมยินดี) กำลังถูกจัดเตรียมไว้ด้วยวิธีการนี้

พระเจ้าพระบิดาแห่งความรักทรงปรารถนาให้ทุกคนไม่เพียงแต่ได้รับความรอด แต่ทรงต้องการให้บุตรของพระองค์มีความบริสุทธิ์และดีรอบคอบเหมือนที่พระองค์ทรงบริสุทธิ์และทรงดีรอบคอบเพื่อคนเหล่านี้จะเข้าสู่นครเยรูซาเล็มใหม่

ด้วยเหตุนี้ ข้าพเจ้าจึงอธิษฐานในพระนามขององค์พระผู้เป็นเจ้าเพื่อท่านจะรู้ว่าองค์พระผู้เป็นเจ้าที่ทรงเสด็จไปสู่สวรรค์เพื่อจัดเตรียมที่พำนักไว้สำหรับท่านนั้นกำลังจะเสด็จกลับมาในไม่ช้าและเพื่อท่านจะบรรลุถึงการเป็นบุคคลฝ่ายวิญญาณและรักษาตนเองให้ปราศจากตำหนิพร้อมกับเป็นเจ้าสาวผู้งดงามที่สามารถพูดว่า "พระเยซูเจ้าเชิญเสด็จมาเถิด"

เกี่ยวกับผู้เขียน:
ดร. แจร็อก ลี

ดร. แจร็อก ลีเกิดที่เมืองมวน จังหวัดโจนนัม สาธารณะรัฐเกาหลี ในปี 1943 เมื่อท่านมีอายุ 20 ปี ดร. ลี ทนทุกข์ทรมานกับโรคภัยไข้เจ็บที่รักษาไม่ได้หลายชนิดเป็นเวลาถึงเจ็ดปีและนอนรอความตายโดยไม่มีความหวังของการหายโรค แต่อยู่มาวันหนึ่งในช่วงฤดูใบไม้ผลิของปี 1974 พี่สาวของท่านพาท่านมาที่คริสตจักรและเมื่อท่านคุกเข่าลงอธิษฐานพระเจ้าผู้ทรงพระชนม์อยู่ทรงรักษาท่านให้หายจากโรคภัยไข้เจ็บทั้งสิ้นของท่านในทันที

นับตั้งแต่ดร.ลีพบกับพระเจ้าผู้ทรงพระชนม์อยู่ผ่านทางประสบการณ์ที่อัศจรรย์นั้นเป็นต้นมาท่านรักพระเจ้าอย่างจริงใจและด้วยสุดหัวใจของท่าน ในปี 1978 ท่านได้รับการทรงเรียกให้เป็นผู้รับใช้พระเจ้า ท่านอธิษฐานอย่างร้อนรนเพื่อจะเข้าใจน้ำพระทัยของพระเจ้าอย่างชัดเจนและทำให้น้ำพระทัยนั้นสำเร็จอย่างสมบูรณ์พร้อมทั้งเชื่อฟังพระวจนะทั้งสิ้นของพระเจ้า ในปี 1982 ท่านได้ก่อตั้งคริสตจักรมันมินขึ้นในกรุงโซล ประเทศเกาหลีใต้ พระราชกิจอันมากมายของพระเจ้าซึ่งรวมถึงการรักษาโรคอย่างอัศจรรย์และหมายสำคัญต่าง ๆ เกิดขึ้นในคริสตจักรของท่านอย่างต่อเนื่อง

ในปี 1986 ดร.ลีได้รับการสถาปนาให้เป็นศิษยาภิบาล ณ ที่ประชุมสมัชชาประจำปีของคริสตจักรของพระเยซู "ซุงกุล" แห่งประเทศเกาหลีใต้และในปี 1990 (4 ปีต่อมา) คำเทศนาของท่านถูกนำไปเผยแพร่ผ่านทางพันธกิจของผู้ประกาศข่าวประเสริฐ (เอฟ.อี.บี.ซี.) สถานีวิทยุกระจายเสียงแห่งเอเชีย (เอ.บี.เอส.) สถานีวิทยุคริสเตียนแห่งกรุงวอชิงตัน (ดับเบิ้ลยู.ซี.อาร์.เอส.) เพื่อกระจายเสียงไปยังประเทศต่าง ๆ เช่น ออสเตรเลีย สหรัฐอเมริกา รัสเซีย ฟิลิปปินส์ และอีกหลายประเทศ

สามปีต่อมา (ในปี 1993) คริสตจักรมันมินเซ็นทรัลเชิร์ชได้รับเลือกให้เป็นหนึ่งใน "50 คริสตจักรชั้นนำระดับโลก" โดยนิตยสาร "โลกคริสตชน" ของสหรัฐอเมริกาและท่านได้รับมอบปริญญาดุษฎีบัณฑิตกิตติมศักดิ์สาขาพันธกิจศาสตร์จากสถาบันพระคริสตธรรมที่มีชื่อเสียงสองแห่งในสหรัฐอเมริกา นั่นคือ วิทยาลัยคริสเตียนเฟธแห่งรัฐฟลอริด้าและสถาบันพระคริสตธรรมคิงส์เวย์ แห่งรัฐไอโอวา

นับตั้งแต่ปี 1993 เป็นต้นมา ดร.ลีเป็นผู้นำในการทำพันธกิจทั่วโลกโดยผ่านการรณรงค์เพื่อการประกาศที่จัดขึ้นในประเทศต่าง ๆ เช่น ประเทศแทนซาเนีย

อาร์เจนติน่า อูกานดา ญี่ปุ่น ปากีสถาน เคนย่า ฟิลิปปินส์ ฮอนดูรัส อินเดีย รัสเซีย เยอรมันนี เปรู สาธารณะรัฐประชาธิปไตยคองโก และนครนิวยอร์ก สหรัฐอเมริกา ในปี 2002 หนังสือพิมพ์คริสเตียนฉบับหนึ่งในประเทศเกาหลีใต้ขนานนามท่านว่าเป็น "ศิษยาภิบาลของคนทั่วโลก" จากการทำพันธกิจด้านการประกาศพระกิตติคุณในต่างประเทศของท่าน

ในเดือนกุมภาพันธ์ 2007 คริสตจักรมันมินจูน-อังมีสมาชิกมากกว่า 1 แสนคนและมีคริสตจักรสาขาทั้งในและต่างประเทศอีก 7,800 แห่งทั่วโลก ปัจจุบันคริสตจักรนี้ส่งมิชชันนารีมากกว่า 126 คนไปยัง 25 ประเทศทั่วโลกซึ่งรวมถึงสหรัฐอเมริกา รัสเซีย เยอรมันนี แคนนาดา ญี่ปุ่น จีน ฝรั่งเศส อินเดีย เคนย่า และอีกหลายประเทศ

ในปัจจุบัน ดร.ลีเขียนหนังสือ 52 เล่มซึ่งรวมถึงหนังสือที่มียอดขายสูงสุดเรื่อง "ลิ้มรสชีวิตนิรันดร์ก่อนความตาย" "ชีวิตและศรัทธาของข้าพเจ้า" "สาส์นจากกางเขน" "ขนาดแห่งความเชื่อ" "สวรรค์ภาค 1 และ 2" "นรก" และ "ฤทธานุภาพของพระเจ้า" งานเขียนของท่านถูกแปลเป็นภาษาต่าง ๆ มากกว่า 25 ภาษา

ปัจจุบัน ดร.ลีเป็นผู้ก่อตั้ง ผู้อำนวยการ และประธานของสมาคมและองค์กรมิชชันนารีจำนวนมากซึ่งรวมถึงการดำรงตำแหน่งประธานของสหคริสตจักรแห่งความบริสุทธิ์เกาหลี (UHCK); ผู้อำนวยการ The Nation Evangelization Paper; ผู้อำนวยการองค์การพันธกิจมิชชันมันมิน (MWM); ผู้ก่อตั้งสถานีโทรทัศน์มันมิน (Manmin TV); ผู้ก่อตั้งและประธานเครือข่ายสื่อมวลชนคริสเตียนทั่วโลก (GCN); ผู้ก่อตั้งและประธานเครือข่ายหมอคริสเตียนทั่วโลก (WCDN); และผู้ก่อตั้งและประธานสถาบันศาสนศาสตร์นานาชาติมันมิน (MIS)

หนังสือเล่มอื่น ๆ ที่เขียนขึ้นโดยผู้เขียนคนเดียวกันได้แก่...

I

สวรรค์ (ภาค 1)
สวรรค์ (ภาค 2)

คำบรรยายโดยละเอียดเกี่ยวกับสภาพแวดล้อมที่มีชีวิตชีวาซึ่งพลเมืองแห่งสวรรค์จะได้ชื่นชมและการบรรยายลักษณะอันงดงามของสวรรค์ชั้นต่าง ๆ
คำเชิญชวนให้เข้าสู่นครเยรูซาเล็มใหม่อันบริสุทธิ์ซึ่งประตูทั้งสิบสองบานของนครนี้ทำด้วยไข่มุกอันแวววาวระยิบระยับ นครนี้ตั้งอยู่ท่ามกลางสวรรค์อันรุ่งเรืองสุกใสเหมือนดังเพชรนิลจินดาที่มีค่า

ตื่นเถิดอิสราเอล

เพราะเหตุใดพระเจ้าจึงทรงเฝ้าดูอิสราเอลตั้งแต่จุดเริ่มต้นของโลกมาจนถึงปัจจุบัน อะไรคือการจัดเตรียมของพระเจ้าสำหรับอิสราเอล (ผู้ที่รอคอยพระเมสสิยาห์) ในช่วงวาระสุดท้าย

สาส์นจากกางเขน

ทำไมพระเยซูจึงเป็นพระผู้ช่วยให้รอดเพียงผู้เดียว เป็นข่าวสารแห่งการฟื้นฟูที่มีอานุภาพสำหรับทุกคนที่หลับใหลฝ่ายวิญญาณ ในหนังสือเล่มนี้ท่านพบถึงเหตุผลของการที่พระเยซูทรงเป็นพระผู้ช่วยให้รอดแต่พระองค์เดียวและความรักที่แท้จริงของพระเจ้า

ลิ้มรสชีวิตนิรันดร์ก่อนเสียชีวิต

เป็นบันทึกเรื่องจริงเกี่ยวกับคำพยานของศจ.ดร.แจร็อก ลีผู้ที่บังเกิดใหม่และได้รับการช่วยให้รอดจากหุบเหวแห่งความตายและดำเนินชีวิตคริสเตียนที่เป็นแบบอย่าง

ขนาดแห่งความเชื่อ

สถานที่แบบใด มงกุฎ และรางวัลชนิดใดที่ถูกจัดเตรียมไว้ในสวรรค์ หนังสือเล่มนี้จะให้ความรู้และคำแนะนำแก่ท่านในการวัดขนาดความเชื่อและการเพาะบ่มความเชื่อของท่านให้เจริญเติบโตมากที่สุด

www.urimbook.com

www.ingramcontent.com/pod-product-compliance
Lightning Source LLC
LaVergne TN
LVHW021811060526
838201LV00058B/3331
9791126313464